INSIGHT PUBLICA®

INSIGHT PUBLICA
Nadakkavu, Kozhikode, Kerala, 673011
Tel:0495–4020666
www.insightpublica.com
e-mail: insightpublica@gmail.com

**Vayanaavicharam**

(Malayalam Essays)

**Sunil P Elayidom**

First Edition : February 2017
Second Edition: April 2018

ISBN 978-93-85899-84-3
Printed and Published by
InsightinPublica Printers & Publishers Pvt. Ltd.

# വായനാവിചാരം

സുനിൽ പി. ഇളയിടം

INSIGHT PUBLICA

സാഹിത്യ-സാംസ്കാരിക വിമർശകനും പ്രഭാഷകനും. 1968 -ൽ ജനിച്ചു. അച്ഛൻ എം.സി. പങ്കജാക്ഷൻ ഇളയിടം. അമ്മ ഡി. രമണീദേവി. ഭൗതികശാസ്ത്രത്തിൽ ബിരുദവും മലയാള സാഹിത്യത്തിൽ ബിരുദാനന്തരബിരുദവും. 'ആധുനികതാവാദത്തിന്റെ രാഷ്ട്രീയ അബോധം' എന്ന വിഷയത്തിൽ പിഎച്ച്. ഡി. കാലടി ശ്രീശങ്കരാചാര്യ സംസ്കൃത സർവകലാശാലയിൽ മലയാളവിഭാഗം അധ്യാപകൻ. *അധിനിവേശവും ആധുനികതയും* (1999), *ഭഗവദ്ഗീത: ചരിത്രവും ദർശനവും* (എഡിറ്റർ) (2001), *കൺവഴികൾ കാഴ്ചവട്ടങ്ങൾ* (2003), *ചരിത്രം: പാഠരൂപങ്ങളും പ്രത്യയശാസ്ത്രവും* (2004), *ഉരിയാട്ടം* (2007). *ദമിതം: ആധുനികതാവാദത്തിന്റെ രാഷ്ട്രീയ അബോധം* (2009). *അജ്ഞാതവുമായുള്ള അഭിമുഖങ്ങൾ* (2011) *ഇന്ത്യാചരിത്രവിജ്ഞാനം: ദേശം ദേശീയത ദേശചരിത്രം* (2012) *വീണ്ടെടുപ്പുകൾ: മാർക്സിസവും ആധുനികതാവിമർശനവും* (2013), *അനുഭൂതികളുടെ ചരിത്രജീവിതം* (2014), *ആത്മം അപരം അധിനിവേശം* (2016), *നാനാർത്ഥങ്ങൾ: സമൂഹം, ചരിത്രം, സംസ്കാരം* (2016) എന്നിവയാണ് കൃതികൾ. സാഹിത്യ വിമർശനത്തിനും വൈജ്ഞാനിക സാഹിത്യത്തിനുമുള്ള കേരള സാഹിത്യഅക്കാദമി അവാർഡ്, കലാവിമർശന മേഖലയിലെ സമഗ്രസംഭാവനയ്ക്കുള്ള കേരള ലളിതകലാഅക്കാദമിയുടെ കേസരി ബാലകൃഷ്ണപിള്ള പുരസ്കാരം, കലാനിരൂപണത്തിനുള്ള കേരള ലളിതകലാ അക്കാദമി അവാർഡ്, വൈജ്ഞാനിക സാഹിത്യത്തിനുള്ള എം.എൻ. വിജയൻ അവാർഡ്. ഡോ.കെ. എൻ എഴുത്തച്ഛൻ അവാർഡ്, പവനൻ പുരസ്കാരം, ഗുരുദർശന അവാർഡ്, അബുദാബി ശക്തി അവാർഡ്, സാഹിത്യ നിരൂപണത്തിനുള്ള തായാട്ട് അവാർഡ്, എസ്.ബി.ടി അവാർഡ്, കേസരി പുരസ്കാരം, വി.ടി അവാർഡ്, വി.കെ ഉണ്ണികൃഷ്ണൻ സ്മാരക അവാർഡ്, സി.പി. മേനോൻ അവാർഡ്, എ. സുധാകരൻ അവാർഡ് എന്നിവ ലഭിച്ചിട്ടുണ്ട്. ഭാര്യ: മീന എസ്. മക്കൾ : ജാനകി എസ്., മാധവൻ എസ്.

വിലാസം:
മുള്ളായപ്പിള്ളി വീട്
കോട്ടുവള്ളി,
വടക്കൻ പറവൂർ- 683519
ഇ-മെയിൽ : sunilpelayidom@gmail.com

**സുനിൽ പി. ഇളയിടം**

# വാക്കിന്റെ ഭാവശക്തി

വായനയും എഴുത്തും അനുഭൂതിയുടെ പുനരുൽപ്പാദനമാണ്. സാമാന്യമായി നിർമ്മിച്ചെടുത്ത അനുഭൂതി വ്യവസ്ഥയ്ക്കകത്ത് കുമ്പിട്ടു നിർവഹിക്കുന്ന വിചാരകേളിയല്ല അത്. വ്യവസ്ഥാപിതമാക്കപ്പെട്ടതിന് വെളിയിൽ കടക്കുന്ന നിർമ്മാണ പ്രക്രിയയാണ്. ഇങ്ങനെ നിരന്തരം നിർമ്മിക്കുകയും അഴിച്ചെടുക്കുകയും ചെയ്യുന്ന സാംസ്കാരിക പ്രവർത്തനമാണ് എഴുത്തും വായനയും.

വാക്കിന്റെ അനന്തസാധ്യതകളെ തിരയുന്നവരാണ് യഥാർത്ഥ വായനക്കാർ. അവർ ഗ്രന്ഥകർത്താവിന്റെ ആനുദൈവികമായ ലോകത്തിലേയ്ക്ക് തീർത്ഥയാത്ര നടത്തുന്നവരല്ല. മറ്റുതരത്തിലുള്ള വ്യാഖ്യാന കേളികളും അല്ല. വായനയെ തികഞ്ഞ ഒരു സാംസ്കാരിക പ്രവർത്തനമായി പരിവർത്തിപ്പിക്കുകയാണ് എഴത്തുകാരനും ചിന്തകനുമായ സുനിൽ പി. ഇളയിടം. അദ്ദേഹത്തിന്റെ ഓരോ എഴുത്തും വായനയും സാമാന്യ സൗന്ദര്യത്തിന്റെ ഉള്ളം പിളർക്കുന്നതാണ്.

ക്ഷുദ്രമായ പാരായണ രീതിഭേദങ്ങളോട് കലഹിച്ചു നിൽക്കേണ്ട വലിയൊരു ഉത്തരവാദിത്വം സുനിൽ പി. ഇളയിടം നിർവഹിക്കേണ്ടിവരുന്നുണ്ട്. മാർക്സിയൻ പാരായണമെന്ന മട്ടിൽ വ്യവഹരിക്കപ്പെടുന്ന ശുഷ്കമായ പല എഴുത്തുകളെയും മറികടക്കേണ്ടത് ഒരു മാർക്സിസ്റ്റ് എന്ന നിലയിൽ അദ്ദേഹത്തിന്റെ ഉത്തരവാദിത്വമായി മാറുന്നു. ഒരു അമാർക്സിസ്റ്റായി കൈയ്യടി വാങ്ങാൻ മനം കൊതിക്കുന്ന എഴുത്തുകാരുള്ള ഈ നാട്ടിൽ തികഞ്ഞ മാർക്സിസ്റ്റായി നിന്ന് എന്നാൽ അതിന്റെ പരിമിതികളോട് കലഹിച്ച് സൗന്ദര്യാത്മകമായി അതിനെ വികസിപ്പിക്കാനുള്ള കേരളീയമായ ഒരു ഉത്തവാദിത്വം അദ്ദേഹം ഏറ്റെടുക്കുന്നു. നിഷ്കളങ്കമെന്ന് തോന്നുന്ന പുസ്തക പരിചയത്തിലും അദ്ദേഹം അതു നിർവഹിക്കുന്നു.

വാക്കിന്റെ രീതിഭേദങ്ങൾ കേരളത്തിൽ ഇന്ന് അത്ര പ്രചാര ത്തിലില്ല. തടിച്ച എഴുത്തും മെലിഞ്ഞ നിരൂപണവുമാണ് ഇന്ന് മലയാളത്തിൽ നിലനിൽക്കുന്നത്. അത്തരമൊരു സന്ദർഭത്തി ലാണ് സുനിൽ പി. തന്റെ ധൈഷണിക സൗന്ദര്യം കൊണ്ട് കേര ളത്തിന്റെ സാംസ്കാരിക ചൈതന്യമായി നിലനിൽക്കുന്നത് എന്നത് ശ്രദ്ധേയമാണ്.

പല മട്ടിൽ പ്രസക്തങ്ങളായ ഇരുപത് പുസ്തകങ്ങളാണ് ഗ്രന്ഥ കാരൻ പരിചയപ്പെടുത്തുന്നത്. പുസ്തകപരിചയത്തിന്റെ വ്യവ സ്ഥാപിതമായ രീതിഭേദങ്ങളോടുള്ള കലഹങ്ങൾ കൂടിയാണ് ഓരോന്നും. ഓരോ പുസ്തകത്തിന്റെ ഭാവശക്തിയെ കണ്ടെത്തുന്ന പാരായണമായി ഓരോ ലേഖനവും മാറുന്നു. ഈ ഗ്രന്ഥം പ്രസിദ്ധീകരിക്കാൻ അനുവാദം നൽകിയ സുനിൽ പി. ഇളയിട ത്തിനോട് സ്നേഹവും കൃതജ്ഞതയും രേഖപ്പെടുത്തുന്നു.

**സുമേഷ് ഇൻസൈറ്റ്**

# ഉള്ളടക്കം

# ആമുഖം

താൻ വായിച്ച പുസ്തകങ്ങളെക്കുറിച്ചെഴുതാൻ ഒരാൾ തുനിയുന്നത് എന്തുകൊണ്ടായിരിക്കും? സ്വാഭാവിക മായും അതിന് പിന്നിൽ പല പ്രേരണകളുമുണ്ടാകും. ഒരു പുസ്തകത്തിന്റെ അനന്യമായ സ്വാധീനശക്തിയാൽ പ്രചോദി തരായി നമുക്ക് അതേക്കുറിച്ച് എഴുതാം. പുസ്തകവിചാരത്തിന്റെ ഏറ്റവും നല്ല വഴി ഇതുതന്നെയാവണം. എങ്കിലും ഇതല്ലാതെ പ്രേരണകളാണ് പുസ്തകപഠനങ്ങൾക്ക് പിന്നിൽ ഏറിയകൂറുമു ള്ളത്. അവതാരികകൾ, അനുബന്ധപഠനങ്ങൾ, ആനുകാലിക പ്രസിദ്ധീകരണങ്ങളിലെ പുസ്തക നിരൂപണങ്ങൾ, അക്കാദമിക ആവശ്യങ്ങൾ എന്നിങ്ങനെയുള്ള നിരവധി കാരണങ്ങളാൽ ഒരാൾ താൻവായിച്ച ഗ്രന്ഥങ്ങളെക്കുറിച്ച് എഴുതാൻ പ്രേരിതനാകും. ഈ ഓരോ വിചാരസന്ദർഭവും അയാളുടെ എഴുത്തിന്റെ ഭാഷ യെയും സ്വരൂപത്തെയും നിർണ്ണയിക്കുകയും ചെയ്യും. അങ്ങനെ വരുമ്പോൾ പുസ്തകവിചാരങ്ങൾ തന്നെ പ്രചോദിപ്പിച്ച പുസ്ത കങ്ങളെക്കുറിച്ചുള്ള ഒരു വായനക്കാരിയുടെ/ വായനക്കാരന്റെ സ്വകീയമായ അഭിപ്രായങ്ങളുടെ അവതരണം എന്നതിനപ്പുറം, വിപുലമായ ഒരു വ്യവഹാരത്തിൽ ഉൾപ്പെട്ടുനിൽക്കുന്ന പ്രവൃ ത്തികളിലൊന്നായി മാറുന്നു. എഴുതുന്നവർ തിരിച്ചറിഞ്ഞാലും ഇല്ലെങ്കിലും ഈ വ്യവഹാരത്തിനുള്ളിലാണ് അവരുടെ ആലോ ചനകളെല്ലാം അരങ്ങേറുന്നത് എന്നും വന്നുകൂടുന്നു.

ഒരു പുസ്തകം അതിലടങ്ങിയ ആശയലോകത്തിലേക്കുത ന്നെയാണോ വായനക്കാരെ ആനയിക്കുക? ആവണമെന്നില്ല. തന്റെ വായനയുടെയും വിചാരങ്ങളുടെയും സംവാദഭൂമികയിൽ (site of contest എന്ന അർത്ഥത്തിൽ) നിന്നുകൊണ്ടാണ് ആരും ഒരു പുസ്തകം വായിക്കുന്നത്. അതോടെ ആ വായനയും പുതിയൊരു സംവാദമായി പരിണമിക്കുന്നു. പുസ്തകത്തിൽ നിന്നും അർത്ഥാനുഭവങ്ങൾ വായനക്കാരിലേക്ക് എന്നതുപോലെ, വായനക്കാർ നിലയുറപ്പിച്ച സംവാദഭൂമികയിൽ നിന്ന് അവർ

വായിക്കുന്ന പുസ്തകത്തിലേക്കും അർത്ഥാനുഭവങ്ങൾ സംക്ര മിക്കുന്നു. ഇത് ഒരു ഭാഗത്ത് പുസ്തകത്തെ അതിന്റെ പ്രത്യ ക്ഷാർത്ഥങ്ങൾക്കപ്പുറത്തേക്ക് കൊണ്ടുപോകുന്നു. മറുഭാഗത്ത് വായനക്കാർ നിലയുറപ്പിച്ച സംവാദഭൂമികയെ പുസ്തകങ്ങളും മാറ്റിപ്പണിയുന്നു. അങ്ങനെ വായന നിരന്തരമായ അഴിച്ചുപണി യലായി മാറുന്നു; പുസ്തകങ്ങളുടെയും മനുഷ്യരുടെയും.

പിന്നിട്ട ഒന്നരപ്പതിറ്റാണ്ടോളം വരുന്ന കാലയളവിൽ ഞാൻ എഴുതിയ പുസ്തകവിചാരങ്ങളിൽ നിന്ന് തെരഞ്ഞെടുത്ത ചെ റുതും വലുതുമായ ഇരുപത് ലേഖനങ്ങളാണ് ഈ സമാഹാര ത്തിൽ ഉൾപ്പെടുത്തിയിരിക്കുന്നത്. അളവിലോ ആശയലോക ത്തിലോ അവ സജാതീയമല്ല. മൂന്നോ നാലോ പുറങ്ങൾ മുതൽ പത്തു-പന്ത്രണ്ട് പേജുകൾ വരെ ദൈർഘ്യമുണ്ട് ഈ ലേഖന ങ്ങൾക്ക്. ആഖ്യാനചാരുത മുതൽ ആശയപരമായ ആഭിമുഖ്യ ങ്ങൾവരെയുള്ള പരസ്പരഭിന്നമായ പ്രേരണകൾ അവയെക്കു റിച്ചെഴുതുന്നതിന് കാരണമായിട്ടുമുണ്ട്. ആ നിലയിൽ രൂപ പരവും പ്രേരണാപരവുമായ ബഹുസ്വരാത്മക ജീവിതം ഈ കുറിപ്പുകൾക്കുണ്ട് എന്നു പറയാം.

പരിചയക്കുറിപ്പുകളും നിരൂപണങ്ങളും ആമുഖ-അനുബന്ധ പഠനങ്ങളും മറ്റുമായി ഒരു വർഷം പത്തോളം പുസ്തകപഠന ങ്ങളെങ്കിലും എനിക്ക് എഴുതേണ്ടിവരാറുണ്ട്. ആനുകാലികങ്ങളിലെ ഒന്നോ ഒന്നരയോ പേജുകൾക്കപ്പുറം പോവാത്ത പരിചയപ്പെടു ത്തലുകളാണ് അവയിൽ ഭൂരിപക്ഷവും ('ഗുണദോഷനിരൂപ ണ'ങ്ങൾ എന്ന പേരിൽ, മലയാളത്തിൽ സാഹിത്യവിമർശനം എന്ന ശാഖയ്ക്കുതന്നെ തുടക്കം കുറിയ്ക്കാനുതകുന്ന മട്ടിൽ, നമ്മുടെ ആദ്യകാല മാസികകളിൽ നിലനിന്നിരുന്ന പുസ്തക പഠനങ്ങൾ ഇപ്പോൾ ആനുകാലികങ്ങളിൽ നിന്ന് പിൻവാങ്ങിയി രിക്കുന്നു. വിവാദപരതയിലും സെൻസേഷണലിസത്തിലും മുങ്ങി ത്താഴുന്ന പുതിയ മാധ്യമാന്തരീക്ഷത്തിൽ പുസ്തകങ്ങളും പുസ്തകവിചാരവുമെല്ലാം എത്രയോ അപ്രധാനമായ വിഷയ ങ്ങളിലൊന്നാണ്!). അതുകൊണ്ടുതന്നെ പില്കാലത്ത് സമാഹ രിക്കപ്പെടാൻ പാകത്തിൽ അവയിൽ കാര്യമായൊന്നും അവശേ ഷിക്കുന്നില്ല. അങ്ങനെയല്ലാത്തവയെന്നു തോന്നിയ ചില പഠനങ്ങളാണ് ഈ പുസ്തകത്തിൽ സമാഹരിച്ചിട്ടുള്ളത്. അവ യും മേല്പറഞ്ഞ പരിമിതികളിൽനിന്ന് തീർത്തും മുക്തമാണെന്ന് പറഞ്ഞുകൂടാ. സ്ഥലപരിമിതി മുതൽ സമയപരിമിതിയും വിചാ രപരിമിതിയും വരെയുള്ള കാര്യങ്ങൾ ഈ ലേഖനങ്ങളിലും നിഴൽവീഴ്ത്തി നില്പുണ്ട്.

പല കാരണങ്ങൾകൊണ്ട് വ്യക്തിപരമായി അടുപ്പം തോന്നിയ പുസ്തകങ്ങളെക്കുറിച്ചാണ് ഞാൻ ഇവിടെ എഴുതിയിട്ടുള്ളത്. അതുകൊണ്ടുതന്നെ വിയോജിപ്പുകളേക്കാളും വിമർശനങ്ങളേക്കാളും ആസ്വാദനപരമായ വിശകലനസ്വരമാണ് മിക്കലേഖനങ്ങളിലും ഏറിനിൽക്കുന്നത്. സാന്ദർഭികമായി ചില വിയോജിപ്പുകളും ഭിന്നാഭിപ്രായങ്ങളും രേഖപ്പെടുത്തിയിട്ടുണ്ട് എന്നു മാത്രം. വിശദമായ ഒരു ചർച്ചയുടെ സന്ദർഭത്തിൽ എനിക്കുതന്നെയും ഈ രചനകളോട് കൂടുതൽ വിമർശനങ്ങൾ ഉന്നയിക്കാനുണ്ടാവും. അതുപോലെ ഇവയിലൂടെ കടന്നുപോകുന്ന വായനക്കാർക്കും. അതുകൊണ്ടുതന്നെ ഈ കൃതികളുടെ ബഹുശാഖിയായ വായനാചരിത്രത്തിലെ ഒരു അടരായി മാത്രമേ ഈ ലേഖനങ്ങളെ കണക്കാക്കേണ്ടതുള്ളൂ.

ഇൻസൈറ്റ് പബ്ലിക്കയിലെ സുമേഷ് സ്നേഹപൂർവ്വം ആവശ്യപ്പെട്ടപ്പോഴാണ് ഇങ്ങനെയൊരു പുസ്തകം ആലോചനയിൽ വന്നത്. സുമേഷിന് നന്ദി. ഈ പഠനക്കുറിപ്പുകൾ എഴുതാൻ പ്രേരണയായ പത്രാധിപസുഹൃത്തുക്കളോടും അവ പ്രസിദ്ധീകരിച്ച ആനുകാലികങ്ങളോടുമുള്ള കൃതജ്ഞതയും ഇവിടെ രേഖപ്പെടുത്തട്ടെ.

ഔപചാരികമായ സന്ധിനിയമം പിൻപറ്റുന്നവർക്ക് *വായനാവിചാരം* എന്ന ശീർഷകം അലോസരമുളവാക്കിയേക്കാം. എങ്കിലും വായനാദിനവും വായനാവാരവുമെല്ലാം മലയാളത്തിൽ നടപ്പിലാക്കിക്കഴിഞ്ഞ സ്ഥിതിക്ക് ഈ ശീർഷകത്തിനും പ്രയോഗസാധുതയുണ്ട് എന്നുകരുതുന്നു.

നാഗരികതയുടെയും സാങ്കേതികവിദ്യയുടെയും എല്ലാം കുതിപ്പുകൾക്കുശേഷവും പുസ്തകം ഇപ്പോഴും കീഴടങ്ങാതെ തുടരുകയാണ്. മനുഷ്യവംശത്തിന് ഇനിയങ്ങോട്ട് ഒഴിച്ചുനിർത്താനാവാത്ത ജൈവികാനുബന്ധമായി (biological extension) പുസ്തകം മാറിക്കഴിഞ്ഞെന്ന് ഉംബർട്ടോ എക്കോ അദ്ദേഹത്തിന്റെ അവസാന പുസ്തകത്തിൽ (This is Not the End of the Book) നിരീക്ഷിക്കുന്നുണ്ട്. ചരിത്രപരമായ അത്തരമൊരനിവാര്യതയിൽ ഞാനും പങ്കാളിയായതിന്റെ സ്വകാര്യചരിത്രം കൂടിയാണ് ഇവ. ഒരാളുടെ സ്വകാര്യചരിത്രം അയാളുടേതു മാത്രമല്ല എന്നു കൂടി ഇതിനർത്ഥമുണ്ട്.

എല്ലാവർക്കും നന്ദി.

കോട്ടുവള്ളി
2016 ഡിസംബർ 10

**സുനിൽ പി. ഇളയിടം**

# കറുത്ത വിജ്ഞാനദേവത!

മാർട്ടിൻ ബർണലിന്റെ മരണം കേരളീയ ബൗദ്ധികജീവിതത്തെ കാര്യമായി സ്പർശിക്കാതെയാണ് കടന്നുപോയത്. ഇരുപതാം നൂറ്റാണ്ടിന്റെ രണ്ടാം പകുതിയിൽ, ലോകത്തിന്റെ വൈജ്ഞാനിക ജീവിതത്തിൽ ഉയർന്ന വലിയ കൊടുങ്കാറ്റുകളിലൊന്ന് മാർട്ടിൻ ബർണലിന്റെ കറുത്ത അഥീനയെക്കുറിച്ചുള്ള ആലോചനകളായിരുന്നു. എത്രത്തോളം വലിയതോതിൽ പ്രശംസിക്കപ്പെട്ടുവോ അത്രത്തോളം തന്നെ ആ ഗ്രന്ഥപരമ്പര ഇകഴ്ത്തപ്പെടുകയും ചെയ്തു. മനുഷ്യവംശത്തിന്റെ ചിന്തയുടെ ഗതി തിരിച്ചുവിട്ടെന്ന് ഒരു ഭാഗത്ത് വാഴ്ത്തപ്പെട്ടുകൊണ്ടിരിക്കുമ്പോൾ തന്നെ, വൈജ്ഞാനികമായ കുറ്റകൃത്യമാണ് മാർട്ടിൻ ബർണലിന്റേത് എന്നുവരെയുള്ള വിമർശനങ്ങളും ഉയർന്നുവന്നു. എതിർത്താലും അനുകൂലിച്ചാലും ആർക്കും അദ്ദേഹത്തെകാണാതിരിക്കാനാവില്ലായിരുന്നു! മാർട്ടിൻ ബർണലിനെയും കറുത്ത അഥീനയെയും കുറിച്ച് സംസാരിക്കാതിരിക്കാൻ കഴിയില്ലായിരുന്നു!!

1987-ൽ ഒന്നാം വാല്യവും 1991-ൽ രണ്ടാം വാല്യവും പുറത്തുവന്ന ബ്ലാക്ക് അഥീന എന്ന ഗ്രന്ഥപരമ്പര വിജ്ഞാനചരിത്രത്തിലെ യൂറോ കേന്ദ്രിതത്ത്വത്തിനെതിരെ നടന്ന ഏറ്റവും വലിയ ഇടപെടലുകളിലൊന്നാണ്. വിശദാംശങ്ങളിൽ ധാരാളം പിഴവുകൾ ചൂണ്ടിക്കാട്ടുന്ന കടുത്ത വിമർശകർ പോലും ഈ ഗ്രന്ഥം ഉദ്ഘാടനം ചെയ്ത വിചാരമാതൃകാവ്യതിയാനത്തിന്റെ (Paradigam Shift) മൗലികപ്രാധാന്യം കുറച്ചു കണ്ടിട്ടില്ല. യൂറോപ്പിന്റെ സാംസ്കാരിക ചരിത്രത്തെ യൂറോ കേന്ദ്രിതമായല്ലാതെ നോക്കിക്കാണാൻ മനുഷ്യരാശിയെ പഠിപ്പിക്കാൻ മാർട്ടിൻ ബർണലിന്റെ ഗ്രന്ഥത്തിന് കഴിഞ്ഞു എന്നാണ് പൊതുവെ വിലയിരുത്തപ്പെടുന്നത്. ബ്ലാക്ക് അഥീനക്കെതിരെ ഏറ്റവും വലിയ വിമർശനങ്ങൾ ഉയർത്തിയ ജെ. ബെർലിനെർബ്ലൂ (Hersey in the

---

Martin Bernal-*Black Athena*

Universtiy: The Black Athena Cotnrovesry of American Intellectuals (1999) എന്ന ഗ്രന്ഥം) തന്നെ ഇക്കാര്യം മറ്റൊരു നിലയിൽ എടുത്തുപറയുന്നുണ്ട്. ഇരുപതാം നൂറ്റാണ്ടിന്റെ അവസാനദശകങ്ങളെ നിർണയിച്ച ഒട്ടുമിക്ക രാഷ്ട്രീയ സാംസ്കാരിക പ്രമേയങ്ങളോടും ആഴത്തിൽ സംവദിക്കാൻ ബർണലിന്റെ ഗ്രന്ഥത്തിന് കഴിഞ്ഞതായി അദ്ദേഹം അഭിപ്രായപ്പെടുന്നുണ്ട്. ന്യൂനപക്ഷങ്ങളുടെ സ്വത്വസംസ്ഥാപനത്തിനായുള്ള സമരങ്ങൾ, ബഹുസാംസ്കാരികതാവാദം, കോളനിയനന്തരചിന്ത, യൂറോപ്യൻ വൈജ്ഞാനികതയുടെ അധിനിവേശസ്വഭാവം, വിജ്ഞാനത്തിന്റെ രാഷ്ട്രീയവും സാംസ്കാരികവുമായ ഉള്ളടക്കം എന്നിങ്ങനെയുള്ള എത്രയോ സമകാലിക വൈജ്ഞാനിക- പ്രായോഗിക പ്രമേയങ്ങളെ ബ്ലാക്ക് അഥീന അഭിസംബോധന ചെയ്യുകയും, അവ ഉയർത്തുന്ന വിമർശനാത്മക ധാരണകളെ ദൃഢീകരിക്കുകയും ചെയ്തു. ആ നിലയിൽ ലോകത്തെ വ്യാഖ്യാനിക്കുന്നതിനപ്പുറം ലോകത്തെ മാറ്റിപ്പണിയുന്ന വൈജ്ഞാനിക പ്രയോഗമായിരുന്നു മർട്ടിൻ ബർണലിന്റെ ഗ്രന്ഥപരമ്പര.

ഒരർഥത്തിൽ മാർട്ടിൻ ബർണലിന്റെ ഗ്രന്ഥം വിപുലമായ ഒരു വൈജ്ഞാനിക വ്യവഹാരത്തിന്റെ വിധ്വംസകവും വിപ്ലവാത്മകവുമായ പരിസമാപ്തിയാണെന്ന് പറയാം. മാർക്സിസ്റ്റ് ജ്ഞാനസിദ്ധാന്തത്തിന്റെ ഭാഷയിൽ പറഞ്ഞാൽ അളവിൽനിന്നും ഗുണത്തിലേക്കുള്ള വിപ്ലവപരമായ പരിവർത്തനത്തിന്റെ മുഹൂർത്തം. അര നൂറ്റാണ്ടെങ്കിലുമായി എത്രയോ പണ്ഡിതന്മാർ പലനിലകളിൽ ഉന്നയിച്ചുപോന്ന വാദമുഖങ്ങളുടെ സ്ഫോടനാത്മകമായ പുനരവതരണമായിരുന്നു മാർട്ടിൻ ബർണലിന്റെ ഗ്രന്ഥം. പടിഞ്ഞാറൻ വൈജ്ഞാനികതയുടെ സ്വകീയതയെയും മികവിനെയും കുറിച്ചുള്ള അവകാശവാദങ്ങളെ കടപുഴകിക്കൊണ്ട് യൂറോപ്പിന് പുറത്തുള്ള വിജ്ഞാനത്തിന്റെ ചരിത്രപഥങ്ങളിൽ യൂറോപ്പിൽ വിജ്ഞാനം എങ്ങനെയെല്ലാം വേരാഴ്ത്തിനിൽക്കുന്നു എന്ന് തെളിയിക്കാൻ ജോസഫ് നീഥാം മുതൽ (Culture and Civilization in China എന്ന ഗ്രന്ഥപരമ്പര) മലയാളിയായ ജോർജ് ഗീവർഗീസ് ജോസഫ് വരെ (Crest of Peacock, Passage to Infintiy) എന്നീ ഗ്രന്ഥങ്ങൾ) എത്രയോപേർ ശ്രമിക്കുകയും വലിയൊരളവിൽ വിജയം കണ്ടെത്തുകയും ചെയ്തുകഴിഞ്ഞിരിക്കുന്നു. ഒറ്റതിരിഞ്ഞ നിലകളിൽ നടന്ന ഈ പരിശ്രമങ്ങളുടെയെല്ലാം പിന്നാമ്പുറത്തുള്ള വൈജ്ഞാനിക സമീക്ഷയെ ഉയർത്തിപ്പിടിച്ചുകൊണ്ട്, അതിവിപുലവും ആനുഭവികവുമായ തെളിവുകളുടെ പിൻബലത്തോടെ, വിജ്ഞാനചരിത്രത്തിന്റെ മറ്റൊരു സന്ദർഭത്തിൽ അതിനെ പ്രയോഗിക്കുകയാണ് മാർട്ടിൻ ബർണൽ ചെയ്തത്. അതോടെ, വിഖ്യാതശാസ്ത്രചരിത്രകാരനായ തോമസ്

കൂൺ ഉപദർശിക്കുന്നതുപോലെ, വിജ്ഞാനവ്യവസ്ഥയിലെ ഒറ്റ തിരിഞ്ഞ അപവാദങ്ങൾ (Anomalies)എന്നതിൽനിന്ന് വിജ്ഞാന വ്യവസ്ഥയിലെ വിചാരമാതൃകാവ്യതിയാനം (Paradigam Shift) എന്നതിലേക്ക് ബ്ലാക്ക് അഥീന വഴി തുറന്നു. ലോകത്തിന് ഇനി പഴയ നിലയിൽ സ്വയം കാണാനും വിലയിരുത്താനും കഴിയാത്ത വിധത്തിൽ നിലവിലുള്ള വിജ്ഞാനത്തിന്റെ വിപ്ലവപരമായ ഒരു പുനഃസംഘാടനമായിരുന്നു ബ്ലാക്ക് അഥീന. മാർട്ടിൻ ബർണൽ തന്നെ ഇക്കാര്യം രേഖപ്പെടുത്തിയിട്ടുണ്ട്. ഈ ഗ്രന്ഥത്തിൽ താൻ അവതരിപ്പിച്ച നിഗമനങ്ങളൊന്നും മൗലികമല്ലെന്നും അക്കാലം വരെ ചിതറിക്കിടന്നതും പ്രാന്തവത്കൃതവുമായിരുന്ന അറിവുകളുടെ പുനഃസംഘാടനമാണ് അതിലെ മൗലികതയെന്നും അദ്ദേഹം വ്യക്തമാക്കിയിട്ടുണ്ട്. (... very few of the historical hypotheses put forward in Black Athena are original. The Series originaltiy comes from bringing together and making cetnral, information that has previously been scattered and peripherd എന്ന് ബർണൽ).

കറുത്ത അഥീന (Black Athena) എന്ന പൊതുശീർഷകത്തിന് കീഴിൽ മൂന്ന് ഭാഗങ്ങളായാണ് മാർട്ടിൻ ബർണലിന്റെ കൃതി പുറത്തുവന്നത്. 1987 ലെ ഒന്നാം വാല്യം. (Black Athena : The Afro-Asiatic Roots of Classical Civilization :The Fabrication of Ancient Greece 1785-1985) ക്ലാസ്സിക്കൽ ഗ്രീക്ക് നാഗരികതയുടെ ചരിത്രം പതിനെട്ടും പത്തൊമ്പതും നൂറ്റാണ്ടുകളിലായി പടുത്തുയർത്തപ്പെട്ടതെങ്ങനെ എന്നാണ് പരിശോധിച്ചത്. 1991-ലെ രണ്ടാംവാല്യം (Black Athena : The Afro-Asiatic Roots of Classical Civilization :Archaeological and Documentary Evidence) മേൽപറഞ്ഞ അടിസ്ഥാന പ്രമേയത്തെ പുരാവിജ്ഞാനത്തിന്റെ തെളിവുകൾ മുൻനിർത്തി വിശദീകരിക്കാനുള്ള ശ്രമമാണ്. ഏറെ വൈകി 2006-ൽ മാത്രം പ്രസിദ്ധീകൃതമായ മൂന്നാംവാല്യത്തിൽ (Black Athena : The Afro-Asiatic Roots of Classical Civilization :The Linguistic Evidence) മുഖ്യമായും ഭാഷാപരമായ അന്വേഷണങ്ങളിലേക്കും വിശദീകരണങ്ങളിലേക്കുമാണ് മാർട്ടിൻ ബർണൽ തിരിയുന്നത്. ഒന്നാം വാല്യത്തിന്റെ വിപ്ലവപരവും വിധ്വംസകവുമായ സ്വഭാവം തുടർന്നുള്ള വാല്യങ്ങളിൽ പടിപടിയായി കുറഞ്ഞുവരുന്ന കാര്യം ഈ ഗ്രന്ഥത്തിന്റെ ആരാധകർ തന്നെ അംഗീകരിക്കാറുണ്ട്. വിശാലാർഥത്തിൽ ആദ്യവാല്യത്തിലെ കേന്ദ്രപ്രമേയത്തിന്റെ വിശദീകരണവും സമർത്ഥനവുമാണ് തുടർന്നുള്ള രണ്ടുവാല്യങ്ങളും. ആ നിലയിൽ ബ്ലാക്ക് അഥീനയുടെ ഒന്നാം വാല്യത്തെ തന്നെ ആ ഗ്രന്ഥത്തിന്റെ ആകെത്തുകയായി പരിഗണിക്കാവുന്നതാണ്.

കോളനിവൽക്കരണം ഗ്രീക്ക് ചരിത്രവിജ്ഞാനത്തിന്റെ മേഖലയിൽ ഉളവാക്കിയ വ്യതിയാനങ്ങൾ തുറന്നുകാട്ടുകയാണ്

മാർട്ടിൻ ബർണൽ തന്റെ കൃതിയിലൂടെ ചെയ്തത്. ക്ലാസിക്കൽ ഗ്രീക്ക് നാഗരികതയുടെ ചരിത്രമെഴുതിയ യൂറോപ്യൻ ചരിത്രര ചയിതാക്കൾ പത്തൊമ്പതാം നൂറ്റാണ്ടുവരെ ഗ്രീക്ക് നാഗരികതക്ക് ഈജിപ്ഷ്യൻ, ഫൊണിഷ്യൻ പാരമ്പര്യങ്ങളുമായുള്ള കടപ്പാടും നാഭീനാള ബന്ധവും രേഖപ്പെടുത്തിപ്പോന്നിരുന്നതായി മാർട്ടിൻ ബർണൽ പറയുന്നു. പ്ലാറ്റോയും ഹെറഡോട്ടസുമെല്ലാം പല നിലകളിൽ സൂചിപ്പിച്ചിട്ടുള്ള പ്രമേയമാണത്. ഇത് അംഗീകരി ക്കുക വഴി യൂറോപ്യൻ നാഗരികതയ്ക്ക് ആഫ്രോ- ഏഷ്യൻ സംസ്കാരത്തോടുള്ള കടപ്പാടുകൾ രേഖപ്പെടുത്തിവയ്ക്കുക കൂടിയാണ് ആധുനികഘട്ടം വരെയുള്ള ചരിത്രരചയിതാക്കൾ ചെയ്തത്. എന്നാൽ പതിനെട്ടും പത്തൊമ്പതും നൂറ്റാണ്ടുകളിലെ കോളനീകരണവും യൂറോപ്യൻ ആധിപത്യവും ഇതിനെ അട്ടിമ റിച്ചു. വർണ-വംശ വിദ്വേഷവും സെമിറ്റിക് വിരുദ്ധതയും കോള നീകരണത്തോടൊപ്പം ചേർന്നതോടെ യൂറോപ്യൻ ചരിത്രവി ജ്ഞാനം വഴിമാറി നടക്കാൻ തുടങ്ങി. ഗ്രീക്ക് നാഗരികതയുടെ ഭൂതകാലത്തിൽ നിന്നും ആഫ്രോ-ഏഷ്യൻ പാരമ്പര്യം പടിപടി യായി തുടച്ചുമാറ്റപ്പെട്ടു. പകരം വടക്കുനിന്നുള്ള പോരാളികളു ടെയും പടയോട്ടങ്ങളുടെയും കഥ ഗ്രീക്ക് നാഗരികതയുടെ പ്രഭവമായി പ്രതിഷ്ഠിക്കപ്പെട്ടു. അങ്ങനെ ഫൊണീഷ്യൻമാരിൽ നിന്നും ഈജിപ്തുകാരിൽ നിന്നും കടംകൊണ്ടും ആ ആശയാ വലികളെയും അറിവുരൂപങ്ങളെയും നവീകരിച്ചും നിലവിൽ വന്ന ഗ്രീക്ക് നാഗരികത അത്തരം 'കലർപ്പുകളിൽ' നിന്നെല്ലാം വിമു ക്തമായി. കൊളോണിയൽ യൂറോപ്പിന്റെ വംശീയമായ അഹ ന്തക്കും മുൻവിധികൾക്കും ഇണങ്ങുന്ന ഒരു ഭൂതകാലം അത് സ്വയം പണിതീർത്തു.

വംശീയവിദ്വേഷത്തിലും വർണവെറിയിലും കൊളോണിയൽ ആധിപത്യത്തിലും അധിഷ്ഠിതമായ ഈ ചരിത്രനിർമിതിയെ യാണ് മാർട്ടിൻ ബർണൽ, വിപുലമായ പശ്ചാത്തലസജ്ജീകര ണങ്ങളോടെ, തന്റെ കൃതിയിൽ ചോദ്യം ചെയ്തത്. രണ്ട് നൂറ്റാണ്ടെങ്കിലുമായി യൂറോപ്യൻ സർവകലാശാലകളും ലോക ത്തിന്റെ വിജ്ഞാനകേന്ദ്രങ്ങളും ആവർത്തിച്ചുപോന്നിരുന്ന പ്ര മാണങ്ങൾക്കെതിരായ പടനീക്കമായിരുന്നു അത്. ഗ്രീക്ക് വിജ്ഞാ നദേവനായ അഥീനാദേവിയുടെ യഥാർഥ പാരമ്പര്യം കറുത്ത ആഫ്രിക്കയ്ക്ക് അവകാശപ്പെട്ടതാണെന്ന വാദത്തിന്റെ അടിസ്ഥാ നത്തിലാണ് മാർട്ടിൻ ബർണൽ തന്റെ ഗ്രന്ഥത്തിന് ബ്ലാക്ക് അഥീന എന്ന പേരു നൽകിയത്. തന്നേക്കാൾ മെച്ചപ്പെട്ട ബൗദ്ധിക-വൈ ജ്ഞാനികശേഷിയുള്ള യുവതീയുവാക്കൾക്ക് പുതിയ ഗവേഷ ണമേഖലകൾ തുറന്നു നൽകാനാണ് താൻ ശ്രമിക്കുന്നതെന്ന് വ്യക്തമാക്കുമ്പോൾ, ഇത് നിരന്തരം തുടരേണ്ട ഒരു വൈജ്ഞാ

നിക സമരമാണെന്നു തന്നെയാണ് മാർട്ടിൻ ബർണൽ സൂചിപ്പിക്കുന്നത്. ഈ വൈജ്ഞാനികസമരത്തിന്റെ രാഷ്ട്രീയമായ ഉള്ളടക്കമെന്ത് എന്ന കാര്യത്തിൽ അദ്ദേഹം ഒട്ടും തന്നെ സംശയാലുവായിരുന്നില്ല താനും. യൂറോപ്യൻ മഹത്വവാദത്തെയും യൂറോപ്പിന്റെ സാംസ്കാരിക അസഹിഷ്ണുതയേയും കഴിയുന്നത്ര ഇല്ലാതാക്കുകയാണ് തന്റെ ലക്ഷ്യമെന്ന് മാർട്ടിൻ ബർണൽ വ്യക്തമാക്കുന്നു ("The political Purpose of Athena is, of course, to lessen European Arrogance").

അങ്ങേയറ്റം വിധ്വംസക സ്വഭാവത്തോടുകൂടിയ ഈ വൈജ്ഞാനിക സമരം, സ്വാഭാവികമായും യൂറോപ്യൻ വിജ്ഞാനമേഖലയെ വലിയതോതിൽ പ്രകോപിപ്പിച്ചു. മാർട്ടിൻ ബർണലിന്റെ വാദഗതികൾക്കെതിരെ നിരവധി വിമർശനങ്ങൾ ഉയർന്നുവന്നു. ബ്ലാക്ക് അഥീനയിലെ നിഗമനങ്ങൾ ചർച്ച ചെയ്യുന്നതിന് വേണ്ടി മാത്രമായി ലോകത്തെ പ്രമുഖ സർവകലാശാലകളിൽ എണ്ണമറ്റ സെമിനാറുകൾ സംഘടിപ്പിക്കപ്പെട്ടു. മാർട്ടിൻ ബർണൽ ഈ സെമിനാറുകളിലെല്ലാം സംബന്ധിക്കുകയും തനിക്കെതിരെ ഉയർന്ന വിമർശനങ്ങൾക്കെല്ലാം അത്യന്തം വിശദമായ മറുപടികൾ എഴുതുകയും ചെയ്തു. (അദ്ദേഹം എഴുതിയ മറുപടികൾ എല്ലാം ചേർത്ത് സമാഹരിച്ചതാണ് Black Athena Writes Back (2001) എന്ന ഗ്രന്ഥം. ബ്ലാക്ക് അഥീനയുടെ മൂന്നാം വാല്യത്തിന്റെ പ്രസിദ്ധീകരണം 2006 വരെ നീണ്ടുപോയതും ഇതുകൊണ്ടാണെന്ന് പറയാം.

മാർട്ടിൻ ബർണലിന്റെ വാദഗതികളുടെ വിമർശനം എന്ന നിലയിൽ 1966 - ൽ എം. ആർ. ലെഫ്കോവിറ്റ്സ്, മക്‌ലിൻ റോജോഴ്സ് എന്നിവർ ചേർന്ന് എഡിറ്റ് ചെയ്ത കറുത്ത അഥീന പുനഃസന്ദർശിക്കപ്പെടുന്നു (Black Athena Revisited). ഇതിനെക്കുറിച്ചുള്ള ചർച്ചകളെ വലിയതോതിൽ സജീവമാക്കി. വിം ബിൻസ് ബെർഗൺ ന്റെ നേതൃത്വത്തിൽ കറുത്ത അഥീന പത്തുവർഷങ്ങൾക്കുശേഷം (Black Athena: Ten years After) എന്ന ശീർഷകത്തിൽ ഈ ഗ്രന്ഥത്തിലെ വാദഗതികളെ വിമർശിച്ചുകൊണ്ടും മാർട്ടിൻ ബർണലിനെ സാധൂകരിച്ചുകൊണ്ടും സെമിനാറുകൾ സംഘടിപ്പിക്കപ്പെടുകയും അതിലെ പ്രബന്ധങ്ങൾ പുസ്തകരൂപത്തിൽ പുറത്തുവരുകയും ചെയ്തു. ഈ പ്രബന്ധങ്ങളുടെയും ഇതരപ്രബന്ധങ്ങളുടെയും മറ്റൊരു സമാഹാരം ബിൻസ് ബെർഗൺ തന്നെ എഡിറ്റ് ചെയ്ത് 2007ൽ പുറത്തിറക്കിയിട്ടുണ്ട് (Black Athena Twetny years After എന്നപേരിൽ). ബ്ലാക്ക് അഥീനയുടെ ആദ്യവാല്യത്തിന് കാൽനൂറ്റാണ്ട് തികഞ്ഞെങ്കിലും അതിലെ നിഗമനങ്ങളെ മുൻനിർത്തിയുള്ള സംവാദങ്ങൾക്ക് ഇപ്പോഴും ഒട്ടും കുറവു വന്നിട്ടില്ല എന്നർഥം. (മാർട്ടിൻ ബർണലിന്റെ

നിരീക്ഷണങ്ങളിലെ വിശദാംശങ്ങൾ ധാരാളമായി ചോദ്യം ചെയ്യപ്പെടുന്നുണ്ടെങ്കിലും).

പ്രമുഖ ശാസ്ത്രസാഹിത്യകാരനും കമ്മ്യൂണിസ്റ്റും ഭൗതികശാസ്ത്രജ്ഞനുമായിരുന്ന ജെ.സി. ബർണലിന്റെയും എഴുത്തുകാരിയും യാത്രക്കാരിയും ആയിരുന്ന മാർഗരറ്റ് ഗാർഡിനറുടെയും മകനാണ് മാർട്ടിൻ ബർണൽ. (ജെ. സി. ബർണലിന്റെ വിഖ്യാതമായ ശാസ്ത്രചരിത്രഗ്രന്ഥത്തിന്റെ - Science in History മലയാളപരിഭാഷ ശാസ്ത്രസാഹിത്യപരിഷത്ത് പ്രസിദ്ധീകരിച്ചിട്ടുണ്ട്. മാർട്ടിൻ ബർണലിന്റെ ഗ്രന്ഥപരമ്പരയും വൈകാതെ മലയാളത്തിൽ പ്രസിദ്ധീകരിക്കപ്പെടുമെന്ന് പ്രതീക്ഷിക്കാം.) മാർട്ടിൻ ബർണലിന്റെ മാതാപിതാക്കൾ ഔപചാരികമായി വിവാഹം കഴിച്ചിരുന്നില്ല. അത് ഒരു മഹത്വമായാണ് മാർട്ടിൻ ബർണൽ കരുതിയിരുന്നത്. ഒരു കമ്മ്യൂണിസ്റ്റുകാരന്റെ മകനും 'അവിഹിത' സന്തതിയുമായ തന്നെ സംബന്ധിച്ചിടത്തോളം വിധ്വംസകമായും വിപ്ലവകരമായും നിലകൊള്ളുകയെന്നത് എത്രയും സ്വാഭാവികമാണെന്ന് അദ്ദേഹം പറയുന്നുണ്ട് ("My father was a communist and I was illegitimate. I was always expected to be a radical because my father was").

തന്റെ ഗ്രന്ഥം അടിസ്ഥാനപരമായി യൂറോപ്പിനോ ഗ്രീക്ക് നാഗരികതക്കോ എതിരല്ലെന്നും മറിച്ച് എല്ലാത്തരം ശുദ്ധിവാദങ്ങളെയുമാണ് അത് എതിർക്കാൻ ശ്രമിക്കുന്നതെന്നും മാർട്ടിൻ ബർണൽ അഭിപ്രായപ്പെട്ടിട്ടുണ്ട്. സംസ്കാരങ്ങളുടെ കലർപ്പാണ് നാഗരികതകളെയും മനുഷ്യവംശത്തെയും മനോഹരമാക്കിത്തീർക്കുന്നതെന്ന് മാർട്ടിൻ ബർണൽ കരുതി. അദ്ദേഹം പറയുന്നു:

"My enemy is not Europe. It's purtiy... the idea that purtiy ever exists, or that if it does exist, that it is somehow more culturally creative than mixture. I believe that the civilization of Greece is so attractive precisely because these mixtures"

കമ്മ്യൂണിസ്റ്റ് റാഡിക്കലിസത്തിന്റെ മഹത്തായ പാരമ്പര്യമായിരുന്നു മാർട്ടിൻ ബർണലിന്റേത്. വൈജ്ഞാനിക വിപ്ലവങ്ങളുടെ ചരിത്രത്തിലെ ഏറ്റവും ഉയർന്ന ശിരസ്സുകളിലൊന്ന്. നിർഭാഗ്യവശാൽ കേരളീയ വൈജ്ഞാനികജീവിതം അതിനെ വേണ്ടപോലെ മാനിക്കുകയുണ്ടായില്ല. അപ്പോഴത്തെ വിവാദമൂല്യങ്ങൾക്കപ്പുറത്തേക്ക് നമ്മുടെ കാഴ്ച നീങ്ങാത്തത് എന്തുകൊണ്ടായിരിക്കും? മാർട്ടിൻ ബർണൽ അങ്ങനെയൊരു ചോദ്യത്തിനുള്ള വകകൂടി നമുക്ക് നല്കിയിട്ടുണ്ട്.

(2015)

●

# ശാസ്ത്രവും സാംസ്കാരികചരിത്രവും

സാംസ്കാരികചരിത്രത്തെ കലയുടെയും തത്വചിന്തയുടെയും ആശയാവലികളുടെയും ചരിത്രമായല്ലാതെ, സാങ്കേതികവിദ്യയുടെയും ശാസ്ത്രത്തിന്റെയും കൂടി ചരിത്രമായി മനസ്സിലാക്കാൻ മലയാളവായനാസമൂഹം വളരെയൊന്നും തയ്യാറായിട്ടില്ല. അതുകൊണ്ടുതന്നെ സാംസ്കാരിക ചരിത്രത്തിന്റെ അനുബന്ധങ്ങളോ അടിക്കുറിപ്പുകളോ ആയി ശാസ്ത്രവികാസത്തിന്റെയും സാങ്കേതികവിദ്യാവിപ്ലവങ്ങളുടെയും ചരിത്രം പരാമർശിക്കപ്പെടുന്നതിനപ്പുറം അതിന്റെ പ്രഥമപരിഗണനാവിഷയമായി അവ അവതരിപ്പിക്കപ്പെടാറുമില്ല. ശാസ്ത്രചരിത്രം എഴുതപ്പെടുമ്പോഴാവട്ടെ, അത് ശാസ്ത്രത്തിന്റെയും സാങ്കേതികവിദ്യയുടെയും കേവലചരിത്രമായി ചുരുങ്ങിപ്പോകുകയും ചെയ്യും. അത്തരം ശാസ്ത്ര - സാങ്കേതികവിദ്യാചരിത്രങ്ങളിൽ കലയും ആശയാവലികളും മനുഷ്യാനുഭവങ്ങളുടെ ഇതരലോകങ്ങളും അപ്രസക്തമായ കാര്യങ്ങളാണ്. ഇങ്ങനെ ആധുനികതയുടെ ദ്വന്ദ്വവാദസമീപനം ജന്മം നൽകിയ സംസ്കാരം/ ശാസ്ത്ര-സാങ്കേതികവിദ്യ എന്ന വിഭജനത്തെ ആവർത്തിച്ചുറപ്പിച്ചുകൊണ്ടാണ് മലയാളത്തിൽ ശാസ്ത്രചരിത്രവും സാംസ്കാരികചരിത്രവും ഏറിയപങ്കും എഴുതപ്പെട്ടത്. 'സംസ്കാരം സമഗ്രജീവിതരീതിയാണ്' എന്ന റെയ്മണ്ട് വില്യംസിന്റെ ആശയമൊക്കെ പലപാട് ഉദ്ധരിക്കപ്പെടാറുണ്ടെങ്കിലും അത് പ്രയോഗപഥത്തിലെത്തിയതിന് കാര്യമായ തെളിവൊന്നും നമുക്കില്ല.

കേരള ഭാഷാ ഇൻസ്റ്റിറ്റ്യൂട്ട് പ്രസിദ്ധീകരിച്ച 'വൈജ്ഞാനിക വിപ്ലവം: ഒരു സാംസ്കാരിക ചരിത്രം' എന്ന പി. ഗോവിന്ദപ്പിള്ളയുടെ ബൃഹദ്ഗ്രന്ഥത്തിന്റെ മൗലികപ്രാധാന്യം അത് വിജ്ഞാനചരിത്രത്തെ സാമൂഹ്യരാഷ്ട്രീയബന്ധങ്ങളുടെയും സാമൂഹ്യപരിണാമത്തെ നിർണയിച്ച സാങ്കേതിക വിദ്യാപരിവർത്തന

---

പി. ഗോവിന്ദപ്പിള്ള - *വൈജ്ഞാനിക വിപ്ലവം: ഒരു സാംസ്കാരിക ചരിത്രം*

ങ്ങളുടെയും മതം അടക്കമുള്ള ഇതരസാമൂഹ്യസ്ഥാപനങ്ങള ടെയും ചരിത്രത്തോട് ചേർത്തുവെച്ച് വിശകലനംചെയ്യാൻ ശ്രമിക്കുന്നുവെന്നതാണ്. ഒറ്റയൊറ്റയായ അറിവുമേഖലകളായി ചിതറിക്കിടക്കുന്ന അനവധി ലോകങ്ങളെ വിപുലമായ ഒരു ബന്ധവ്യവസ്ഥയിൽ ഉൾപ്പെടുത്തി നിർത്തി വിശകലനം ചെയ്യാനാണ് പി. ജി. മുതിരുന്നത്. അങ്ങനെ, പതിന്നാലാം ശതകത്തോടെ യൂറോപ്പിൽ തുടക്കം കുറിക്കപ്പെട്ടതായി പരിഗണിക്കപ്പെടുന്ന നവോത്ഥാനത്തിന്റെയും പിന്നാലെ അരങ്ങേറിയ വൈജ്ഞാനിക വിപ്ലവത്തിന്റെയും ചരിത്രം  നാനാവിധത്തിലുള്ള ജീവിതവ്യവഹാരങ്ങളുടെ ആകത്തുകയായി ഈ കൃതിയിൽ അവതരിക്കപ്പെടുന്നു. പി. ജി. തന്നെ പറയുന്നതുപോലെ ജെ. ഡി. ബർണലിന്റെയും വിൽഡ്യൂറന്റിന്റേതുമടക്കം നിരവധി പൂർവമാതൃകകൾ ഇംഗ്ലീഷിലും മറ്റും ഉണ്ടെങ്കിലും മലയാളത്തെ സംബന്ധിച്ചിടത്തോളം ഇത് ഒട്ടൊക്കെ പുതിയതാണ്. എന്നുമാത്രമല്ല ആറേഴുപതിറ്റാണ്ടുകാലത്തെ  വായനയിലൂടെ താൻ നേടിയ വിവരങ്ങൾ സന്ദർഭോചിതമായി വിളക്കിച്ചേർത്തുകൊണ്ട് പി. ജി. നടത്തുന്ന ചരിത്രാഖ്യാനം ഈ പുസ്തകത്തിന്റെ വായനയെ എത്രയോ പ്രയോജനപ്രദവും രസനീയവുമാക്കിത്തീർക്കുകയും ചെയ്യുന്നു.

മലയാളം ഒരു ഭാഷയെന്ന നിലയിൽ ഇന്ന് നേരിടുന്ന വലിയൊരു പരാധീനതയെ മറികടക്കാനുള്ള ധീരമായ ശ്രമമെന്ന നിലയിലും ഈ ഗ്രന്ഥം എല്ലാ മലയാളികളുടെയും ആദരവ് അർഹിക്കുന്നുണ്ട്. മലയാളത്തെ വീണ്ടെടുക്കുന്നതിനുള്ള ശ്രമങ്ങളിൽ പരമപ്രാധാന്യമർഹിക്കുന്ന ഒരുകാര്യം അതിനെ ഒരു വിജ്ഞാനഭാഷയായി വളർത്തിക്കൊണ്ടുവരിക എന്നതാണ്. എല്ലാത്തരം വിജ്ഞാനവും നിലനിൽക്കുകയും പ്രവർത്തിക്കുകയും ചെയ്യുന്ന ഭാഷയായി മലയാളം മാറണം. ഭാഷാകൗടലീയവും യുക്തിഭാഷയും മറ്റും ഉടലെടുത്ത മലയാള ഭാഷയിൽ ഇന്ന് വിജ്ഞാനം എത്രയോ പരിമിതമാണ്. തത്ത്വചിന്തയുടെയും സാമൂഹ്യശാസ്ത്രവിജ്ഞാനത്തിന്റെയും നിയമത്തിന്റെയും ശാസ്ത്രചിന്തയുടെയുമെല്ലാം സൂക്ഷ്മലോകങ്ങൾ മലയാളത്തിന് കൂടുതൽ കൂടുതൽ അപരിചിതമാകുകയാണ്.  തലശ്ശേരി രേഖകൾ തെളിവുതരുന്നതുപോലെ, അത്യന്തം കാര്യക്ഷമമായ ഭരണനിർവഹണത്തിന്റെ ഉപാധിയായി മലയാളം പ്രവർത്തിച്ചതിന്റെ ചരിത്രം ഭാഷയിലുണ്ടെങ്കിലും പിൽക്കാലത്ത് മലയാളം ഭരണനിർവഹണത്തിന്റെ മേഖലയ്ക്കും പുറത്തായി. ഈ പരാധീനതയെ മറികടക്കാനുള്ള ഏറ്റവും വലിയ ശ്രമം നടക്കേണ്ടത് മലയാളത്തെ ഒരു വിജ്ഞാനഭാഷയെന്ന നിലയിൽ വികസിപ്പിച്ചെടുക്കുന്നതിനുള്ള സംരംഭങ്ങൾ വഴിയാണ്. സാഹിത്യകേന്ദ്രീകൃതമായി മാത്രം നിലനിൽക്കുന്നതിലൂടെയല്ല, മറിച്ച്, മനുഷ്യ

ജീവിതത്തിന്റെ സമസ്തവിതാനങ്ങളെയും, അതിന്റെ സൂക്ഷ്മ-സ്ഥൂല സന്ദർഭങ്ങളെയും, അഭിസംബോധന ചെയ്യാൻ കെൽപ്പും കാമ്പുമുള്ളതായി മലയാളത്തെ പണിതെടുക്കുന്നതിലൂടെയാണ്, മലയാളത്തിന്റെ അതിജീവനം സാധ്യമാവുക. ഈ ദിശയിലുള്ള നിർണായകമായ ചുവടുവയ്പായും പി. ജി.യുടെ ഗ്രന്ഥം പരിഗണിക്കപ്പെടണം. ഒന്നാം വൈജ്ഞാനികവിപ്ലവത്തിന്റെയും അതിന് പശ്ചാത്തലമൊരുക്കിയ ചരിത്ര പ്രക്രിയകളുടെയും ഇത്രയും സമഗ്രവും ബഹുതലസ്പർശിയുമായ വിവരണം മലയാളത്തിൽ ഇതുവരേക്കും ഉണ്ടായിട്ടില്ല. ഇന്നത്തെ സ്ഥിതി മുൻനിർത്തി പറഞ്ഞാൽ ഇനിയങ്ങോട്ട് ഉടനെയൊന്നും ഇത്തരമൊന്ന് ഉണ്ടാകാനിടയുമില്ല. ആ നിലയിൽ നമ്മുടെ ഭാഷയുടെ ചരിത്രത്തിലും ഈ ഗ്രന്ഥം അനന്യമായ സ്ഥാനം കൈയാളിയിരിക്കുന്നു.

ആറ് ഭാഗങ്ങളിൽ നാൽപത്തിരണ്ട് അധ്യായങ്ങളായാണ്, തന്റെ രചനാസംരംഭങ്ങളിൽ ഏറ്റവും മികവുറ്റതായി (magnum opus) പി. ഗോവിന്ദപ്പിള്ള സ്വയം പരിഗണിക്കുന്ന, ഈ കൃതി സംവിധാനം ചെയ്തിരിക്കുന്നത്. ഒന്നാം വൈജ്ഞാനികവിപ്ലവത്തിന്റെയും അതിന്റെ പശ്ചാത്തലത്തിന്റെയും വിവരണവും വിശകലനവും എന്നതിനോടൊപ്പം ശാസ്ത്രം, ശാസ്ത്രവും സംസ്കാരസ്വരൂപവും തമ്മിലുള്ള വിനിമയങ്ങൾ, ശാസ്ത്രീയതയുടെ പരാധീനതകൾ, ശാസ്ത്രവിമർശനം, ശാസ്ത്ര വിമർശനത്തിന്റെ മറപറ്റി ഉയർന്നുവന്ന കപടശാസ്ത്രങ്ങൾ, കാൾപോപ്പർ, തോമസ് കൂൺ, പോൾഫെയറാബാന്റ് തുടങ്ങിയ ശാസ്ത്രചിന്തകരുടെ വീക്ഷണഗതികൾ എന്നിങ്ങനെ ഒട്ടനവധി പ്രമേയങ്ങളിലേക്ക് പരന്നു പടരുന്ന ആഖ്യാനക്രമമാണ് പി. ജി. ഈ ഗ്രന്ഥത്തിൽ സ്വീകരിച്ചിട്ടുള്ളത്. ഇതുവഴി ആധുനിക ശാസ്ത്രത്തിന്റെ ചരിത്രത്തോടൊപ്പം, ശാസ്ത്രവിജ്ഞാനത്തെയും ഇതരജ്ഞാനരൂപങ്ങളുമായി അതിനുള്ള ബന്ധത്തെയുംകുറിച്ചുണ്ടായ വിമർശനവിചാരങ്ങളുടെ ചരിത്രമായും ഈ ഗ്രന്ഥം മാറിത്തീർന്നിട്ടുണ്ട്.

പ്രാരംഭം എന്ന ശീർഷകത്തിലുള്ള ഒന്നാംഭാഗത്തിലെ ആറ് അധ്യായങ്ങളിൽ ഈ ഗ്രന്ഥത്തിൽ താൻ പിൻപറ്റുന്ന സൈദ്ധാന്തികസമീക്ഷയുടെയും സങ്കല്പനങ്ങളുടെയും വിശകലനത്തിനാണ് പി. ജി. തുനിയുന്നത്. സംസ്കാരം, വിജ്ഞാനം തുടങ്ങി നാം അതിപരിചിതമെന്ന് കരുതിപ്പോരുന്ന പദങ്ങളുടെ പിന്നാമ്പുറങ്ങളിലേക്ക് കടന്നുചെല്ലാനും പ്രകൃതിശാസ്ത്രവും ധർമശാസ്ത്രവും തമ്മിലുള്ള ബന്ധവും അകലവും വിശദമായി പ്രതിപാദിക്കാനും ശാസ്ത്രവികാസത്തിൽ ഭാവനാത്മകതയ്ക്കുള്ള പങ്ക് വ്യക്തമാക്കാനും പി. ജി. ഇവിടെ ശ്രമിച്ചിരിക്കുന്നു. രണ്ടാംഭാഗ

ത്തിലെ നാല് അധ്യായങ്ങൾ യൂറോകേന്ദ്രവാദത്തിന്റെ വിശകലനവും വിമർശവുമാണ്. നവോത്ഥാനം, വൈജ്ഞാനികവിപ്ലവം തുടങ്ങിയ സങ്കല്പനങ്ങളും അവയെ മുൻനിർത്തി പടുത്തുയർത്തപ്പെട്ട വിജ്ഞാനചരിത്രവും അടിസ്ഥാനപരമായി യൂറോകേന്ദ്രവാദത്തിന്റെ സാംസ്കാരിക - വൈജ്ഞാനിക ന്യായവാദമാണെന്ന സമകാലികവിമർശങ്ങളുടെ പശ്ചാത്തലത്തിൽ ഈ അധ്യായങ്ങളിലെ ചർച്ചകൾക്ക് വലിയ പ്രാധാന്യമാണുള്ളത്. മാർട്ടിൻ ബെർണലും ജോസഫ് നിഥാമും സമീർ അമിനും മുതൽ ജെ. എം. ബ്ലൗട്ടും ജോൺ ഗോബ്സണും മലയാളിയായ ജോർജ് ഗീവർഗീസ് ജോസഫും വരെയുള്ളവർ ഉയർത്തിക്കൊണ്ടുവന്ന, യൂറോകേന്ദ്രവാദത്തിനെതിരായ വിമർശാലോചനകളെയും ആശയരൂപങ്ങളെയും സമർഥമായി സംഗ്രഹിക്കുകയാണ് രണ്ടാംഭാഗത്തിലെ നാല് അധ്യായങ്ങളിൽ പി. ജി. ചെയ്യുന്നത്. പിന്നാലെ വരുന്ന അഞ്ചുഭാഗങ്ങളിൽ ചർച്ചചെയ്യപ്പെടുന്ന ആശയപ്രപഞ്ചത്തിന്റെ വിമർശം കൂടിയായി പലപ്പോഴും ഈ ഭാഗങ്ങൾ മാറിത്തീരുന്നുണ്ട് എന്നത് വിജ്ഞാനചരിത്രത്തിന്റെതന്നെ വൈരുധ്യാത്മകമാനത്തെ സ്വയമറിയാതെതന്നെ പുറത്തുകൊണ്ടുവരുന്നു.

മൂന്നും നാലും ഭാഗങ്ങളിൽ ആധുനിക ശാസ്ത്രവിപ്ലവത്തിന്റെ പൂർവരംഗം എന്നു വിശേഷിപ്പിക്കാവുന്ന യൂറോപ്യൻ നവോത്ഥാനത്തിന്റെയും മതനവീകരണത്തിന്റെയും ചരിത്രമാണ് ചർച്ചചെയ്യപ്പെടുന്നത്. മൂന്നാംഭാഗത്തിലെ അഞ്ച് അധ്യായങ്ങളിൽ പടിഞ്ഞാറൻ നവോത്ഥാനചരിത്രത്തിലെ കുലീനഘട്ടത്തെയും ജനകീയഘട്ടത്തെയും വേർതിരിച്ചുവിലയിരുത്തിക്കൊണ്ട്, നവോത്ഥാന പ്രക്രിയയുടെ ഉള്ളടരുകളിലെ വൈരുധ്യങ്ങളിലേക്ക് പി. ജി. വഴിതുറന്നിടുന്നു. അതോടൊപ്പം മാക്യവെല്ലിയും തോമസ് മൂറും ഇറാസ്മസും മുതൽ ഡാവിഞ്ചിയും റാഫേലും മൈക്കലാഞ്ചലോയും ഉൾപ്പെടെയുള്ള നവോത്ഥാനപ്രതിഭകളുടെ ജീവിതചരിത്രവും ഈ അധ്യായങ്ങളിൽ അനാവരണം ചെയ്യപ്പെടുന്നു. മതനവീകരണം എന്ന ശീർഷകത്തിന് കീഴിലുള്ള നാലാംഭാഗത്തിലെ എട്ട് അധ്യായങ്ങൾ കത്തോലിക്കാസഭയുടെ ചരിത്രത്തിലെ വൻപിളർപ്പിലേക്ക് വഴിതുറന്നിട്ട ചരിത്രപ്രക്രിയകളുടെയും അതുളവാക്കിയ വമ്പൻ പരിവർത്തനങ്ങളുടെയും വിവരണമാണ്. സഭാചരിത്രത്തിന്റെ മാത്രം ഭാഗമായി പരിഗണിക്കാറുള്ള നിരവധി പ്രമേയങ്ങളുടെ പിന്നാമ്പുറത്തെ സാമൂഹ്യവും രാഷ്ട്രീയവുമായ അടിയൊഴുക്കുകൾ അനാവരണം ചെയ്തുകൊണ്ടാണ് ഈ ചർച്ചകൾ മുന്നേറുന്നത്. ലൂഥറെയും കാൽവിനെയും ലൊയോളയെയും മറ്റുംപോലെ സാമാന്യവായനക്കാർക്ക് പരിചിതരായവർ മാത്രമല്ല സാവനറോളയെയും ജോൺ ഹുഡിനെയും സ്വിംഗ്ലിയെയുംപോലെ പൊതുചർച്ചകളിൽ ഏറെയൊന്നും

പ്രസിദ്ധിനേടാതെ പോയവരെയും, അവരുടെ വിജ്ഞാനത്തെയും സഹനത്തെയും എല്ലാം പി.ജി വിശദാംശങ്ങൾവരെ ഇതൾവിടർത്തി പ്രതിപാദിച്ചിരിക്കുന്നു. സഭാചരിത്രത്തിൽ നിഷ്ണാതരായവർക്കുപോലും ശ്രദ്ധാപൂർവം വായിച്ചുപഠിക്കാൻ വേണ്ടവക ഈ അധ്യായങ്ങൾ വാഗ്ദാനം ചെയ്യുന്നുണ്ട്.

അവസാനത്തെ മൂന്നുഭാഗങ്ങളിൽ യഥാക്രമം കോപ്പർനിക്കസ്, ഗലീലിയോ, ന്യൂട്ടൺ എന്നിവരിലൂടെ വെളിപ്പെട്ടുവന്ന വിജ്ഞാനവിപ്ലവത്തെ, പൂർവസൂരികളോടും പൂർവസന്ദർഭങ്ങളോടും ബന്ധപ്പെടുത്തി പരിശോധിക്കുകയാണ് പി. ജി. ചെയ്യുന്നത്. ഒരു മഹാമനീഷിയുടെ പേരിൽ അറിയപ്പെടാനിടവന്നാലും വിജ്ഞാനവികാസം ഒറ്റയാൻ പ്രതിഭകളുടെ ദിവ്യവൈഭവങ്ങളിലൂടെ ഉരുത്തിരിയുന്നതല്ലെന്ന അടിസ്ഥാനകാഴ്ചപ്പാടാണ് അദ്ദേഹം ഇവിടെ ഉയർത്തിപ്പിടിക്കുന്നത്. അതുകൊണ്ടുതന്നെ, കോപ്പർനിക്കൻ യുഗം എന്നു വിശേഷിപ്പിക്കപ്പെടുമ്പോഴും വെസാലിയൂസിനെയും പാരാസെസൽസിനെയും പോലുള്ള ജീവശാസ്ത്രപ്രതിഭകളും, ടൈക്കോബ്രാഹെയും കെപ്ലറും കാമ്പനെല്ലയും ഉൾപ്പെടെയുള്ള ജ്യോതിശാസ്ത്രജ്ഞരും ആ യുഗസന്ധിയുടെ നിർമിതിയിൽ പങ്കുചേരുന്നതെങ്ങനെയെന്ന വിശദമായ പരിശോധന പി. ജി. നിർവ്വഹിക്കുന്നുണ്ട്. അതുപോലെ ഗലീലിയൻ കുതിച്ചുചാട്ടത്തിന്റെ മുന്നിലും പിന്നിലും അണിനിരന്ന വിജ്ഞാനവിപ്ലവങ്ങളുടെയും വൈജ്ഞാനിക വിച്ഛേദങ്ങളുടെയും സ്വാധീനവും ആറാംഭാഗത്തിലെ എട്ട് അധ്യായങ്ങളിൽ വിശദമായി പരിശോധിക്കപ്പെടുന്നുണ്ട്. കാർട്ടീഷ്യൻ ദ്വന്ദ്വവാദവും ബേക്കോണിയൻ രീതിപദ്ധതിയും ആധുനിക ശാസ്ത്രദർശനത്തിന്റെ അന്തർധാരകളായി നിലകൊള്ളുന്നതെങ്ങനെയെന്നതും, സ്പിനോസയും തോമസ് ഹോബ്സും ഉൾപ്പെടെയുള്ളവരുടെ ചിന്താജീവിതത്തിന്റെ സാമൂഹികമാനവും മുതൽ കർഷകകലാപങ്ങളും രാഷ്ട്രീയവിമോചന വിപ്ലവങ്ങളും ഈ പ്രക്രിയയിൽ ഇഴചേർന്നുകിടക്കുന്നതിന്റെ വിവരണംവരെ ഈ അധ്യായങ്ങളിലുണ്ട്. അവസാനഭാഗത്തെ അഞ്ച് അധ്യായങ്ങൾ ഒന്നാം വൈജ്ഞാനിക വിപ്ലവത്തിന്റെ പരിസമാപ്തി മുഹൂർത്തമായി പരിഗണിക്കാവുന്ന ന്യൂട്ടോണിയൻ പ്രപഞ്ചകൽപ്പനയുടെ അവതരണവും അതിലേക്ക് വഴിതുറന്നിട്ട വിവിധ ധാരകളുടെ വിശകലനവുമാണ്. ശാസ്ത്രത്തിന്റെ സത്യാത്മകതയെക്കുറിച്ച് ആധുനികാനന്തരചിന്തയുടെ സന്ദർഭത്തിൽ ഉയർന്നുവന്ന ചോദ്യങ്ങളോട് തനിക്കുള്ള പ്രതികരണം രേഖപ്പെടുത്തിക്കൊണ്ടാണ്, ആധുനികശാസ്ത്രത്തിന്റെ സാംസ്കാരികചരിത്രമെന്ന് വിശേഷിപ്പിക്കാവുന്ന ഈ ബൃഹദ്ഗ്രന്ഥം പി ജി ഉപസംഹരിക്കുന്നത്.

ഇങ്ങനെ വിപുലവും (ക്രൗൺ സൈസിൽ അറുനൂറിലധികം പുറങ്ങളുമുള്ള ഈ ഗ്രന്ഥം മലയാളത്തെ സംബന്ധിച്ചിടത്തോളം വലിയ പുസ്തകം തന്നെയാണ്; ഇംഗ്ലീഷിലും മറ്റും ഇത് ഒരു അസാധാരണ കാര്യമല്ലെങ്കിലും) സമഗ്രവും സർവതലസ്പർശി യുമായ നിലയിൽ വൈജ്ഞാനികവിപ്ലവത്തിന്റെ ചരിത്രം രേഖ പ്പെടുത്താൻ ശ്രമിക്കുമ്പോൾതന്നെ, ഈ ഗ്രന്ഥം ചില ചോദ്യങ്ങ ളിലേക്ക് നമ്മെ നയിക്കുന്നുണ്ട്. അതിലൊന്ന് പ്രമേയപരവും മറ്റൊന്ന് രീതിശാസ്ത്രപരവുമാണ്. നവോത്ഥാനം, വൈജ്ഞാ നികവിപ്ലവം തുടങ്ങിയ സങ്കല്പനങ്ങളെ മുൻനിർത്തിക്കൊണ്ടുള്ള വിജ്ഞാനചരിത്രം അടിസ്ഥാനപരമായി വിജ്ഞാനചരിത്രത്തെ യൂറോ കേന്ദ്രിതമായി പടുത്തുയർത്തുന്നതിലേക്കാണ് ചെന്നു ചേരുന്നത് എന്ന വിമർശനം ഇപ്പോൾ പ്രബലമാണ്. പി.ജി. തന്നെ ഈ വിമർശനത്തിന്റെ വിശദാംശങ്ങൾ പരിശോധിക്കുന്നുണ്ട്. എന്നാൽ, അതിനുശേഷവും ഈ ഗ്രന്ഥം മേൽപറഞ്ഞ ധാരണ കളെത്തന്നെയല്ലേ പിന്തുടരുന്നത് എന്ന ചോദ്യം സംഗതമാണ്. യൂറോകേന്ദ്രവാദത്തിന്റെവിമർശനവും നവോത്ഥാന- വൈജ്ഞാ നികവിപ്ലവ ചരിത്രവും തമ്മിൽ ഏതളവുവരെ ഒത്തുപോകും എന്ന ചോദ്യമാണിവിടെ ഉയരുന്നത്. അറിവ് നിസ്സംഗമായ ജ്ഞാന രൂപമായി നിലകൊള്ളുകയല്ല സജീവമായ പ്രത്യയശാസ്ത്രസാ മഗ്രിയായി പ്രവർത്തിക്കുകയാണെന്ന് വരുമ്പോൾ ഈ ഗ്രന്ഥ ത്തിന്റെ അടിസ്ഥാനസമീക്ഷ ചില പുനരാലോചനകളിലേക്ക് ന മ്മെ നയിക്കുകതന്നെ ചെയ്യും. അറിവധികാരം എന്നത് അറിവ് കൈയാളുന്നവർക്ക് കൈവരുന്ന ആധികാരികതയ്ക്കപ്പുറം അറി വുരൂപങ്ങളിൽതന്നെ നിലീനമായ അധികാരമാണ്.ജ്ഞാനം അതിൽ തന്നെ അധികാരബദ്ധമാണെന്നു വരുമ്പോൾ, വൈജ്ഞാ നികചരിത്രവിചാരങ്ങൾക്ക് അതിനെ അഭിസംബോധന ചെയ്യാ തിരിക്കാനാവില്ലല്ലോ.

രണ്ടാമതൊരു പ്രശ്നമുള്ളത് പി. ജി.യുടെ ചർച്ചയും വിശ കലനവും, ചിലയിടങ്ങളിലെങ്കിലും ഏറിയ അളവിൽ വ്യക്തികേ ന്ദ്രിതമായിത്തീരുന്നുവെന്നതാണ്. ആമുഖത്തിൽ പി. ജി. തന്നെ സൂചിപ്പിക്കുന്നതുപോലെ, ഓരോ അധ്യായത്തെയും സ്വതന്ത്ര വായനയ്ക്ക് ഉപയുക്തമായ വിധം ആസൂത്രണം ചെയ്തതിന്റെ കൂടി ഫലമാകാം ഇത്. കോപ്പർനിക്കൻ യുഗം എന്ന അഞ്ചാം ഭാഗത്തിലെ അധ്യായങ്ങളിൽ ഉടനീളവും മറ്റുചില ഭാഗങ്ങളിൽ ചുരുങ്ങിയ അളവിലും ഈ പ്രശ്നം കടന്നുവരുന്നുണ്ട്. മലയാ ളഭാഷയിലെ ഏറ്റവും മികച്ച ധൈഷണിക ജീവചരിത്രകാര നായ പി. ജി.യുടെ, (ഇ.എം.എസ്, കെ. ദാമോദരൻ, പൗലോസ് മാർഗ്രിഗോറിയസ്, ചാൾസ് ഡാർവ്വിൻ, എംഗൽസ് എന്നിവരുടെ ജീവചരിത്രങ്ങൾ പി. ജി. തയ്യാറാക്കിയത് പരിശോധിച്ചാൽ മല

യാളത്തിലെ ഏറ്റവും മികച്ച ധൈഷണിക ജീവചരിത്രങ്ങളിൽ ചിലത് അതിൽ നമുക്ക് കണ്ടെത്താനാവും) ആ വഴിയിലൂടെയുള്ള സഞ്ചാരങ്ങൾ അദ്ദേഹത്തിന്റെ ചരിത്രവിചാരങ്ങളെ ചിലപ്പോഴൊക്കെ കീഴ്പ്പെടുത്തുന്നതിന്റെ തെളിവുകൾ ഈ ഗ്രന്ഥത്തിലുണ്ട്. ഗൗരവമേറിയ ഒരു പ്രശ്നമായി പരിഗണിക്കേണ്ടതല്ലെങ്കിലും രീതിശാസ്ത്രപരമായി അതും ചില ചോദ്യങ്ങൾ ഉയർത്തുന്നുണ്ട്.

ഇത്തരം സൂക്ഷ്മപ്രശ്നങ്ങൾ, പക്ഷേ, ഈ കൃതിയുടെ മൗലിക പ്രാധാന്യത്തെ ഏതെങ്കിലും നിലയിൽ ലഘൂകരിക്കുന്നില്ല എന്ന കാര്യം എടുത്തു പറയുകതന്നെ വേണം. സംസ്കാരചരിത്രം എന്ന ആശയത്തിനും ശാസ്ത്രചരിത്രം എന്ന ജനുസ്സിനും മലയാളഭാഷയിലുണ്ടായ മികച്ച ആവിഷ്കാരമാതൃകയായി ഇനിയങ്ങോട്ട് ഈ ബൃഹദ്ഗ്രന്ഥം പരിഗണിക്കപ്പെടുകതന്നെ ചെയ്യും. ശാരീരികമായ പരാധീനതകളെയും നാനാതരം ഇതര വൈഷമ്യങ്ങളെയും മറികടന്ന്, വിജ്ഞാനതൃഷ്ണയും ഇച്ഛാശക്തിയും ബൗദ്ധികതയുടെ കൊടിപ്പടം ഉയർത്തിക്കെട്ടുന്നതിന്റെ ഈ ചിത്രം കേരളീയരുടെ സൗഭാഗ്യങ്ങളിലൊന്നാണ്.

(2014)

●

# വായിച്ചുതീരാത്ത ഒരു പുസ്തകം*

പലതരം വായനക്കാരെക്കുറിച്ചുള്ള ഒരു നിരീക്ഷണം ഉമ്പർട്ടോ എക്കോയുടേതായുണ്ട്. തങ്ങൾ വായിക്കാത്ത പുറങ്ങളിലെ ആശയങ്ങളെയും അംഗീകരിക്കുന്നവരാണ് ഒരുവിഭാഗം. രണ്ടാമത്തെ കൂട്ടർ വർത്തമാനകാലത്തിനുള്ള ഉത്തരങ്ങൾ തങ്ങൾ വായിക്കുന്ന പാഠത്തിൽ തേടിക്കൊണ്ടിരിക്കുന്നവരാണ്. ഇനിയുമൊരു വിഭാഗം നിലവിലുള്ള പാഠത്തെ പാഠാന്തരബന്ധങ്ങളായി തിരിച്ചറിഞ്ഞ് വായിക്കുന്നു. ഞാൻ ഗ്രുൺഡ്രിസ്സെ വായിച്ചത് ആദ്യത്തെ രണ്ടുകൂട്ടരോടൊപ്പമാണ്. വായിച്ചത് എന്നു പറഞ്ഞുകൂടാ; വായിക്കാൻ ശ്രമിച്ചത്.

വാസ്തവത്തിൽ ഇത് 'എന്റെ പുസ്തക'മല്ല. എന്റെ വായനയിലെ പ്രതിസന്ധിയുടെ പുസ്തകമാണ്. വായിച്ചുതീർത്തതെന്ന് ഉറപ്പില്ലാത്ത ഒരു പുസ്തകം. വായിച്ചുതീർന്നെങ്കിൽത്തന്നെ എത്രയോ കുറച്ചുമാത്രം തെളിഞ്ഞുകിട്ടിയ പുസ്തകം. ഇനിയും പലവട്ടം മടങ്ങിച്ചെല്ലാവുന്ന പുസ്തകം. ആ നിലയ്ക്ക് ഇത് ഭാവിയിലേക്ക് തുടരുന്ന ഒരു വായനയാണ്. ഉണ്മയിലേക്ക് ഉണരുന്ന എന്തിനേയോ തേടിച്ചെല്ലലാണ് വായന ('reading means approaching some thing that is just coming into being')എന്ന് ഇറ്റാലോ കാൽവിനോ പറഞ്ഞതുപോലെയാണ് ഇത് ഞാൻ വായിച്ചുകൊണ്ടിരിക്കുന്നത്.

രാമരാജബഹദൂർ വായിച്ചാസ്വദിക്കുവാൻ കഴിയുമ്പോഴാണ് ഒരാൾ മലയാളത്തിലെ മികച്ച വായനക്കാരിയാവുക എന്ന് ഞാൻ ക്ലാസ്മുറികളിൽ പറയാറുണ്ടായിരുന്നു. അന്തിമപ്രമാണമെന്ന നിലയ്ക്കോ പുതിയ ഒരു കാര്യമെന്ന നിലയ്ക്കോ അല്ല. നോവൽ വായനയിലെ സൗന്ദര്യശിക്ഷണത്തിന്റെ ഉയർന്ന മാന

---

Karl Marx- *Grundrisse*

* മാതൃഭൂമി ആഴ്ചപ്പതിൽ 'എന്റെ പുസ്തകം' എന്ന പംക്തിക്കുവേണ്ടി എഴുതിയത്

ദണ്ഡങ്ങളിലൊന്ന് ചൂണ്ടിക്കാണിക്കാനുള്ള ശ്രമം എന്ന നിലയിൽ. കണ്ണീരും പുഞ്ചിരിയും, നിലാവും നാട്ടുവെളിച്ചവും മാത്രം നിറഞ്ഞ ഭാവനാബന്ധങ്ങളിൽ എന്നേക്കും കുടുങ്ങിപ്പോകാതിരിക്കാൻ, ആഭിചാരങ്ങളും ഗർവപ്രതാപവുമുള്ള ഭാവനയാൽ പണിതെടുത്ത ആ ഗൂഢസാരസ്വതം സഹായിച്ചേക്കുമെന്ന് ഞാൻ കരുതിയിരുന്നു. അക്കാലത്തുതന്നെയാണ് ഈ മാനദണ്ഡത്തിന്റെ മറ്റൊരു പ്രയോഗമാതൃകപോലെയാണ് ഗ്രൂൺഡ്രിസ്സെ എന്റെ കയ്യിൽ വന്നത്. ഏകദേശം ഒരു വ്യാഴവട്ടം മുൻപ്. ഒരു സിറോക്സ്കോപ്പി. (ശരിക്കുള്ള ഒരു കോപ്പി അടുത്തിടെയാണ് ഞാൻ വാങ്ങിയത്). മുൻപേ തന്നെ അതിനെക്കുറിച്ച് ഞാൻ കേട്ടിരുന്നു. ചിലതെല്ലാം അവിടവിടെ വായിക്കുകയും ചെയ്തിരുന്നു. പുസ്തകം കൈയിൽക്കിട്ടിയപ്പോൾ മാർക്സിസത്തിൽ തത്പരനായ ഒരാൾ എന്ന നിലയിൽ ഇത് വായിച്ചുതീർക്കേണ്ടത് എന്റെ ഉത്തരവാദിത്തമാണെന്ന ഒരു തോന്നലിലായിരുന്നു ഞാൻ. പത്ത് പോയിന്റ് ഫോണ്ട് സൈസിൽ, തൊള്ളായിരത്തിലധികം പുറങ്ങളിൽ ചരിത്രവും സാമ്പത്തികശാസ്ത്രവും തത്ത്വചിന്തയും കൂടിക്കുഴഞ്ഞ ഒരു വ്യാമിശ്രം. ഒറ്റയിരുപ്പിനോ, പല പല ഇരിപ്പുകൾകൊണ്ടോ വായിച്ചുതീർക്കാനാവില്ലെന്ന് വ്യക്തമായിരുന്നു. പിന്നെ കണ്ടെത്തിയ ഒരുവഴി ദിവസേന നാലഞ്ച് പേജുകൾ വായിക്കുക എന്നതാണ്. സംശയങ്ങൾ അവിടവിടെ കുറിച്ചിട്ട്, മറ്റു പലയിടങ്ങളിൽ നിന്ന് അവയ്ക്ക് ഉത്തരം തേടി ഞാൻ ഗ്രുൺഡ്രിസ്സെ വായിക്കാൻ തുടങ്ങി. ആറുമാസം കൊണ്ട് വായന പൂർത്തിയാക്കുകയായിരുന്നു ലക്ഷ്യം. ഒപ്പം മാർക്സിസത്തെക്കുറിച്ച് പല നിലയ്ക്കുള്ള അന്വേഷണമാക്കി അതിനെ ഉപയോഗപ്പെടുത്തുകയും.

ഇടറിയും തടഞ്ഞുവീണും പതിയെപ്പതിയെ വായന നീങ്ങി. നേർവരയിൽ ഒരൊറ്റ ലക്ഷ്യത്തിലേക്ക് മുന്നേറിയ വായനയായിരുന്നില്ല അത്. മറിച്ച് പലപല ദിശകളിലേക്ക് തുറന്നുകിടന്ന, പലയിടത്തും പോയി മടങ്ങിയ ഒന്ന്. ഒരു ഘട്ടം കഴിഞ്ഞപ്പോൾ അത് മുടങ്ങി. പിന്നീട് മാർക്സിസത്തെക്കുറിച്ചുള്ള പുതിയ ചില ആലോചനകളുടെ സന്ദർഭത്തിലാണ് ഗ്രുൺഡ്രിസ്സെയിലേക്ക് വീണ്ടും ചെന്നത്. ആധുനികതയും മാർക്സിസവും തമ്മിലുള്ള ബന്ധത്തെക്കുറിച്ചുള്ള പുനരാലോചനയുടെ സന്ദർഭത്തിൽ. മുതലാളിത്ത വിമർശനം എന്നതിനപ്പുറം ആധുനികതാവിമർശനത്തിന്റെ സ്ഥാനം എന്ന നിലയിൽകൂടി മാർക്സിസത്തെ മനസ്സിലാക്കാനാവുമോ എന്നായിരുന്നു അപ്പോഴത്തെ ആലോചന. മഹാഖ്യാനങ്ങളുടെ മരണത്തെക്കുറിച്ചുള്ള വിധിതീർപ്പുകളുടെ കാലമായിരുന്നു അത്. ആധുനികതയുടെ മഹാഖ്യാനങ്ങളിലൊന്നായി മാർക്സിസവും കൈയൊഴിയപ്പെട്ട ഉത്തരാധുനിക ത്തിമർപ്പുക

ളുടെ കാലം. 'ഫുക്കുയാമയും ലോത്യാറും ഇളക്കിവിട്ട വ്യാപകമായ താത്ക്കാലികഭ്രമങ്ങളുടെ അല്പം ചില വർഷങ്ങൾക്കു ശേഷം ഇത്രത്തോളം അനാകർഷകവും അസത്യപൂർണവുമായി മറ്റെന്താണുള്ളത്?' എന്ന് എഡ്വേഡ് സെയ്ദിന്റെ നിശിതമായ ചോദ്യം അപ്പോഴേയ്ക്കും ഉയർന്നിരുന്നു. ആധുനികതയുടെ അതിർവരമ്പുകൾക്കുള്ളിൽ കെട്ടിയൊതുക്കേണ്ടതല്ല മാർക്സിസമെന്ന് എനിക്കും അപ്പോഴേക്കും തോന്നിത്തുടങ്ങിയിരുന്നു. അതിന്റെ ബലത്തിലാണ് ഗ്രൂൺഡ്രിസ്സെയിലേക്ക് ഞാൻ വീണ്ടും ചെന്നത്. വിചാരിച്ച വേഗത്തിലൊന്നും വായന നീങ്ങിയില്ല. ആറുമാസം പിന്നെയും പല മാസങ്ങളായി. എങ്കിലും പതിയെപ്പതിയെ നിറം മങ്ങിയ ആ സിറോക്സ് കോപ്പി ഞാൻ പിന്നിട്ടു. എല്ലാത്തിനും വ്യക്തത കൈവന്നില്ല. എങ്കിലും പുതിയ കുറെ കാഴ്ചകൾ ലഭിച്ചു. ഒപ്പം ഒരുപാട് സന്ദിഗ്ധതകൾക്കും അത് ജന്മം നൽകി.

വാസ്തവത്തിൽ ഗ്രൂൺഡ്രിസ്സെ നിയതാർഥത്തിലുള്ള ഒരു പുസ്തകമല്ല. 1857-58 കാലത്ത് മാർക്സ് തയ്യാറാക്കിയ പഠനക്കുറിപ്പുകളാണ് ഇത്. ഏഴ് വലിയ നോട്ടുബുക്കുകളിൽ പരന്നു കിടക്കുന്ന ഈ കുറിപ്പുകൾ ഒരു നൂറ്റാണ്ട് കഴിഞ്ഞ് 1953ലാണ് പുസ്തകരൂപത്തിൽ പുറത്തുവന്നത്. ഗ്രുൺഡ്രിസ്സെ ('Outlines') എന്ന ഗ്രന്ഥനാമവും മാർക്സിന്റേതല്ല. 'സാമ്പത്തികസംവർഗങ്ങൾക്ക് ഒരു വിമർശം' (Critique of Economic Categories) എന്ന പേരാണ് മാർക്സ് ഇതിന് നൽകാൻ ഉദ്ദേശിച്ചിരുന്നതെന്ന് ഇംഗ്ലീഷ് പരിഭാഷകനായ മാർട്ടിൻ നിക്കോളാസ് ആമുഖപഠനത്തിൽ പറയുന്നുണ്ട്. അത്തരമൊരു പേര് ഈ കൃതിക്ക് എത്രയോ അനുയോജ്യമാകുമായിരുന്നുവെന്ന് അദ്ദേഹം അവിടെ മോഹിക്കുന്നുമുണ്ട്. തന്റെ ലോകവീക്ഷണത്തിന്റെയും മുതലാളിത്ത വിമർശനത്തിന്റെയും സമഗ്രസ്വരൂപം വെളിപ്പെടുത്തുന്ന വിപുലമായ ഒരു പഠനത്തിന്റെ രൂപരേഖയായാണ് മാർക്സ് ഗ്രൂൺഡ്രിസ്സെ തയ്യാറാക്കിയത്. ഈ സമഗ്രപഠനം അദ്ദേഹത്തിന് എപ്പോഴെങ്കിലും എഴുതിപൂർത്തിയാക്കാൻ കഴിയില്ല. ആറുഭാഗങ്ങളിലായി (Capital, Landed Propetry, Wage Labour, State, International Trade, World Market എന്നീ പ്രമേയങ്ങളെ മുൻനിർത്തി) വിഭാവനം ചെയ്യപ്പെട്ട ആ ബൃഹദ്പഠനത്തിന്റെ ഒന്നാംഭാഗമാണ് മൂലധനത്തിന്റെ മൂന്ന് വാല്യങ്ങളും മിച്ചമൂല്യസിദ്ധാന്തങ്ങൾ (Theories of Surplus Value) എന്ന പേരിൽ പുറത്തുവന്ന പുസ്തകവും. അവിശ്വസനീയമാംവിധം സമുദ്രവിശാലതയുള്ള ആ ബൃഹദ്സംരംഭത്തിന്റെ കരടുരൂപമാണ് ഇപ്പോൾ നമുക്ക് ലഭ്യമായിരിക്കുന്ന ഗ്രുൺഡ്രിസ്സെ. ജീവിതസായാഹ്നത്തിൽ സമ്പൂർണകൃതികൾ പ്രസിദ്ധീകരിക്കുന്നതിനെപ്പറ്റി ആരോ ചോദിച്ചപ്പോൾ "ആദ്യം അവ എഴുതപ്പെടേണ്ടിയി

രിക്കുന്നു.'' ('they would first have to be written') എന്ന മാർക്സിന്റെ മറുപടിയ്ക്ക് പിന്നിലെ പ്രേരണകളെക്കുറിച്ച് ആലോചിക്കാൻ ഇത് നമ്മെ പ്രേരിപ്പിക്കുന്നുണ്ട്.

എന്താണ് ഗ്രുൺഡ്രിസ്സെയുടെ പ്രാധാന്യം? പലരെയും സംബന്ധിച്ച് ഇരുപതാം നൂറ്റാണ്ടിൽ പുറത്തുവന്ന മാർക്സിസ്റ്റ് രചനകളിൽ ഏറ്റവും പ്രാധാന്യമുള്ളത് ഇതിനാണ്. പാരീസ്കുറിപ്പുകളും മിച്ചമൂല്യസിദ്ധാന്തങ്ങളും ഉള്ളപ്പോൾതന്നെയാണ് അവർ ഇങ്ങനെ പറയുന്നത്. ഈ കൃതിയെക്കുറിച്ച് മാത്രമായി ഒരു സമഗ്രപഠനം തയ്യാറാക്കിയ (Marx's Grundrisse-1973) ഡേവിഡ് മക്ലെലന്റെ അഭിപ്രായത്തിൽ ആദ്യകാല മാർക്സിൽ നിന്നും പിൽക്കാല മാർക്സിലേക്കുള്ള പരിവർത്തനത്തിന്റ അടയാളങ്ങൾ പേറുന്ന രചനയാണിത്. മാർക്സിന്റെ ചിന്തയുടെ പരിണാമപഥത്തിലെ വിട്ടുപോയ കണ്ണിയായി അദ്ദേഹമിതിനെ കാണുന്നു. പിൽക്കാല രചനകളിലെ കർക്കശവും മൂർത്തവുമായ സാമ്പത്തിക വിശകലനത്തെ ആദ്യകാല രചനകളിലെ മാനവവാദപരമെന്ന് വിമർശിക്കപ്പെട്ട അന്യവത്ക്കരണം അടക്കമുള്ള പരികല്പനകളുമായി ഇണക്കിനിർത്തുവാൻ മാർക്സ് നടത്തിയ ശ്രമങ്ങളുടെ അടയാളം. മറ്റൊരുകാര്യം മൂലധനത്തേക്കാൾ വളരെ വളരെ വിപുലമായ പ്രമേയലോകം ഈ പഠനക്കുറിപ്പുകളിൽ അടങ്ങിയിരിക്കുന്നു എന്നതാണ്. മാർക്സ് എഴുതാൻ കരുതിയതിന്റെ ആറിലൊന്ന് മാത്രമേ മൂലധനത്തിലുള്ളൂ റിക്കോർഡോവിന്റെയും ഹെഗലിന്റെയും ക്ലാസിക്കൽ പാരമ്പര്യത്തിൽനിന്ന് നേടിയ വിടുതിയുടെ കഥയ്ക്കപ്പുറം വ്യക്തിയും സമൂഹവും തമ്മിലുള്ള ബന്ധവും, പെരുകുന്ന യന്ത്രവത്ക്കരണവും മുതൽ മുതലാളിത്തത്തിൽ നിലീനമായ സാർവലൗകികതവരെ പലതും മാർക്സിന്റെ ആലോചനകളിലൂടെ കടന്നുപോകുന്നുണ്ട്. പക്ഷേ, ക്രമരഹിതവും കുഴഞ്ഞുമറിഞ്ഞതുമായ അവതരണം, ഗ്രുൺഡ്രിസ്സെയെ ഒട്ടൊക്കെ ദുഷ്പ്രാപ്യമായ രചനയാക്കിത്തീർത്തു. 'The devil is that in the manuscript everything is jumbled together'എന്ന് മാർക്സ് തന്നെ ഇക്കാര്യം രേഖപ്പെടുത്തിയിട്ടുണ്ട്.

മാർക്സിസത്തിന്റെ ചിന്തയുടെ ചരിത്രത്തിലൂടെ കടന്നുപോയാൽ ഗ്രുൺഡ്രിസ്സെയ്ക്ക് മുൻപുള്ള രചനകളിൽ മിച്ചമൂല്യത്തിന്റെ പ്രശ്നത്തിന് അദ്ദേഹം ശരിയായ പരിഹാരം കണ്ടെത്തിയിരുന്നില്ലെന്ന് വ്യക്തമാകുമെന്ന് മാർട്ടിൻ നിക്കോളാസ് പറയുന്നു. അത് എത്രത്തോളം ശരിയാണെന്നറിയില്ലെങ്കിലും, ഹെഗേലിയൻ വൈരുധ്യവാദത്തെ ചരിത്രവത്ക്കരിക്കാൻ മാർക്സ് ഈ കൃതിയിൽ നടത്തുന്ന ശ്രമങ്ങൾ നിർണായക പ്രാധാന്യമുള്ളതാണ്. ഹെഗേലിയൻ ആശയവാദത്തെ ഭൗതികവാദമായി

പരാവർത്തനം ചെയ്യുന്നതിനപ്പുറമായിരുന്നു മാർക്സിന്റെ താത്പര്യങ്ങൾ. ഹെഗലിന്റെ കേവലാത്മാവിനെ പൊതു ഉത്പാദനരീതികൊണ്ട് പകരംവച്ചാൽ പ്രശ്നം അവസാനിക്കുന്നില്ലെന്ന് മാർക്സ് കരുതിയിരുന്നു. അമൂർത്തവും സാർവത്രികവുമായ പ്രമാണങ്ങളിൽ നിന്നല്ല; നിരവധി നിർണായകങ്ങളുടെ ഒരു സംഘനനത്തിൽനിന്നാണ് തുടങ്ങേണ്ടത് എന്ന മാർക്സിന്റെ നിഗമനം, ഹെഗേലിയൻ ആശയവാദത്തെയെന്നപോലെ, മാർക്സിസത്തെ ആധുനികതയുടെ ഏകകേന്ദ്രത്തിൽ തളയ്ക്കാനുള്ള ശ്രമങ്ങളേയും മറികടക്കാൻ പോന്നതാണ്. നിർഭാഗ്യവശാൽ പിൽക്കാല മാർക്സിസ്റ്റ് വിചാരങ്ങളിൽ ഇതിന് വേണ്ടത്ര ഇടം കിട്ടിയില്ല. മാർക്സ് തന്നെ അഭിപ്രായപ്പെടുന്നതുപോലെ ഒരു ചിന്താപദ്ധതിയെ വിപ്ലവവത്ക്കരിക്കാനുള്ള ശ്രമങ്ങൾക്ക് വളരെയേറെയൊന്നും ജനപ്രിയമാകാനാവില്ല എന്നതും ഇതിനൊരു കാരണമാകാം.

ഇതിനെല്ലാം ശേഷവും ഗ്രുൺഡ്രിസ്സെ തുടരുന്നു. ഹെഗേലിയൻ വൈരുധ്യവാദത്തെ മാർക്സ് ഉപയോഗപ്പെടുത്തിയതിന്റെ പ്രമാണരേഖയായി; സമഗ്രതയെ വൈരുധ്യങ്ങളായി (wholeness as cotnradiction) തിരിച്ചറിഞ്ഞതിന്റെ അടയാളമായി; 'പൊതുവായ ഉത്പാദനം' (production is general) എന്ന പരികല്പന ഹെഗേലിയൻ കേവലാത്മാവിനെപ്പോലെ ചരിത്രേതരമാണെന്ന തിരിച്ചറിവായി; മുതലാളിത്തത്തെക്കുറിച്ചുള്ള പഠനം ചരക്ക് എന്ന മൂർത്തയാഥാർഥ്യത്തിൽനിന്ന് ആരംഭിക്കണം എന്ന ബോധ്യമായി; മൂലധനം ഒരു വസ്തുവല്ല പ്രക്രിയയാണെന്ന കണ്ടെത്തലായി; സ്വതന്ത്രമത്സരം സ്വതന്ത്രരാക്കിയത് വ്യക്തികളെയല്ല മറിച്ച് മൂലധനത്തെയാണെന്ന നിഗമനമായി; അധ്വാനശക്തി ഇതരചരക്കുകളെപ്പോലെ ഒരു നിശ്ചിത വസ്തുവല്ലെന്നും എല്ലാ മൂല്യങ്ങളെയും ഉത്പാദിപ്പിക്കുന്നതും വിലമതിക്കാനാവാത്തതുമായ ഒന്നാണെന്ന വിപ്ലവതത്ത്വമായി; അന്യവത്ക്കരണം ചരിത്രപരമായ ഒന്നാണെന്ന ധാരണയായി, മനുഷ്യാവസ്ഥയുടെ പൂർണത ചരക്കിന്റെ ഉടമയായ സ്വകാര്യവ്യക്തിയിൽനിന്ന് സാമൂഹ്യവ്യക്തിയിലേക്കുള്ള സഞ്ചാരമാണെന്ന വിവേകമായി; കൂടുതൽ വികസിച്ച യന്ത്രവത്ക്കരണം തൊഴിലാളിയെ കൂടുതൽ സമയം അധ്വാനിക്കുന്നതിലേക്ക് തന്നെ തള്ളിവിടുമെന്ന പ്രവചനമായി... എണ്ണിയാലൊടുങ്ങാത്ത ഇത്തരം നിഗമനങ്ങളായി ഗ്രുൺഡ്രിസ്സെ തുടരുന്നു. എന്റെമാത്രം സ്വകാര്യവായനയിലല്ല; മനുഷ്യരാശിയുടെ വായനയിൽ. അല്പം പഴയൊരു പരികല്പന കടമെടുത്താൽ, തുടരുന്ന ഒരു ഭൂതബാധ.

പില്ക്കാലം സ്വാംശീകരിക്കുന്ന ഏത് ഭൂതകാല മികവും ആ മികവിന്റെ തെറ്റായ ഉൾക്കൊള്ളലായിരിക്കുമെന്ന് മാർക്സ് ഒരിടത്ത് പറയുന്നുണ്ട്. തെറ്റായി മനസ്സിലാക്കപ്പെട്ട ഈ രൂപം എപ്പോഴും ഒരു പൊതുരൂപമായിരിക്കും. പിൽക്കാലത്തെ സാമൂഹ്യാവശ്യങ്ങൾക്ക് ഉപയോഗപ്രദമായ ഒരു പൊതുരൂപം. (It might be said that every achievement of an old period, which is adopted in later times, is part of the old missunderstood.... The misunderstood form is precisely, the general form, applicable for general use at a definite stage of social development') ലൂയി പതിന്നാലാമന്റെ ഭരണകാലത്ത് ഐക്യത്രയത്തെക്കുറിച്ചുള്ള ഫ്രഞ്ച് നാടകകൃത്തുക്കളുടെ ധാരണ ഇത്തരമൊന്നായിരുന്നുവെന്ന് മാർക്സ് തുടരുന്നു. തങ്ങളുടെ കാലത്തിനും ആ കാലത്തിന്റെ കലാപരമായ ആവശ്യങ്ങൾക്കും ഇണങ്ങുന്ന പൊതുരൂപമായാണ് ഗ്രീക്ക് നാടകത്തെ അവർ മനസ്സിലാക്കിയത്. ഒരുപക്ഷേ ഞാൻ ഗ്രുൺഡ്രിസ്സെ വായിച്ചതും ഇങ്ങനെയായിരിക്കാം. പുതിയതരം ആവശ്യങ്ങൾക്ക് ഉതകുന്ന ഒരു പൊതുരൂപമായി ഞാൻ അതിനെ സംഗ്രഹിക്കാൻ ശ്രമിക്കുകയായിരുന്നോ? എനിക്ക് കൈവന്ന തെളിച്ചങ്ങൾ എന്റെ തന്നെ പ്രതീക്ഷകളായിരുന്നോ? എങ്കിലും ഏതുതരം സംഗ്രഹണയുക്തിയെയും, അന്തിമമായ ഏകത്വത്തിലേക്ക് അതിനെ വലിച്ചടുപ്പിക്കുന്ന എല്ലാ ബലങ്ങളെയും, പ്രതിരോധിക്കുന്ന ഒരു ആഭ്യന്തരഘടന ഈ പുസ്തകത്തിനുണ്ട്. മാർക്സിസത്തെക്കുറിച്ചുള്ള ആലോചനകളിൽ ഗ്രുൺഡ്രിസ്സെയ്ക്ക് ലഭിക്കാനിരിക്കുന്ന ഇടവും ഇതായിരിക്കുമെന്ന് തോന്നുന്നു.

(2010)

# കാൾ മാർക്സ് :
# പ്രണയവും മൂലധനവും

രണ്ടര വർഷം മുൻപ്, 2012 അവസാനത്തോടെ മേരി ഗബ്രിയേൽ, മാർക്സിന്റെയും ജെന്നി മാർക്സിന്റെയും അവരുടെ മൂന്ന് പെൺമക്കളുടെയും ജീവിതകഥ ജീവചരിത്ര രൂപത്തിൽ പ്രസിദ്ധീകരിച്ചപ്പോൾ തന്നെ അത് അനിതര സാധാരണമായ വിധത്തിൽ ലോകശ്രദ്ധ നേടുകയുണ്ടായി. പ്രസിദ്ധീകൃതമായതിനു തൊട്ടു പിന്നാലെതന്നെ ബെസ്റ്റ് സെല്ലർ പട്ടികയിൽ അത് ഇടം പിടിക്കുകയും ചെയ്തു. പുലിറ്റ്സർ പുരസ്കാര പട്ടികയിലും നാഷണൽ ബുക്ക് ക്രിട്ടിക്സ് സർക്കിളിന്റെ അവസാന പരിഗണനാ ലിസ്റ്റിലും ഉൾപ്പെട്ട ചെയ്ത ഈ ഗ്രന്ഥം മാർക്സിന്റെ ജീവചരിത്രങ്ങളിൽ ഏറ്റവും ഹൃദയാവർജകമായ ഒന്നായി വിലയിരുത്തപ്പെട്ടു കഴിഞ്ഞു. കാൾ മാർക്സിന്റെ ജീവചരിത്രങ്ങൾ എത്രയും എഴുതപ്പെട്ടിട്ടുണ്ടെങ്കിലും ജെന്നി മാർക്സിന്റെയും അവരുടെ മൂന്ന് പെൺമക്കളുടെയും ഭാഗധേയത്തെ മാർക്സിന്റെ ജീവിതഗതികളുമായി ചേർത്തുവച്ച് പരിശോധിക്കുന്ന ജീവചരിത്രങ്ങൾ ഏറെയൊന്നുമില്ല എന്നതാണ് വാസ്തവം. മാർക്സിന്റെ അത്യന്തം യാതനാനിർഭരവും അനന്യസാധാരണവുമായ ജീവിതത്തിന്റെ സ്വാഭവിക പശ്ചാത്തലം എന്നതിനപ്പുറം, ജെന്നിയുടെയും ജെന്നി, ലോറ, എലിനോർ എന്നീ പെൺമക്കളുടെയും നാലു പതിറ്റാണ്ടുകാലം അവരുടെ നിത്യസഹചാരിയായിരുന്ന ഹെലൻ ഡിമത്തിന്റെയും ജീവിതത്തോടും സഹനത്തോടുമെല്ലാം മാർക്സിന്റെ ധൈഷണികവും വിപ്ലകരവുമായ ജീവിതം എത്രമേൽ കടപ്പെട്ടിരിക്കുന്നു എന്ന് ഏറെയൊന്നും അന്വേഷിക്കപ്പെട്ടിട്ടില്ല. 'പ്രണയവും മൂലധനവും : കാൾമാർക്സും ജെന്നിയും വിപ്ലവത്തിന്റെ പിറവിയും' (Love and Capital: Karl and Jenny Marx and the Brith of Revolution) എന്ന ശീർഷകത്തിൽ പുറത്തുവന്ന മേരി ഗബ്രിയേലിന്റെ ഗ്രന്ഥം മാർക്സിന്റെ വിപുലമായ ജീവചരിത്ര പരമ്പരയിലെ വ്യതിരിക്ത സ്ഥാനങ്ങളിലൊന്നായിത്തീർന്നത്

---

മേരി ഗബ്രിയേൽ - *പ്രണയവും മൂലധനവും*

അസാധാരണമായ ഈ പാരസ്പര്യത്തിന്റെ കഥയെ അത് അനാവരണം ചെയ്യുന്നു എന്നതു കൊണ്ടാണ്.

അനന്യസുന്ദരവും സവിശേഷവുമായ ശൈലിയിലാണ് മേരി ഗബ്രിയേൽ മാർക്സ് കുടുംബത്തിന്റെ ജീവിതകഥ ആഖ്യാനം ചെയ്തിരിക്കുന്നത്. സ്ത്രീവാദ വിമർശകയും സംസ്കാര പഠിതാവുമായ എലൈൻ ഷോവാൾട്ടർ പറയുന്നതുപോലെ, ഓരോ പേജിലും നമുക്ക് പകർത്തി വയ്ക്കാൻ തോന്നുന്ന നിരവധി ഉദ്ധരണികളോടെ മാർക്സിനെക്കുറിച്ചെഴുതപ്പെട്ട കനപ്പെട്ട ഒരു പുസ്തകം, ഒറ്റയിരുപ്പിൽ വായിച്ചു പോകാൻ കഴിയുന്നു എന്നത് അത്ഭുതകരമായ കാര്യമാണ്. വീരോചിതമായി ഗവേഷണം ചെയ്യപ്പെട്ടത് (heroically researched) എന്നാണ് ഷോവാൾട്ടർ മേരി ഗബ്രിയേലിന്റെ രചനയെ വിശേഷിപ്പിക്കുന്നത്. മാർക്സിന്റെ ജീവിതവുമായി ബന്ധപ്പെട്ട സമസ്ത രേഖകളും സൂക്ഷ്മമായി പരിശോധിച്ച്, അവയിൽ നിന്ന് കണ്ടെടുത്ത തെളിവുകളുടെ പിൻബലത്തോടെയും സമൃദ്ധവും കാവ്യാത്മകവുമായ ഉദ്ധരണികളോടെയുമാണ് മേരി ഗബ്രിയേൽ തന്റെ രചന നിർവഹിച്ചിരിക്കുന്നത്. മാർക്സിന്റെ വാക്കുകളുടെ കാവ്യാത്മകതയോട് ഒത്തുപോകുന്ന ഭാഷയിലും ശൈലിയിലുമാണ് അവർ തന്റെ ആഖ്യാനം വികസിപ്പിക്കുന്നത്. ഈ ഗ്രന്ഥം അസുലഭമായ ഒരു വായനാനുഭവമായിത്തീർന്നതിനു പിന്നിൽ ഇത്തരമൊരു പരസ്പര പൂരണത്തിന് വലിയ പങ്കുണ്ട്.

അത്യന്തം ശ്രദ്ധേയമായ ഈ പുസ്തകത്തിന്റെ മലയാള പരിഭാഷ 'പ്രണയവും മൂലധനവും: മാർക്സ് കുടുംബത്തിന്റെ സമ്പൂർണ ജീവിതകഥ' എന്ന പേരിൽ കോഴിക്കോട് ഇൻസൈറ്റ് പബ്ലിക്ക പുറത്തു കൊണ്ടുവന്നിരിക്കുന്നു. ഒരു നൂറ്റാണ്ടു മുമ്പ്, ഇന്ത്യൻ ഭാഷകളിൽ ആദ്യമായി മാർക്സിന്റെ ജീവചരിത്രം രചിക്കപ്പെട്ട ഭാഷ എന്ന മലയാളത്തിന്റെ പാരമ്പര്യത്തോട് ഇണങ്ങിപ്പോവുന്ന നിലയിൽ മാർക്സിന്റെ ജീവചരിത്രങ്ങളിൽ ഏറ്റവും ശ്രദ്ധേയവും കാലപരമായി അത്യന്തം സമീപസ്ഥവുമായ മേരി ഗബ്രിയേലിന്റെ കൃതിയും മലയാളത്തിലെത്തിച്ചേർന്നതിന് കേരളീയ വായനാസമൂഹം പൊതുവിലും മാർക്സിസത്തിൽ താൽപരരായവർ പ്രത്യേകിച്ചും, ഇൻസൈറ്റ് പബ്ലിക്കയോട് കടപ്പെട്ടിരിക്കുന്നു. മേരി ഗബ്രിയേലിന്റെ കാവ്യാത്മകവും അയത്നലളിതവുമായ ഭാഷയോട് നീതി പുലർത്തുന്ന മനോഹരമായ ശൈലിയിലാണ് പരിഭാഷകനായ സി.എം. രാജൻ ഈ രചന മലയാളത്തിലേക്ക് മൊഴിമാറ്റം ചെയ്തിരിക്കുന്നത്. (സൈദ്ധാന്തിക സംവർഗങ്ങളുടേയും ഉദ്ധരണികളുടെയും വിവർത്തനത്തിൽ ചില ഗുരുതരമായ പ്രശ്നങ്ങൾ ഉണ്ട് എന്നിരിക്കെത്തന്നെ). മാർക്സിന്റെ

ജീവിതത്തെയും അതിലെ വൈകാരിക സംഘർഷങ്ങളെയും മാർക്സിസ്റ്റ് ചിന്തയുടെ ചരിത്രവുമായി ചേർത്തുവച്ചുകൊണ്ട്, സി പി ഐ എം പോളിറ്റ് ബ്യൂറോ അംഗം കൂടിയായ എം.എ ബേബി എഴുതിയ അവതാരിക ഈ മലയാള പരിഭാഷയെ കൂടുതൽ ശ്രദ്ധേയമാക്കിയിട്ടുണ്ട്. മേരി ഗബ്രിയേലിന്റെ രചനാ ജീവിതത്തെ പരിചയപ്പെടുത്തുന്നതോടൊപ്പം മാർക്സ് എന്ന മനുഷ്യന്റെ സഹജ പ്രകൃതത്തെയും അതിലെ ഏറ്റിറക്കങ്ങളെയും അനാവരണം ചെയ്യുന്ന ഈ കൃതിയുടെ അനന്യതയും എം.എ ബേബി തന്റെ അവതാരികയിൽ ഉയർത്തിപ്പിടിച്ചിട്ടുണ്ട്. മാനുഷികമായ പരിമിതികളുള്ള മാർക്സിന്റെ ചിത്രം നമ്മെ അലോസരപ്പെടുത്തേണ്ട കാര്യമില്ലെന്ന് ഈ ഗ്രന്ഥത്തെപ്പോലെ, ആ അവതാരികയും ബോധ്യപ്പെടുത്തുന്നു.

ഇരുപതാം നൂറ്റാണ്ടിന്റെ ചരിത്രത്തിൽ ഏറ്റവുമധികം എഴുതപ്പെട്ട വിഷയങ്ങളിലൊന്ന്, സംശയരഹിതമായും മാർക്സിസമായിരിക്കും. കലയും തത്വചിന്തയും മുതൽ രാഷ്ട്രീയവും ഭരണകൂടവും വരെയുള്ള സമസ്ത ജീവിതവിതാനങ്ങളെയും കുറിച്ച് എഴുതപ്പെട്ട കാര്യങ്ങളിൽ മാർക്സിസം നിരന്തരമായി ഇടം പിടിച്ചു. എതിർത്തും അനുകൂലിച്ചും വ്യാഖ്യാനിച്ചും വിശദീകരിച്ചുമെല്ലാം ലോകത്തിന്റെ നാനാഭാഗങ്ങളിൽ എണ്ണമറ്റ ഭാഷകളിൽ അനേകായിരം പേരുടെ ബൗദ്ധികശ്രമങ്ങളിൽ മനുഷ്യവിചാരത്തിന്റെ ഭാഗധേയത്തെ നിർവചിക്കുകയും നിർണയിക്കുകയും ചെയ്യുന്ന ഒന്നായി മാർക്സിസം ഇപ്പോഴും നിലകൊള്ളുന്നു. 1990 കളുടെ തുടക്കത്തിൽ അരങ്ങേറിയ സോവിയറ്റ് പതനത്തിനുശേഷവും മാർക്സിസത്തിന്റെ ഈ പ്രഭാവത്തിന് കുറവു വന്നില്ല. എറിക് ഹോബ്സ് ബാം എഴുതിയതുപോലെ, സോവിയറ്റ് പതനം ഒരർത്ഥത്തിൽ മാർക്സിസത്തെക്കുറിച്ചുള്ള ആലോചനകളെ സജീവമാക്കുകയാണ് ചെയ്തത്. മാർക്സിസത്തിന്റെ ഒരേയൊരു ശരിരൂപം എന്ന സോവിയറ്റ് മാർക്സിസത്തിന്റെ അവകാശവാദങ്ങളെ പിന്നിലാക്കിക്കൊണ്ട്, മാർക്സിസ്റ്റ് ചിന്തയുടെ ബഹുസ്വരാത്മക പാരമ്പര്യം ഈ സന്ദർഭത്തിൽ കൂടുതൽ പ്രബലമായി ഉയർന്നുവന്നു. ചിലപ്പോഴൊക്കെ അത് പഴയ ബോധ്യങ്ങളെ അലോസരപ്പെടുത്തിയെങ്കിലും.

മാർക്സിസ്റ്റ് ചിന്താലോകത്തെന്നതുപോലെ, മാർക്സിന്റെ ജീവചരിത്ര രചനയിലും ഈ വഴിത്തിരിവ് കാണാനാവും. പിഴവുകളേതുമില്ലാത്ത, അമാനുഷമായ ഒരു നായക- പിതൃബിംബത്തിന്റെ പദവിയിൽനിന്ന്, മാനുഷികമായ വൈരുധ്യങ്ങളുടെയും ദൈന്യങ്ങളുടെയും സംഘർഷങ്ങളുടെയും ലോകത്തു ജീവിക്കുന്ന ഒരു മാർക്സിനെ ലോകമെമ്പാടുമുള്ള മാർക്സിസ്റ്റുകൾ

കൂടുതലായി തിരിച്ചറിയുന്നതിന് ഇത് വഴി തുറന്നു എന്നു പറയാം. വ്യക്തിപരവും വൈകാരികവുമായ ദൗർബല്യങ്ങൾക്കും സംഘർഷങ്ങൾക്കുമിടയിലും അനന്യമായ ദൃഢബോധ്യത്തോടെ തലയുയർത്തിനിൽക്കുന്ന മഹാമനീഷിയായ ഒരു വിപ്ലവകാരിയുടെ ചിത്രമാണ് കഴിഞ്ഞ കാൽനൂറ്റാണ്ടിനിടയിൽ പുറത്തുവന്ന മാർക്സിന്റെ ജീവചരിത്രങ്ങൾ അവതരിപ്പിക്കുന്നത്. സോവിയറ്റ് പാരമ്പര്യത്തിൽ പടുത്തുയർത്തപ്പെട്ട അത്തരം കൃത്രിമ പരിവേഷങ്ങളിൽനിന്ന് വ്യത്യസ്തമായി മാനുഷിക ജീവിതത്തിന്റെ വൈകാരികതയും നാടകീയതയും അതുല്യമായി ആവിഷ്കരിക്കുന്ന ഇത്തരമൊരു രചനയുടെ പരിഭാഷ വഴി മലയാളവും അഭിമാനാർഹമായ നേട്ടമാണ് കൈവരിച്ചിരിക്കുന്നത്.

അതിവിപുലമാണ്, മാർക്സിന്റെ ജീവചരിത്രങ്ങളുടെ ചരിത്രം. ലോകത്തിലെ ഏതെങ്കിലുമൊരു ഭാഷയിൽ മാർക്സിന്റെ ജീവചരിത്രമോ ജീവചരിത്രപരമായ പഠനങ്ങളോ പ്രസിദ്ധീകരിക്കപ്പെടാതെ കഴിഞ്ഞ നൂറ്റാണ്ടിനിടയിലെ ഒരു വർഷവും കടന്നുപോയിട്ടില്ല എന്ന് സംശയരഹിതമായി പറയാം. മാർക്സിന്റെ ജീവിതത്തിലെ സവിശേഷ സന്ദർഭങ്ങളെക്കുറിച്ച് പ്രതിപാദിക്കുന്ന രചനകൾ മുതൽ വിപുലമായ ധൈഷണിക ജീവചരിത്രങ്ങൾ വരെയും, 'കുട്ടികൾക്കുള്ള മാർക്സ്' തുടങ്ങിയ പരിചായക ഗ്രന്ഥങ്ങൾ മുതൽ കത്തുകളിൽ തെളിയുന്ന മാർക്സിന്റെ ജീവിതം വരെയും ഇങ്ങനെ എഴുതപ്പെട്ടു. ഒരർത്ഥത്തിൽ ജീവചരിത്രം എന്ന ജനുസ്സിന്റെ സമസ്ത രൂപങ്ങളിലും ആവിഷ്കൃതമായ ഒന്നാണ് മാർക്സിന്റെ ജീവിതം. ഇത്രയും വിപുലമായ രൂപവൈവിധ്യങ്ങളിൽ മറ്റൊരു ആധുനിക ചിന്തകന്റെയും ജീവിതം ആവിഷ്കരിക്കപ്പെട്ടിട്ടില്ലെന്ന് സംശയരഹിതമായി പറഞ്ഞു വയ്ക്കാം.

മാർക്സിന്റെ മകളായ എലിനോർ മാർക്സ് ആകണം ഈ വിപുലമായ പരിശ്രമങ്ങളിലേക്ക് പ്രവേശിച്ച ആദ്യത്തെ ആൾ. തന്റെ പിതാവിന്റെ ജീവിതകാലത്തുതന്നെ എലിനോർ മാർക്സ് ഇതിനായുള്ള ശ്രമങ്ങളിൽ മുഴുകിയിരുന്നതായാണ് ഏറ്റവുമൊടുവിൽ പുറത്തിറങ്ങിയ അവരുടെ ജീവചരിത്രത്തിൽ ഗ്രന്ഥകാരിയായ റേച്ചൽ ഹോംസ് പറയുന്നത്. (എലിനോർ മാർക്സിന്റെ ജീവിതത്തെക്കുറിച്ചുതന്നെ ഇതിനകം പത്തോളം പുസ്തകങ്ങൾ പ്രസിദ്ധീകൃതമായിട്ടുണ്ട്; നാടകങ്ങൾ മുതൽ പല വാല്യങ്ങളിലുള്ള ജീവചരിത്രങ്ങൾ വരെ. 2014-ൽ റേച്ചൽ ഹോംസ് പ്രസിദ്ധീകരിച്ച 'Elenor Marx : A life' ആണ് ഇവയിൽ അവസാനത്തേത്). എലിനോർ മാർക്സിന്റെ ജീവചരിത്ര പുസ്തകം പൂർത്തീകരിക്കപ്പെട്ടില്ല. എഡ്വേർഡ് അവ്‌ലങ് പ്രസിദ്ധീകരിച്ചിരുന്ന Progress എന്ന ജേർണലിൽ 1883 ജൂണിൽ എലിനോർ തന്റെ ഗ്രന്ഥത്തിന്റെ

കരടുരൂപമെന്നു പറയാവുന്ന ഒരു ലേഖനം പ്രസിദ്ധീകരിച്ചിരുന്നു. അവർ തയ്യാറാക്കിയ ഈ കുറിപ്പുകളാണ് പിൽക്കാലത്ത് എംഗൽസ് ഉൾപ്പെടെയുള്ളവരുടെ ജീവചരിത്ര രചനാ ശ്രമങ്ങൾക്ക് അടിസ്ഥാനമായതെന്ന് എലിനോർ മാർക്സിന്റെ ജീവചരിത്രകാരിയായ റേച്ചൽ ഹോംസ് പറയുന്നു.

മാർക്സിന്റെ ജീവചരിത്രത്തിലേക്ക് വെളിച്ചം വീശുന്ന രചനകൾ പത്തൊൻപതാം നൂറ്റാണ്ടിൽ തന്നെ ധാരാളമുണ്ടായി. മാർക്സിന്റെ ധൈഷണിക-വൈകാരിക ജീവിതത്തിലെ നിത്യസഹചാരിയായ എംഗൽസ് തന്നെയാണ് മാർക്സിന്റെ മരണാനന്തരം അദ്ദേഹത്തിന്റെ ജീവിതത്തെയും ചിന്തയെയും സമഗ്രമായ പരിശോധിക്കുന്ന വിപുലമായ ഒരു ജീവചരിത്രരചനയ്ക്ക് തുടക്കം കുറിക്കുന്നത്. 1894-ൽ മൂലധനത്തിന്റെ മൂന്നാംവാല്യവും പ്രസിദ്ധീകരിച്ചു കഴിഞ്ഞതോടെ ഇനി തനിക്കു ചെയ്യാനുള്ള കാര്യം മാർക്സിന്റെ ജീവിചരിത്ര രചനയാണെന്ന് എംഗൽസ് അഭിപ്രായപ്പെട്ടിരുന്നു. 1895-ൽ തന്റെ എഴുപത്തിയഞ്ചാം വയസ്സിൽ എംഗൽസ് ജീവിതത്തിൽ നിന്ന് വിടവാങ്ങിയത് അനന്യസാധാരണമായ അത്തരമൊരു മഹാഗ്രന്ഥത്തിന്റെ സാധ്യത ഇല്ലാതാക്കിക്കൊണ്ടു കൂടിയാണ്.

എലിനോർ മാർക്സിന്റെയും എംഗൽസിന്റെയും രചനാസംരംഭങ്ങൾ പൂർത്തീകരിക്കപ്പെടാതെ പോയെങ്കിലും പത്തൊമ്പതാം നൂറ്റാണ്ടിൽ മാർക്സിന്റെ കുടുംബവൃത്തത്തിൽ നിന്നുതന്നെ അദ്ദേഹത്തിന്റെ രണ്ട് ജീവചരിത്രങ്ങൾ പുറത്തു വന്നു. എലിനോർ മാർക്സിന്റെ ജീവിത പങ്കാളിയായ എഡ്വേർഡ് അവ്‌ലിങ് രചിച്ച 'കുട്ടികളുടെ മാർക്സ്' (The Students's Marx) എന്ന കൃതിയും. മാർക്സിന്റെ മകളായ ലോറയുടെ ഭർത്താവ് പോൾ ലഫാർഗു രചിച്ച 'കാൾമാർക്സ്' എന്ന കൃതിയും മാർക്സിന്റെ ജീവചരിത്രങ്ങളുടെ പട്ടികയിലെ പ്രധാന ഗ്രന്ഥങ്ങളല്ലെങ്കിലും മാർക്സിന്റെ കുടുംബജീവിതവൃത്തത്തിനുള്ളിൽ നിന്നും പ്രസിദ്ധീകരിക്കപ്പെട്ട കൃതികൾ എന്ന നിലയിൽ ഇവയ്ക്ക് സവിശേഷമായ പരിഗണന ലഭിച്ചിട്ടുണ്ട്. മാർക്സിന്റെയും എംഗൽസിന്റെയും സഹപ്രവർത്തകനും വിപ്ലവകാരിയുമായിരുന്ന വില്യം ലിബ്നെക്റ്റ് രചിച്ച ജീവചരിത്രവും (Karl Marx: Biographical Memories) മാർക്സിന്റെ പിൽക്കാല തലമുറയിൽ പെട്ട റോബർട്ട് ലോംഗ്വെ രചിച്ച കൃതിയും (Karl Marx) ഇതുപോലെ തന്നെ പ്രാധാന്യവും പരിഗണനയും നേടിയവയാണ്. ഇരുപതാം നൂറ്റാണ്ടായതോടെ ലോകമെമ്പാടുമുള്ള നാനാഭാഷകളിൽ മാർക്സിന്റെ ജീവചരിത്രങ്ങൾ രചിക്കപ്പെട്ടു തുടങ്ങി. മലയാളത്തിൽ 'ഇന്ത്യൻ ഭാഷകളിലാദ്യമായി' സ്വദേശാഭിമാനി രാമകൃ

ഷ്ണപിള്ള രചിച്ച കാൾ മാർക്സ് എന്ന ഗ്രന്ഥം 1912 -ൽ തന്നെ പ്രസിദ്ധീകൃതമായി.

മാർക്സിന്റെ ജീവചരിത്ര സംരംഭങ്ങളിലേക്ക് നോക്കിയാൽ നാം കാണുന്ന പ്രധാന സവിശേഷതകളിലൊന്ന് അവയുടെ രചനാപരമായ വൈവിധ്യമാണ്. വിവിധ ഊന്നലുകളോടെ, പല പ്രകാരങ്ങളിൽ, മാർക്സിന്റെ ജീവിതം വീണ്ടും വീണ്ടും എഴുതപ്പെട്ടുകൊണ്ടേയിരിക്കുന്നു. മാർക്സിന്റെ ജീവചരിത്രങ്ങളിൽ പ്രഖ്യാതമായ ഇസയ്യാ ബർലിന്റെയും (Karl Marx : His life and Envriorment) വിഖ്യാത മാർക്സ് പണ്ഡിതനായ ഡേവിഡ് മക്ലെലന്റെയും (Karl Marx : A Biography) ജീവചരിത്രങ്ങൾ അദ്ദേഹത്തിന്റെ ധൈഷണിക ജീവിതത്തിനും ആശയാവലികൾക്കുമാണ് ഊന്നൽ നൽകുന്നതെങ്കിൽ വെർണർ ബ്ലൂംബർഗിന്റെ കൃതി (Karl Marx : An Illustrated History) മാർക്സിന്റെ ജീവിതത്തിന്റെ ജനപ്രിയമായ അവതരണമാണ്. ആഷാ ബ്രിഗ്സ്, ജോൺ കാലോ എന്നിവർ ചേർന്നെഴുതിയ ഗ്രന്ഥവും (Marx in Lodon) ഇംഗോൺ ഇർവിൽ കിഷിന്റെ കൃതിയും (Karl Marx in Karlsbad) അദ്ദേഹത്തിന്റെ ജീവിതത്തിലെ ചില സവിശേഷ സന്ദർഭങ്ങളെ പ്രത്യേകമായി പഠനവിധേയമാക്കുകയാണ് ചെയ്യുന്നത്. (ഇഗോൺ കിഷിന്റെ രചന മാർക്സ് തന്റെ ആരോഗ്യം വീണ്ടെടുക്കുന്നതിനായി ചെലവഴിച്ച കടൽത്തീര ജീവിതകാലത്തെ മുൻനിർത്തിയുള്ളതാണ്). ഇതുകൂടാതെ ഫ്രാൻസ് മെഹ്റിങ്ങിന്റെയും (Karl Marx : The Story of His life) ബോറിസ് നിക്കോളവ്സ്കിയുടെയും (Karl Marx : Man and Fighter) സോൾ പദോവറിന്റെയും (Karl Marx : An Intimate Biography), റോബർട്ട് പെയ്നിന്റെയും (Marx:A Biography, The Unkown Karl Marx), ഫ്രിറ്റ്സ് റഡാറ്റ്സിന്റെയും (Karl Marx : A Political Biography) ജെറാൾഡ് സിഗിലിന്റെയും (Marx's Fate: The Shope of a Life), ഫ്രാൻസിസ് വീന്നിന്റെയും (Karl Marx : A Life) മറ്റും രചനകൾ മാർക്സ് എന്ന രാഷ്ട്രീയ ചിന്തകന്റെ ജീവിതത്തെയാണ് മുഖ്യമായും അഭിസംബോധന ചെയ്യുന്നത്. മാർക്സിന്റെയെന്നല്ല, അദ്ദേഹത്തിന്റെ 'മൂലധനം' എന്ന വിഖ്യാതകൃതിയുടെ രചനാ/ജീവിതചരിത്രവും ഇതിനിടയിൽ എഴുതപ്പെട്ടിട്ടുണ്ട്. ഫ്രാൻസിസ് വീൻ സമീപകാലത്ത് പ്രസിദ്ധീകരിച്ച കൃതി. (Marx's Das Capital : A Biography) ഇത്തരത്തിലൊന്നാണ്. മലയാളത്തിൽ പി. ഗോവിന്ദപ്പിള്ള വളരെക്കാലം മുൻപേ 'മാർക്സും മൂലധനവും' എന്ന പേരിൽ ഇതിന് സമാനമായ ഒരു ചെറിയ ഗ്രന്ഥം പ്രസിദ്ധീകരിച്ചിരുന്നതും ഇവിടെ ഓർമിക്കാവുന്നതാണ്.

അത്യന്തവിപുലമായ ഈ ജീവചരിത്ര സംരംഭങ്ങൾക്കൊപ്പം മാർക്സിന്റെ നിത്യസഹചാരിയായ എംഗൽസ്, മാർക്സിന്റെ

പ്രിയപത്നിയായ ജെന്നി, മാർക്സ് മാർക്സിന്റെ ഇളയമകളും ബ്രിട്ടീഷ് സോഷ്യലിസ്റ്റ് ഫെമിനിസ്റ്റ് ആശയങ്ങളുടെ ആദ്യ അവതാരകരിലൊരാളുമായ എലിനോർ മാർക്സ് എന്നിവരെക്കുറിച്ചുമെല്ലാം ജീവചരിത്രപഠനങ്ങൾ പുറത്തുവന്നിട്ടുണ്ട്. മാർക്സിന്റെ അതേ അളവിലല്ലെങ്കിലും എംഗൽസിന്റെ ചിന്തയും ജീവിതവും കഴിഞ്ഞ ഒരു നൂറ്റാണ്ടിനകം വ്യാപകമായ പഠനങ്ങൾക്കും പുനരാലോചനകൾക്കും വിധേയമായി. (അക്കാര്യത്തിലും മലയാളം പി. ഗോവിന്ദപ്പിള്ളയോട് കടപ്പെട്ടിരിക്കുന്നു). പ്രത്യേകിച്ചും അദ്ദേഹത്തിന്റെ പാരിസ്ഥിതികവും സ്ത്രീവാദപരവുമായ വീക്ഷണങ്ങൾ. ടെറൽ കാർവറെപ്പോലെ അന്താരാഷ്ട്ര പ്രശസ്തരായ എംഗൽസ് വിജ്ഞാനികൾ തന്നെ ഇപ്പോഴുണ്ട്. (അദ്ദേഹത്തിന്റെ Fredrick Engels: His life and Thought എന്ന ഗ്രന്ഥമാണ് എംഗൽസിന്റെ ജീവചരിത്രങ്ങളിൽ ഏറ്റവും പ്രാമാണികമായി പരിഗണിക്കപ്പെടുന്നത്. ഇങ്ങനെ, മാർക്സിസ്റ്റ് ചിന്തയിലും രാഷ്ട്രീയത്തിലുമുള്ള താൽപര്യം മാർക്സിന്റേയും എംഗൽസിന്റേയും ജീവിതം മുതൽ അവരുടെ ജീവിതപങ്കാളികളുടെയും മാർക്സിന്റെ കുടുംബത്തിലെ നിത്യസാന്നിധ്യമായിരുന്ന ഹെലൻ ഡിമിത്തിന്റേയും വരെ ജീവിതത്തെക്കുറിച്ചുള്ള നാനാതരം അന്വേഷണങ്ങൾക്കും വിവിധ തരം ഗ്രന്ഥങ്ങൾക്കും കാരണമായിട്ടുണ്ട്. ഒരു നിലയ്ക്ക്, മാർക്സിസ്റ്റ് ജ്ഞാനമേഖലയിലെ ഒരു പ്രത്യേക ശാഖ തന്നെയായി ഈ ജീവചരിത്ര വിജ്ഞാനം ഇപ്പോൾ വളർന്നുവന്നിട്ടുണ്ട്.

മാർക്സ് ജീവചരിത്രങ്ങളുടെ ഈ വിപുലപരമ്പരയിലെ, സമീപകാലത്തെ ഏറ്റവും ശ്രദ്ധേയമായ രചനയെന്ന നിലയിലാണ് മേരി ഗബ്രിയേലിന്റെ പുസ്തകം നിലകൊള്ളുന്നത്. ഒരു നോവൽ പോലെ വായിച്ചുപോകാവുന്നതെന്ന് ഒട്ടുമിക്കവാറും നിരൂപണങ്ങളിൽ പ്രശംസിക്കപ്പെടുമ്പോൾ തന്നെ 'വീരോചിതമായി ഗവേഷണം ചെയ്യപ്പെട്ടതെന്നും ഈ ഗ്രന്ഥം വിശേഷിപ്പിക്കപ്പെടുന്നുണ്ട്. മിക്കവാറും പരസ്പര വിരുദ്ധമായ ദിശകളിലേക്ക് ഒരു ഗ്രന്ഥത്തെ കൂട്ടിക്കൊണ്ടുപോകാവുന്ന പ്രഭാവങ്ങളാണ് ഇവ. വിക്ടോറിയൻ നോവൽ പോലെ പാരായണക്ഷമതയുള്ള ഒരു ജീവചരിത്രം മാർക്സിസ്റ്റ് രാഷ്ട്രീയ- സാമ്പത്തിക സിദ്ധാന്തങ്ങളുടെ ഫലപ്രദമായ അവതരണം കൂടിയായിരിക്കുക എന്നത് ക്ഷിപ്രസാധ്യമായ കാര്യമല്ല. അസാധാരണമായ ഈ മേളനം അയത്നലളിതമായി നിറവേറ്റിയിരിക്കുന്നു എന്നതാണ് മേരി ഗബ്രിയേലിന്റെ രചനയെ മികവുറ്റതാക്കുന്നത്.

മൂന്ന് വ്യത്യസ്ത സ്രോതസ്സുകളിൽ നിന്നുള്ള വിവരങ്ങളെ അത്യന്തം സൂക്ഷ്മതയോടെ കൂട്ടിയിണക്കാൻ കഴിഞ്ഞതാണ് മേരി ഗബ്രിയേലിന്റെ വിജയത്തിന്റെ അടിസ്ഥാനം. അതിലാദ്യ

ത്തേത് മാർക്സ് കുടുംബത്തിന്റെ (എംഗൽസ് ഉൾപ്പെടെ) ജീവിതവിവരങ്ങളപ്പാടെ ശേഖരിക്കുന്നതിൽ അവർ കാണിച്ച ജാഗ്രതയാണ്. എട്ടുവർഷക്കാലത്തെ അന്വേഷണങ്ങളിലൂടെയാണ് മേരി ഗബ്രിയേൽ ഈ പുസ്തകത്തിനാവശ്യമായ വിവരങ്ങളത്രയും സമാഹരിച്ചത്. അംസ്റ്റാർഡാമിലെ ഇന്റർ നാഷണൽ ഇൻസ്റ്റിറ്റ്യൂട്ട് ഓഫ് സോഷ്യൽ ഹിസ്റ്ററി (IISH) യിലെയും (മാർക്സിന്റെയും എംഗൽസിന്റെയും മുഴുവൻ രചനകളും പ്രസിദ്ധധീകരിക്കുന്ന വിപുലമായ ഒരു പദ്ധതിയുടെ നടത്തിപ്പുകാർ ഈ സ്ഥാപനമാണ്. 1930 ഓടെ 120 വാല്യങ്ങളായി പൂർത്തീകരിക്കപ്പെടാവുന്ന നിലയിലാണ് ഇത് സംവിധാനം ചെയ്തിരിക്കുന്നത്. ഇതിനകം പുറത്തു വന്നത് 60 വാല്യങ്ങളാണ്. മോസ്കോയിലെ സോഷ്യോ പൊളിറ്റിക്കൽ ലൈബ്രറിയിലെയും ലണ്ടനിലെ മാർക്സ് മെമ്മോറിയൽ ലൈബ്രറിയിലെയും സമസ്ത രേഖകളും പരിശോധിച്ചുകൊണ്ടാണ് അവർ ഈ ഗ്രന്ഥത്തിനാവശ്യമായ വസ്തുതകൾ സമാഹരിച്ചിട്ടുള്ളത്. മാർക്സിന്റെയും മാർക്സ് കുടുംബത്തിന്റേതുമായ (എംഗൽസ് ഉൾപ്പെടെ) എല്ലാ രേഖകളും കത്തുകളും പരിശോധിച്ച് അവയിൽ നിന്ന് പുതിയ വിവരങ്ങൾ സമാഹരിച്ചതിന്റെയും ഡേവിഡ് മക്ലെലനും ടെറിൽ കാർവറും ഉൾപ്പെടെയുള്ള മാർക്സ് -എംഗൽസ് പണ്ഡിതന്മാരുമായി ചർച്ച ചെയ്ത് അവയെ സംബന്ധിച്ച് സമ്പൂർണ്ണ വ്യക്തത കൈവരിച്ചതിന്റെയും ബലം മേരി ഗബ്രിയേലിന്റെ പുസ്തകത്തിൽ ആർക്കും അനുഭവവേദ്യമാകും. മാർക്സ് കുടുംബത്തിന്റെ ജീവിത വിവരങ്ങൾ കഴിഞ്ഞാൽ, പത്തൊമ്പതാം നൂറ്റാണ്ടിന്റെ രാഷ്ട്രീയ ചരിത്രമാണ് ഗ്രന്ഥകാരി തന്റെ അടുത്ത വിവര സ്രോതസ്സായി ഉപയോഗപ്പെടുത്തിയിരിക്കുന്നത്. പ്രത്യേകിച്ചും പത്തൊമ്പതാം ശതകത്തിലെ ജർമ്മനിയുടെയും ഫ്രാൻസിന്റെയും ഇംഗ്ലണ്ടിന്റെയും ചരിത്രം മാർക്സ് കുടുംബത്തിന്റെ ജീവചരിത്രവുമായി ആഴത്തിൽ കെട്ടുപിണഞ്ഞു കിടക്കുന്ന ഈ മേഖലയെക്കുറിച്ചുള്ള സൂക്ഷ്മജ്ഞാനം മേരി ഗബ്രിയേലിന്റെ ഗ്രന്ഥത്തിന്റെ മറ്റൊരു ബലിഷ്ഠമായ അടിത്തറയാണ്. ഇതോടൊപ്പം, ഇതേ അളവിലല്ലെങ്കിലും മാർക്സിന്റെ രാഷ്ട്രീയ-സാമ്പത്തിക ചിന്തയിലേക്ക് വെളിച്ചം വീശുന്ന മൂന്നാമതൊരു ധാരയും ഈ പുസ്തകത്തിലുണ്ട്. മൂന്ന് ദിശകളിലേക്ക് നീങ്ങാവുന്ന ഈ ധാരകളെ അനന്യമായ വൈഭവത്തോടെ കൂട്ടിയിണക്കുന്നു എന്നതിനാലാണ് മേരി ഗബ്രിയേൽ എന്ന ജീവചരിത്രകാരി, സമീപകാലത്തെ എല്ലാ മാർക്സ് ജീവചരിത്ര രചയിതാക്കളെയും മോഹിപ്പിക്കാവുന്ന രചനാഭംഗിയുടെ ഉടമയായിത്തീരുന്നത്.

'പ്രണയവും മൂലധനവും' എന്ന ശീർഷകം സൂചിപ്പിക്കുന്നതുപോലെ, മാർക്സിന്റെ മഹാഗ്രന്ഥമായ മൂലധനത്തിന്റെ രചന

യ്ക്കു പിന്നിലെ യാതനാഭരിതവും സ്നേഹനിർഭരവും സഹന പൂർണവുമായ ജീവിതത്തിന്റെ കഥയാണ് ഈ പുസ്തകം അനാവരണം ചെയ്യുന്നത്. എന്നാൽ ഫ്രാൻസിസ് വിൻ എഴുതിയ 'മൂലധനത്തിന്റെ ജീവചരിത്രം' പോലൊരു ഗ്രന്ഥമേയല്ല ഇത്. 1835-ലെ മാർക്സിന്റെ ജീവിതത്തിൽ നിന്നു തുടങ്ങി 1910-ൽ മാർക്സിന്റെ മകളായ ലോറയുടെയും മരുമകനായ പോൾ ലഫാർഗുവിന്റെയും മരണം വരെയുള്ള സംഭവപരമ്പരകളുടെ വിശദാംശങ്ങളിലൂടെ സഞ്ചരിച്ചു കൊണ്ടാണ് ഈ ഗ്രന്ഥം മൂലധനത്തെക്കുറിച്ചും അതിനു പിന്നിലെ യാതനാപൂർണമായ ജീവിതങ്ങളെക്കുറിച്ചും പറയുന്നത്. ഇതിനിടയിൽ എംഗൽസും മാർക്സിന്റെ ഭാര്യയും മക്കളും മാത്രമല്ല മാർക്സ് കുടുംബത്തിലെ നിത്യസാന്നിധ്യമായ ഹെലൻ ഡിമത്തും എണ്ണമറ്റ രാഷ്ട്രീയ അഭയാർഥികളുമെല്ലാം വന്നുപോയ്ക്കൊണ്ടിരിക്കുന്നു. മാർക്സിന്റെ സ്വഭാവത്തിലെ സവിശേഷ പ്രകൃതവും ഹെലൻ ഡിമത്തുമായി അദ്ദേഹത്തിനുണ്ടായിരുന്ന ബന്ധവുമെല്ലാം ഇതിന്റെ ഭാഗമായി ചർച്ച ചെയ്യപ്പെടുന്നുണ്ട്. ഒരു വൻ രാഷ്ട്രീയ-ചിന്താ വിപ്ലവത്തിന് തുടക്കം കുറിക്കുമെന്ന് പ്രതീക്ഷിക്കപ്പെട്ടിരുന്ന മൂലധനത്തിന്റെ പ്രസാധനം മാർക്സ് കുടുംബത്തെ നിരാശയിലാഴ്ത്തിയതിന്റെ ചിത്രവും ഇതൊടൊപ്പം കാണാം. മൂലധനം എഴുതാൻ വേണ്ടി താൻ വലിച്ചുതീർത്ത സിഗരറ്റുകളുടെ വിലപോലും തനിക്കതിൽനിന്ന് പ്രതിഫലമായി ലഭിച്ചില്ലെന്ന് പറയുന്ന മാർക്സിന്റെ ഹതാശമായ ജീവിതാവസ്ഥയും ഇത്തരം തിരിച്ചടികൾക്കു ശേഷവും അധൃഷ്യമായി തുടരുന്ന അദ്ദേഹത്തിന്റെ ഇച്ഛാശക്തിയും ഈ ഗ്രന്ഥത്തിന്റെ ആഖ്യാനത്തിൽ തമ്മിൽത്തമ്മിൽ ഇഴപിരിഞ്ഞു നിൽക്കുന്നു.

മേരിഗബ്രിയേലിന്റെ ഭാഷയുടെ ചാരുതയും ഓജസ്സും കൈമോശം വരാത്ത ഭാഷയിലാണ് സി.എം. രാജൻ തന്റെ പരിഭാഷ നിർവ്വഹിച്ചിരിക്കുന്നത്. എന്നാൽ, മുൻപ് സൂചിപ്പിച്ചതു പോലെ ഉദ്ധരണികളുടെയും സൈദ്ധാന്തിക സങ്കൽപനങ്ങളുടെയും വിവർത്തനത്തിൽ കാര്യമായ ചില പ്രശ്നങ്ങൾ ഉണ്ട്. മാർക്സിസ്റ്റ് സങ്കൽപനങ്ങളെ വാച്യാർഥത്തിൽ വിവർത്തനം ചെയ്യാൻ ശ്രമിച്ചത് ചിലപ്പോൾ വഴിതെറ്റിപ്പോവുന്നുണ്ട്. മേരി ഗബ്രിയേലിന്റെ വിപുലമായ അടിക്കുറിപ്പുകളപ്പാടെ ഒഴിവാക്കിയത്. (മൂലഗ്രന്ഥത്തിൽ അത് എൺപതോളം പുറങ്ങൾ വരുന്നുണ്ട്) പേജുകളുടെ എണ്ണം കുറയ്ക്കാനാണെങ്കിലും അക്കാര്യം സൂചിപ്പിക്കേണ്ടതായിരുന്നു. അവർ നൽകിയ കഥാപാത്ര സൂചിക (Character List), കാലാനുക്രമണിക (Timeline), ഭൂപടങ്ങൾ (യൂറോപ്പ്, ജർമ്മനി, ലണ്ടൻനഗരം, എന്നിവയുടെ) ഗ്രന്ഥസൂചി, പദസൂചി എന്നിവ പരിഭാഷയിൽ ഒഴിവാക്കിയതിനും ന്യായം കണ്ടെത്താം. എന്നാൽ

ഗ്രന്ഥകാരിയുടെ നാലുപുറം മാത്രം വരുന്ന ആമുഖക്കുറിപ്പ് പരിഭാഷയിൽ ഒഴിവാക്കിയതിന് ന്യായീകരണമൊന്നുമില്ല. അതു പോലെ പുസ്തകാവസാനം അവർ നൽകിയ കടപ്പാടുകളുടെ പട്ടികയും. ഗ്രന്ഥകർത്താവിന്റെ ആമുഖത്തെയും കടപ്പാടുകളെ യും അപ്രധാനവും അപ്രസക്തവുമായി ഒരു പ്രസാധനവും കണ ക്കാക്കിക്കൂടാ.

ഇതിനെല്ലാം ശേഷവും 'പ്രണയവും മൂലധനവും' എന്ന ഗ്രന്ഥം മലയാളത്തിലെ മാർക്സിസ്റ്റ് സാഹിത്യശേഖരത്തിലെ ഏറ്റവും ശ്രദ്ധേയമായ മുതൽക്കൂട്ടുകളിലൊന്നായിത്തന്നെ തുടരുന്നു. പ്ര സാധനത്തിന്റെ പ്രാരംഭദിശയിലുള്ള ഒരു സ്ഥാപനം ഇത്തരമൊരു ഗ്രന്ഥം വിവർത്തനം ചെയ്ത് പ്രസിദ്ധീകരിക്കാൻ മുന്നിട്ടിറങ്ങി യതിനു പിന്നിലെ സമർപ്പണ ബുദ്ധി ശ്ലാഘനീയവും ആദരണീ യവുമാണ്. മാർക്സിസത്തിന്റെയും മാർക്സിന്റെയും കെട്ടു പോകാത്ത ചൈതന്യം നമ്മുടെ ജീവിതത്തെ എങ്ങനെയയെല്ലാം പ്രശോഭിതവും പ്രചോദിതവുമാക്കിക്കൊണ്ടിരിക്കുന്നു എന്നതിന്റെ മികച്ച സാക്ഷ്യപത്രമാണ് സുമേഷും നസീമയും രാജനും ഇൻ്റൈ സറ്റ് പബ്ലിക്കയും ചേർന്ന് പുറത്തുകൊണ്ടുവന്ന ഈ പുസ്തകം. മാർക്സിസത്തിൽ തൽപരരായ മുഴുവൻ മലയാളികളുടെയും സ്നേഹാദരങ്ങൾ ഇവരും ഈ ഗ്രന്ഥവും അർഹിക്കുന്നുണ്ട്.

(2014)

# സംസ്കാരം:
# മാർക്സിസ്റ്റ് വിമർശം

ചരിത്രത്തെ സ്പർശിക്കാതിരിക്കുമ്പോൾ മാത്രമാണ് ഫൊയർബാഹ് ഭൗതികവാദിയാകുന്നത് എന്ന് മാർക്സ് ഒരിക്കൽ എഴുതിയിട്ടുണ്ട്. ഭൗതികതയെ അമൂർത്തമായ ഒരു പഠനവിഷയമായി, ധ്യാനാത്മകചിന്തയുടെ ഗണങ്ങളിലൊന്നായി, പരിഗണിക്കുന്ന ഫൊയർബാഹിന്റെ സമീപനത്തെ വിമർശിക്കുമ്പോഴാണ് അദ്ദേഹം ഉപഹാസപൂർവം ഇങ്ങനെ പറഞ്ഞത്. ഒരർഥത്തിൽ കേരളത്തിൽ ഇപ്പോൾ 'മാർക്സിസ്റ്റ് സംസ്കാരവിമർശനം' എന്നപേരിൽ അരങ്ങേറുന്ന കമ്പക്കെട്ടുകൾക്കും ബാധകമാണ് ഈ വിമർശനം. ചരിത്രബന്ധങ്ങളെയും അതിൽനിന്ന് പൊട്ടിപ്പടരുന്ന അനുഭവസങ്കീർണതകളെയും എല്ലാം ഒഴിച്ചുനിർത്തി, കൺവട്ടത്തു വരുന്നതിനെയെല്ലാം കാടടച്ചുവെടിവെക്കുന്ന ഒരേർപ്പാടായി അത് മാറിത്തീർന്നിരിക്കുന്നു. വിപ്ലവകരമായിരിക്കുക എന്നതിനർഥം വേരുകളിലേക്ക് പോവുക എന്നതുതന്നെയാണെന്ന് മാർക്സ് എഴുതിയിട്ട് ഒന്നര നൂറ്റാണ്ട് കഴിഞ്ഞിരിക്കുന്നു. ഇവിടെയാകട്ടെ പച്ചിലപ്പടർപ്പിനും ചില്ലകൾക്കുമപ്പുറം മറ്റൊന്നും കാണാത്ത ഒരു വിചാരപരിസരമാണ് തെഴുക്കുന്നത്. അനുഭവകഥകളും ഓർമക്കുറിപ്പുകളുമാണ് സാമൂഹികവിശകലനത്തിന്റെ മാതൃകാപാഠങ്ങൾ എന്ന് തെറ്റിദ്ധരിപ്പിക്കുന്ന സമകാലിക ലീലാപരതയ്ക്ക് ഇണങ്ങുന്നമട്ടിൽ, താത്വികപരിപ്രേക്ഷ്യത്തിന്റെ പിൻബലമോ ചരിത്രാനുഭവങ്ങളുടെ പിന്തുണയോ കൂടാതെ താന്താങ്ങളുടെ തോന്നലുകളെല്ലാം സംസ്കാരവിമർശനമായി അവതരിപ്പിക്കുന്ന വിചിത്രമായ ഒരു സ്ഥിതിവിശേഷം ഇപ്പോൾ മലയാളത്തിലെ 'മാർക്സിസ്റ്റ് സാംസ്കാരിക' വിശകലനരംഗത്ത് പ്രബലമാണ്. അന്തിമമായി മാർക്സിസത്തെതന്നെ പരാജയപ്പെടുത്താൻ പോന്ന വിധത്തിൽ അത് തനിമാവാദത്തെയും അനുഭവൈകവാദത്തെയും സ്വത്വവാദത്തെയുമെല്ലാം ഇടതുപാളയത്തിലെത്തിക്കുന്നുമുണ്ട്. ഇടതുപക്ഷത്തിന്റെ

---

ഡോ. ടി.കെ രാമചന്ദ്രൻ - *കാഴ്ചയുടെ കോയ്മ*

സൈദ്ധാന്തിക ജാഗ്രത അത്രമേൽ 'ഭദ്ര'മായതിനാൽ ഇതൊന്നും ആരും ശ്രദ്ധിക്കുന്നില്ലെന്നു മാത്രം!

ഡോ. ടി.കെ. രാമചന്ദ്രന്റെ 'കാഴ്ചയുടെ കോയ്മ' എന്ന കൃതിയുടെ മൗലിക പ്രാധാന്യം അത് മാർക്സിസ്റ്റ് സംസ്കാരവിമർശനത്തെ ഇത്തരത്തിലുള്ള ലളിത സമവാക്യങ്ങളിലേക്ക് ചുരുക്കുന്നില്ല എന്നതാണ്. മാർക്സിസത്തിന്റെ രാഷ്ട്രീയ ഉള്ളടക്കത്തെ മറ്റെന്തെങ്കിലുംകൊണ്ട് പകരംവെക്കാൻ ശ്രമിക്കാതെ, സമകാലികാവസ്ഥയോട് സംവദിക്കാനുള്ള ശ്രമമാണ് ഈ കൃതി നടത്തുന്നത്. അതോടൊപ്പം മാർക്സിസ്റ്റു ചിന്തയ്ക്കുമേൽ സോവിയറ്റ് പാരമ്പര്യം കെട്ടിക്കേറ്റിയ വിധിവാദത്തിന്റെ വിഴുപ്പുകൾ ചുമക്കാതിരിക്കാനും ഈ ഗ്രന്ഥം ശ്രദ്ധിക്കുന്നുണ്ട്. സംസ്കാരത്തെ സവിശേഷമായ ചരിത്രബന്ധങ്ങളാൽ നിർണയിക്കപ്പെടുന്ന അനുഭവലോകമായി പരിഗണിച്ചുകൊണ്ട്, അതിലുൾച്ചേർന്ന രാഷ്ട്രീയ വിവക്ഷകളെയും പ്രത്യയശാസ്ത്രപ്രേരണകളെയും വെളിപ്പെടുത്താനാണ് ഈ കൃതിയിലെ പ്രബന്ധങ്ങൾ പണിപ്പെടുന്നത്. ആ നിലയിൽ മലയാളത്തിലെ മാർക്സിസ്റ്റ് സംസ്കാര വിമർശനമേഖലയിലെ വലിയ സാന്നിധ്യങ്ങളിലൊന്നായിത്തീരാൻ ഈ ഗ്രന്ഥത്തിന് കഴിഞ്ഞിരിക്കുന്നു.

ദൃശ്യസംസ്കാരം, സംസ്കാരം/ ദർശനം, കല/ സാഹിത്യം എന്നിങ്ങനെ മൂന്നു ഭാഗങ്ങളിലായി ക്രോഡീകരിക്കപ്പെട്ട പന്ത്രണ്ട് പഠനങ്ങളാണ് ഈ സമാഹാരത്തിലുള്ളത്. കായികവിനോദങ്ങളുടെ ചിഹ്നശാസ്ത്രത്തെക്കുറിച്ചുള്ള മൂന്നുപേജിലൊതുങ്ങുന്ന ചെറുകുറിപ്പും വി.കെ.എൻ. സാഹിത്യത്തെക്കുറിച്ചുള്ള, ആറു പേജുകൾ മാത്രം വരുന്ന ലേഖനവും മുതൽ സംസ്കാരവിമർശനത്തിന്റെ വ്യാപ്തിയും പ്രസക്തിയും ചർച്ചചെയ്യുന്ന തൊണ്ണൂറു പുറങ്ങളുള്ള ദീർഘപഠനംവരെ ഈ സമാഹാരത്തിൽ ഉൾപ്പെടുത്തിയിട്ടുണ്ട്. ദൃശ്യസംസ്കാരം, കായികസംസ്കാരം, കേരളീയ നവോത്ഥാനം, സംസ്കാരവിമർശം, ബ്രഹ്ത്തിയൻ കലാസിദ്ധാന്തം, വി.കെ.എൻ സാഹിത്യം, മാർക്കേസിന്റെ കഥനപദ്ധതി എന്നിങ്ങനെ വൈവിധ്യമാർന്ന പ്രമേയങ്ങളെ മുൻനിർത്തി 1983 മുതൽ രണ്ടു പതിറ്റാണ്ടു കാലത്തിനിടയിൽ എഴുതിയ പഠനങ്ങളാണവ. ഇങ്ങനെ, പ്രമേയപരമായും രചനാകാലത്തെ മുൻനിർത്തിയും ഒട്ടൊക്കെ പരസ്പരഭിന്നമായിരിക്കുമ്പോൾത്തന്നെ സംസ്കാരസ്വരൂപത്തിന്റെ രാഷ്ട്രീയവിവക്ഷകളെ സംബന്ധിച്ച അന്വേഷണങ്ങൾ എന്ന നിലയിലുള്ള ഒരു തുടർച്ച അവ നിലനിർത്തുന്നുണ്ട്. ഉത്തരാധുനികമായ സാംസ്കാരികമാത്രവാദത്തോടും അതുയർത്തിക്കൊണ്ടുവരുന്ന സാംസ്കാരിക രാഷ്ട്രീയത്തോടും വിമർശനപരമായ അകലം പുലർത്തിക്കൊണ്ട്

സാംസ്കാരിക ഭൗതികവാദത്തിന്റെ താവഴിയിൽ ഉറച്ചുനിൽക്കാനാണ് ഈ പ്രബന്ധങ്ങൾ ശ്രമിക്കുന്നത്. സംസ്കാരവിമർശനത്തിന്റെ പതിവുക്രമങ്ങളിൽനിന്ന് ഈ പഠനങ്ങളെ വേർതിരിച്ചു നിർത്തുന്നതും ഇതുതന്നെ.

ദൃശ്യസംസ്കാരം എന്ന ഒന്നാംഭാഗത്തിൽ വർത്തമാനകാല സാംസ്കാരിക ജീവിതത്തിൽ ദൃശ്യപരത കൈയാളുന്ന പദവിയെ അതിന്റെ രാഷ്ട്രീയാർഥങ്ങളെയും പ്രത്യയശാസ്ത്ര വിവക്ഷകളെയും മുൻനിർത്തി വിശകലനം ചെയ്യുന്ന നാലു പഠനങ്ങളാണ് ഉൾപ്പെടുത്തിയിട്ടുള്ളത്. ഉത്തരാധുനിക സമൂഹത്തെയും സംസ്കൃതിയെയും കെട്ടുകാഴ്ചയുടെ സമൂഹമായി (Socitey of Spectacle) വിലയിരുത്തുന്ന വിമർശനാത്മകചിന്തയുടെ പാതയിലൂടെയാണ് ഈ പഠനങ്ങൾ സഞ്ചരിക്കുന്നത്. യാഥാസ്ഥിതികതയുടെ പ്രതിതരംഗം കേരളീയജീവിതത്തിൽ മേൽക്കൈ നേടിയതിന്റെ പിന്നാമ്പുറത്ത് മൂന്ന് അടിസ്ഥാന വസ്തുതകൾ നിലനിൽക്കുന്നതായി 'കാഴ്ചയുടെ കോയ്മ' എന്ന ആദ്യപ്രബന്ധത്തിൽ ടി.കെ. രാമചന്ദ്രൻ പറയുന്നു. ഒന്നാമത്തേത് ഫ്യൂഡൽ വിരുദ്ധസമരം ഒട്ടൊക്കെ പൂർത്തിയായതോടെ ഇടതുപക്ഷം നേരിട്ട സൈദ്ധാന്തിക പ്രതിസന്ധിയാണ്. ഇതോടൊപ്പം 1960 കളിൽ വൻതോതിൽ വികാസം നേടിയ സംസ്കാരവ്യവസായത്തിന്റെ സ്വാധീനവും. ഇതിന്റെ ഉത്പന്നമായ ജനപ്രിയ കലയുടെ എതിർ ധ്രുവമായി രംഗത്തെത്തിയ ആധുനികകലയുടെ വരേണ്യസ്വഭാവവും ഈ അതിയാഥാസ്ഥിതികത്വത്തിന്റെ പ്രഭവകേന്ദ്രങ്ങളായി. കണ്ണായിച്ചുരുങ്ങുന്ന മാനുഷികസ്വത്വവും കെട്ടുകാഴ്ചയായി ത്തീർന്ന അനുഭവമേഖലയും എന്ന നിലയിലേക്കുള്ള കേരളീയ മുഖ്യധാരാ ജീവിതാവബോധത്തിന്റെ പരിവർത്തനം അരങ്ങേറിയതിങ്ങനെയാണ്. ജനപ്രിയസംസ്കാരം, ആധുനികകല/ സാഹിത്യം എന്നിവയെക്കുറിച്ചുള്ള ടി.കെ.ആറിന്റെ നിഗമനങ്ങളോട് വിശദാംശങ്ങളിൽ വിയോജിപ്പുകൾ ഉണ്ടാവുക സ്വാഭാവികമാണ്. പ്രത്യേകിച്ചും ഇവയെക്കുറിച്ചുള്ള വാൾട്ടർ ബെഞ്ചമിന്റെയും ബ്രഹ്ത്തിന്റെയും മറ്റും നിരീക്ഷണങ്ങളുടെ പശ്ചാത്തലത്തിൽ. എന്നാൽ ഇടതുപക്ഷത്തിന്റെ സൈദ്ധാന്തിക പ്രതിസന്ധിയെക്കുറിച്ചുള്ള നിരീക്ഷണം തീർച്ചയായും ആഴമേറിയ വിശകലനം ആവശ്യപ്പെടുന്നുണ്ട്. ആധുനികത എന്ന ചരിത്രാനുഭവത്തെ വിലയിരുത്തുന്നതിലും അതുമായുള്ള വൈരുധ്യാത്മകബന്ധം മനസ്സിലാക്കുന്നതിലും കേരളീയ ഇടതുപക്ഷം വിജയിച്ചിട്ടില്ല. ഇന്ന് ഇടതുപക്ഷം അഭിമുഖീകരിക്കുന്ന പല പ്രശ്നങ്ങളുടെയും അടിസ്ഥാന കാരണവും അതുതന്നെയാണ്. സ്വത്വവാദമുൾപ്പെടെയുള്ള കാഴ്ചപ്പാടുകൾക്ക് ഇടതുപക്ഷധാരണകളെ വിഭ്രമിപ്പിക്കാൻ കഴിയുന്നതും അതുകൊണ്ടാണ്. ഇതെല്ലാം മുൻനിർത്തി

ആലോചിച്ചാൽ ഇടതുപക്ഷവും ആധുനികതയും എന്ന പ്രമേയം ഈ പ്രബന്ധത്തിൽ സൂചിപ്പിക്കപ്പെട്ടതിനേക്കാൾ ഗൗരവമേറിയ ഒന്നാണെന്ന് വ്യക്തമാകും. ജനപ്രിയസംസ്കാരത്തിന്റെയും ആധുനികകലയുടെയും പ്രശ്നങ്ങൾ ഏറിയകൂറും, ഈ പ്രമേയത്തിന്റെ തുടർച്ചയിൽ വിലയിരുത്തപ്പെടേണ്ട ഒന്നാണെന്നും കാണാനാകും. കേരളത്തിലെ ഇടതുപക്ഷചിന്ത അർഥപൂർണമായി വികസിപ്പിച്ചെടുക്കേണ്ട ഒന്നായി അത് ഇപ്പോഴും ബാക്കിനിൽക്കുന്നു.

സംസ്കാരം/ദർശനം എന്ന ശീർഷകത്തിനു കീഴിൽ നാലു പ്രബന്ധങ്ങളാണ് രണ്ടാം ഭാഗത്തുള്ളത്. വർത്തമാനകാല കേരളീയാവസ്ഥയുടെ സാംസ്കാരികസ്വരൂപം വിശകലനം ചെയ്യുന്ന രണ്ട് പ്രബന്ധങ്ങളും സംസ്കാരവിമർശനത്തിന്റെ മാർക്സിസ്റ്റ് പരിപ്രേക്ഷ്യം വിശദീകരിക്കാൻ ശ്രമിക്കുന്ന രണ്ട് പ്രബന്ധങ്ങളുമെന്ന് ഇവയെ സാമാന്യമായി വകതിരിക്കാം. ഇവയിൽ 'സാംസ്കാരികവിമർശനത്തിന്റെ വ്യാപ്തിയും പ്രസക്തിയും' എന്ന മൂന്നാമത്തെ സുദീർഘപ്രബന്ധം ഈ ഭാഗത്തിന്റെയെന്നല്ല, ഈ കൃതിയുടെതന്നെ കേന്ദ്രമായി നിലകൊള്ളുന്ന ഒന്നാണ്. വാസ്തവത്തിൽ, സംസ്കാരവിമർശനത്തിന്റെ മാർക്സിസ്റ്റ് പരിപ്രേക്ഷ്യം എന്നതിലുപരി, മാർക്സിസ്റ്റ് ചിന്തയുടെതന്നെ സാരസംഗ്രഹമാകാൻ പണിപ്പെടുന്ന ഒന്നാണീ പ്രബന്ധം. മാർക്സിസത്തെ സംബന്ധിച്ചിടത്തോളം സംസ്കാരം, വിപ്ലവം, ജ്ഞാനസിദ്ധാന്തം, പ്രത്യയശാസ്ത്രം, ചരിത്രം, സമ്പദ്‌വിചാരം, രാഷ്ട്രമീമാംസ എന്നിങ്ങനെ വിവിധ വിഷയങ്ങളായി വകതിരിഞ്ഞു നിൽക്കുന്ന ഒന്നല്ല ജീവിതവും അതേക്കുറിച്ചുള്ള ആലോചനകളും. അതുകൊണ്ടുതന്നെ മേല്പറഞ്ഞ നിലയിലുള്ള ഒരു ആകെക്കാഴ്ചയ്ക്ക് ന്യായീകരണമുണ്ട്. അതോടൊപ്പം മാർക്സിസ്റ്റ് സംസ്കാരചിന്തയെക്കുറിച്ച് മലയാളത്തിലുണ്ടായ ഏറ്റവും ഗഹനമായ അന്വേഷണങ്ങളിലൊന്ന് എന്ന നിലയിലും ഈ പ്രബന്ധം പ്രസക്തിയർഹിക്കുന്നു. എന്നാൽ '1983ൽ കലാവിമർശം: മാർക്സിസ്റ്റ് മാനദണ്ഡം' എന്ന ഗ്രന്ഥത്തിൽ പ്രത്യക്ഷപ്പെട്ട ഈ പ്രബന്ധം അതേപടി വീണ്ടും വരുമ്പോൾ പല പ്രശ്നങ്ങളും അതോടൊപ്പം വന്നുചേരുന്നത് കാണാതിരിക്കാനാവില്ല. 'എൺപതുകളിൽ ജീവിക്കുന്ന നമുക്ക്' (പുറം 98) എന്നതുപോലുള്ള പ്രസ്താവങ്ങളിലൂടെ കടന്നുപോകുമ്പോൾ അനുഭവപ്പെടുന്ന അലോസരങ്ങൾ മാത്രമല്ല അത്. മറിച്ച്, ഈ കൃതിയുടെ ആധാരപ്രമാണമായി പരിഗണിച്ചിട്ടുള്ള സാംസ്കാരിക ഭൗതികവാദത്തിന്റെ വെളിച്ചം ഈ പ്രബന്ധത്തിൽ പതിഞ്ഞിട്ടില്ല എന്നതുകൂടിയാണ്. അത്തരം വെളിച്ചങ്ങളെക്കൂടി ഉപയോഗപ്പെടുത്തുന്ന ഒരു നവീകരണത്തിന് വിധേയമാക്കിയിരുന്നുവെങ്കിൽ ആധുനികത, ജ്ഞാനോദയം,

ആധുനികാനന്തരത, മാർക്സിസം ഇവ തമ്മിലുള്ള വൈരുധ്യാത്മകബന്ധത്തെ സൂക്ഷ്മതലത്തിൽ വിശദീകരിക്കുന്ന ഒന്നായി ഇത് മാറിത്തീർന്നേനെ. നിലവിൽ പ്രാബല്യമുള്ള 'മാർക്സിസ്റ്റ് സംസ്കാരപഠന'ത്തെ മുൻനിർത്തുമ്പോൾ, മലയാളത്തിൽ ഇത്തരമൊരു പഠനം ഉണ്ടായിത്തീരുക ഒട്ടും എളുപ്പമല്ല. ഈ കാര്യംകൂടി ആലോചിക്കുമ്പോൾ ഈ പരിമിതി കുറേക്കൂടെ ഗൗരവമുള്ളതായിത്തീരുന്നുണ്ട്.

അവസാനഭാഗത്തിലെ (കല/ സാഹിത്യം) നാലു പ്രബന്ധങ്ങളിൽ ബ്രഹ്ത്ത്, മാർക്വേസ്, വി.കെ.എൻ. തുടങ്ങിയവരുടെ കലാസിദ്ധാന്തങ്ങളുടെയും കഥനപദ്ധതിയുടെയും വിശദീകരണമാണ് ഉള്ളത്. അതോടൊപ്പം മലയാളത്തിലെ രാഷ്ട്രീയ ആധുനികത (Political Modernism)യുടെ പ്രതിനിധികളായ കഥാകൃത്തുക്കളുടെ രചനകളെ മുൻനിർത്തിയുള്ള ചില ആലോചനകളും ഈ ഭാഗത്തുണ്ട്. ബ്രഹ്ത്തിയൻ കലാദർശനങ്ങളെക്കുറിച്ചു ചർച്ചചെയ്യുന്ന പഠനം, സമകാലികചിന്തയുടെ കേന്ദ്രത്തിൽ നിലയുറപ്പിച്ചുകൊണ്ട്, മാർക്സിസ്റ്റ് ചിന്തയുമായി സംവദിക്കാനുള്ള ശ്രമംകൂടിയാണ്. ചലനാത്മകമായ ചരിത്രപ്രക്രിയയ്ക്ക് അനുപൂരകമായ കർത്തൃത്വസങ്കല്പത്തിന്റെ അഭാവം എന്ന, മാർക്സിസ്റ്റ് ചിന്തയുടെ പ്രതിസന്ധികളിലൊന്നായി ജൂലിയ ക്രിസ്തേവ ചൂണ്ടിക്കാണിക്കുന്ന, പ്രശ്നം അവിടെ ഉന്നയിക്കപ്പെട്ടിട്ടുണ്ട്. എന്നാൽ, ഈ പ്രമേയത്തെ മുൻനിർത്തുന്ന ആഴമേറിയ ഒരന്വേഷണം അവിടെയില്ല. നിശ്ചയമായും ടി.കെ. ആറിനെപ്പോലൊരാൾ ഏറ്റെടുക്കേണ്ട അന്വേഷണമാണത്; മറ്റൊരു പുസ്തകത്തിന്റെ രൂപത്തിൽ തന്നെ.

ഈ നിലയിൽ സംസ്കാരവിമർശം എന്നത് ഗാഢമായ താത്വികാന്വേഷണങ്ങളെയും നിശിതമായ ചരിത്രാവബോധത്തെയും കൂട്ടിയിണക്കുന്ന പഠനപദ്ധതിയാണെന്ന് തെളിയിക്കുന്ന ഒന്നാണ് കാഴ്ചയുടെ കോയ്മ എന്ന പുസ്തകം. അനുഭവമാത്രവാദം കൊടിയേറി നിൽക്കുകയും സ്വകാര്യവെളിപാടുകൾ സംസ്കാരവിചാരങ്ങളായി വേഷംമാറി വരുകയും ചെയ്യുന്ന ഒരു കാലയളവിൽ ഇത്തരമൊരു കൃതി അതിന്റെ പ്രാഥമികരൂപത്തിൽതന്നെ പ്രബലമായ ഒരു വിമർശന സാന്നിധ്യമായിത്തീരുന്നു. ഒരാളും പ്രാഥമികമായി സാംസ്കാരിക കാരണങ്ങളാൽ മാർക്സിസ്റ്റായിത്തീരുന്നില്ലെന്നും മറിച്ച് സാമ്പത്തിക-രാഷ്ട്രീയനിലപാടുകളാണ് ആരേയും മാർക്സിസത്തിലേക്ക് നയിക്കുക. (No one hardly becomes a Marxist primarily for cultural reasons but for compelling political and economic reasons) എന്നുമുള്ള റെയ്മണ്ട് വില്യംസിന്റെ പ്രസ്താവനയുടെ മലയാളാവിഷ്കാരം കൂടിയായി മാറിത്തീരാൻ

ഈ ഗ്രന്ഥത്തിനു കഴിഞ്ഞിരിക്കുന്നു.

ഇതിനെല്ലാം ശേഷവും ഈ കൃതി ബാക്കിവെക്കുന്ന ആധുനികതാ വിമർശനത്തിന്റെ പൂരിപ്പിക്കാത്ത ഇടങ്ങൾ, ഇതിന്റെ ഭാവിസാധ്യതയായി അവശേഷിക്കുകയാണ്. ആധുനികതയെന്ന ചരിത്രാനുഭവത്തിന്റെ കേന്ദ്രമായി മുതലാളിത്തത്തെ സ്ഥാനപ്പെടുത്തിക്കൊണ്ട് അഥവാ ആധുനികതയെ മുതലാളിത്ത ആധുനികതയായി തിരിച്ചറിഞ്ഞുകൊണ്ട്, ആധുനികതാവിമർശനത്തെ ഇനിയും വികസിപ്പിക്കേണ്ടതുണ്ട്. അഡോർണോയെപ്പോലുള്ള ചിന്തകന്മാരോട് ഏറെ സംവദിക്കുമ്പോഴും, ഇത്തരമൊരു പരിപ്രേക്ഷ്യം ഈ കൃതിയുടെ കേന്ദ്രതാത്പര്യമായി മാറുന്നുണ്ടെന്ന് പറയാനാവില്ല; അതിലേക്ക് നയിക്കുന്ന നിരവധി സൂചനകൾ ഇതിൽ ഉണ്ടെങ്കിലും. സൂചനാരൂപങ്ങളിൽ നിന്ന് സമഗ്രവിമർശനത്തിന്റെ തലത്തിലേക്ക് അവയെ വികസിപ്പിക്കുക എന്നത് നീട്ടിവെക്കാനാവാത്തവിധം അടിയന്തരപ്രാധാന്യമുള്ള ഒന്നാണ് എന്നു മാത്രം പറയട്ടെ.

(2011)

# സംഗീതത്തിന്റെ സാംസ്കാരിക രാഷ്ട്രീയം

'എല്ലാ കലകളും സംഗീതമാകാൻ അഭിലഷിക്കുന്നു' ('All art aspires the status of music') എന്ന വാൾട്ടർ പേയ്റ്ററുടെ വിഖ്യാതമായ നിരീക്ഷണത്തെക്കുറിച്ച് പറയുമ്പോൾ, അത് സംഗീതത്തെക്കുറിച്ച് എന്നതിലുപരി ആധുനികലോകം കലയെക്കുറിച്ച് വച്ചുപുലർത്തിയ ധാരണകളുടെ കൂടി പ്രകാശനമാണെന്ന് റെയ്മണ്ട് വില്യംസ് നിരീക്ഷിക്കുന്നുണ്ട്. പ്രമേയങ്ങളിൽ നിന്നും പ്രതിപാദ്യങ്ങളിൽ നിന്നും വിടുതി നേടിയ കേവലതയുടെ കലയായി സംഗീതത്തെ വിശദീകരിക്കുകയാണ് വാൾട്ടർ പെയ്റ്റർ ചെയ്യുന്നത്. ഇതര കലകളിലും അവയുടെ ആവിഷ്കാരക്രമങ്ങളിലുമെന്നപോലെ സംഗീതത്തിൽ മാധ്യമം മറ്റേതെങ്കിലുമൊരാശയത്തെ ഏറ്റെടുക്കുകയോ, അവയുടെ ഘടനാപരവും ആഖ്യാനപരവുമായ സമ്മർദങ്ങൾക്ക് സ്വയം വിധേയമാവുകയോ ചെയ്യുന്നില്ല. സംഗീതത്തിന്റെ മാധ്യമമായ ശബ്ദം തന്നെയാണ് അതിന്റെ അന്തിമമായ ലക്ഷ്യസ്ഥാനവും. അതുകൊണ്ട്, കാലവും ലോകബന്ധങ്ങളും പുറത്തുനിൽക്കുന്ന, കേവലവും ചരിത്രനിരപേക്ഷവുമായ അനുഭൂതിലോകമാണതെന്ന് വാൾട്ടർ പെയ്റ്റർ കരുതി. കല കലയ്ക്കുവേണ്ടി മാത്രമായി നിലകൊള്ളുന്ന ഒരിടം. ഇത്തരമൊരിടത്തിൽ എത്തിച്ചേരാനാണ് എല്ലാ കലകളും പണിപ്പെടുന്നത്. അങ്ങനെ എല്ലാ കലകളുടെയും പരമമായ ആദർശസ്ഥാനമായി സംഗീതം മാറിത്തീരുന്നു.

കേവലവും ചരിത്രനിരപേക്ഷവുമായ അനുഭൂതിയുടെ ലോകമായി കലയെ നോക്കിക്കാണാനുള്ള ഈ ശ്രമം ആധുനികകലാദർശനത്തെ പല നിലകളിൽ നിർണയിച്ചുപോന്നിട്ടുണ്ട്. പലപ്പോഴും രൂപമാത്രവാദമായാണ് ഇത്തരം ആശയങ്ങൾ കലാപഠനങ്ങളിൽ ഇടം പിടിക്കാറുള്ളത്. സാഹിത്യമടക്കമുള്ള ഇതര ആവിഷ്കാരങ്ങൾ പ്രകടമായിത്തന്നെ പ്രമേയബദ്ധമായിരിക്കുന്നതിനാൽ അവയെ രൂപമാത്രമായി പരിഗണിക്കുന്നതും വിശദീകരിക്കുന്ന

ഷിബു മുഹമ്മദ് - *ഉടലുകൾ പാടുമ്പോൾ*

തും എളുപ്പമല്ല. (അത്തരം ശ്രമങ്ങൾ ഉണ്ടായിട്ടില്ലെന്നല്ല; അവ ഏറെയൊന്നും സ്വീകാര്യത നേടിയിട്ടില്ല എന്നു മാത്രം). എന്നാൽ സംഗീതത്തെ സംബന്ധിച്ച് കാര്യങ്ങൾ വ്യത്യസ്തമാണ്. പ്രമേയ നിരപേക്ഷമായ കേവലരൂപമായി ശബ്ദത്തെ വിഭാവനം ചെയ്യുക താരതമ്യേന എളുപ്പമാണ് എന്നതിനാൽ സംഗീതവിചാരങ്ങൾ ഒരു ഭാഗത്ത് രൂപനിഷ്ഠപഠനങ്ങളായും മറുഭാഗത്ത് അതുളവാക്കുന്ന ലാവണ്യാനുഭൂതിയെ വിശദീകരിക്കാൻ (?) ശ്രമിക്കുന്ന അതിഭൗതികവാങ്മയങ്ങളായും മാറി. മറ്റേതൊരു കലാവിഷ്കാരത്തേക്കാളുമധികം മനുഷ്യവംശചരിത്രത്തിൽ വേരുപിടിച്ചു നിൽക്കുന്നതും, മനുഷ്യവംശം ഏറ്റവുമധികം പങ്കുപറ്റിയതുമായ ഒരു കലാരൂപം അങ്ങനെ ചരിത്രനിരപേക്ഷമായ ഒരാവിഷ്കാരമായി ആധുനികകലാചരിത്രത്തിന്റെ മുഖ്യധാരയിൽ പ്രതിഷ്ഠിക്കപ്പെട്ടു. കലയുടെയും അനുഭൂതിയുടെയും ചരിത്രപരതയെ ഉയർത്തിപ്പിടിക്കാൻ ശ്രമിച്ച മാർക്സിസ്റ്റ് വിമർശനത്തിന്റെ മുഖ്യധാരയാകട്ടെ, രൂപത്തെ ചരിത്രവത്ക്കരിക്കുന്നതിൽ പുലർത്തിയ അക്ഷന്തവ്യമായ പോരായ്മകൾ നിമിത്തം, പലപ്പോഴും യാന്ത്രികമായ ലഘൂകരണങ്ങളിലേക്ക് ചുരുങ്ങിപ്പോയി. ഫോർമലിസത്തിന്റെ പ്രത്യയശാസ്ത്ര താത്പര്യങ്ങൾ നിലനിൽക്കെത്തന്നെ, രൂപം ഒരു ചരിത്രബന്ധവും അനുഭൂതി നിർമാണത്തിന്റെ കേന്ദ്രമായുമാണെന്ന കാര്യം പലപ്പോഴും പരിഗണിക്കപ്പെടാത്ത ഒന്നായിത്തീർന്നു. ഊറിക്കൂടിയ ഉള്ളടക്കം (sedimented content) എന്ന് വിശേഷിപ്പിച്ചുകൊണ്ട് രൂപത്തെ വൈരുധ്യാത്മകമായി സ്ഥാനനിർണയം ചെയ്യാൻ ഫ്രെഡറിക് ജയിംസണെപ്പോലുള്ളവർ ശ്രമിച്ചുവെങ്കിലും മാർക്സിസ്റ്റ് വിമർശനത്തിന്റെ മുഖ്യധാരയിൽ രൂപവിചാരം കാര്യമായി ഇടംപിടിച്ചില്ല എന്നുവേണം പറയാൻ. സംഗീതമടക്കമുള്ള നിരവധി കലാരൂപങ്ങളെ ഭൗതികവാദപരമായി അഭിസംബോധന ചെയ്യുന്നതിനെ ഇത് വളരെയേറെ ദുർബലമാക്കുകയും ചെയ്തു.

മലയാളത്തിലെ കലാനിരൂപണവും ഈ പരാധീനത വൻതോതിൽ ഏറ്റുവാങ്ങിയിട്ടുണ്ട്; പ്രത്യേകിച്ചും സംഗീതനിരൂപണം. മൂന്ന് വിഭാഗത്തിൽ പെട്ട രചനകളാണ് - സംഗീതപഠനങ്ങളാണ്- ഇവിടെ വ്യാപകമായി പ്രചരിപ്പിക്കപ്പെട്ടിട്ടുള്ളത്. സംഗീതത്തിന്റെ സാങ്കേതികസ്വരൂപം ചർച്ച ചെയ്യുന്നതരം രചനകളാണ് അവയിൽ ആദ്യത്തേത്. മുഖ്യമായും സംഗീതവിദ്യാർഥികളെ മുൻനിർത്തി തയ്യാറാക്കിയവയാണ് അവ. സംഗീതാനുഭൂതിയെ മതാത്മകമായും അതിഭൗതികമായും വിശദീകരിക്കാൻ (?) ശ്രമിക്കുന്ന രചനകളാണ് രണ്ടാമത്തെ വിഭാഗം. സംഗീതം ഓംകാരവും നാദബ്രഹ്മവും സാമവേദവും മറ്റുമായി സംഗ്രഹിക്കപ്പെടുന്ന ഒരു ലോകമാണത്. മധ്യവർഗപരമായ വ്യാജബൗദ്ധിക

തയും (pseudo intellectualism) മതാത്മകതയും ചരിത്ര -സമൂഹ നിരപേക്ഷതയും കൈകോർത്തുനിൽക്കുന്ന അരങ്ങാണത്. ഗായികാഗായകന്മാരുടെയും സംഗീതപ്രവർത്തകരുടെയും ജീവിതചരിത്രത്തിലേക്കും, സംഗീതരചനയുടെ സന്ദർഭങ്ങളിലേക്കും കാലൂന്നി നിൽക്കുന്ന വിവരണങ്ങളാണ് മൂന്നാമതൊരു വിഭാഗം. മലയാളത്തിൽ ഏറ്റവും പ്രചാരവും സ്വീകാര്യതയുമുള്ള 'സംഗീതവിചാരം' ഇതാണ്. ഇതിനിടയിൽ സംഗീതത്തിന്റെ അനുഭൂതിപ്രപഞ്ചത്തെ ചരിത്രവത്ക്കരിക്കുകയും അതിന്റെ സാംസ്കാരികരാഷ്ട്രീയം വിശദീകരിക്കുകയും ചെയ്യുന്ന പഠനങ്ങൾ മലയാളത്തിൽ കാര്യമായി ഉണ്ടായില്ല. മേല്പറഞ്ഞ വിധത്തിലുള്ള എഴുത്തുകൾ അപ്പാടെ അപ്രസക്തമാണെന്നല്ല പറഞ്ഞുവരുന്നത്. മലയാളത്തിലെ സംഗീതപഠനവ്യവഹാരം (വലിയൊരളവോളം ആധുനിക സംഗീതപഠനമപ്പാടെ) അത്തരം എഴുത്തുകളിലൂടെയാണ് വളർന്നുവന്നത്. പക്ഷേ അവയുടെ ഊന്നലുകളുടെ സവിശേഷത സംഗീതത്തെ ഒട്ടുമിക്കവാറും ഒരു അലൗകിക പ്രതിഭാസമാക്കി. സംഗീതത്തിന്റെ ഭൗതികതയും അതിന്റെ സാംസ്കാരിക രാഷ്ട്രീയവും വിശദീകരിക്കാൻ ആർ. നന്ദകുമാറിനെപ്പോലുള്ളവർ നടത്തിയ ഒറ്റതിരിഞ്ഞ ശ്രമങ്ങൾ മലയാള സംഗീതവിചാരമേഖലയിൽ അനന്യമായി നിലകൊള്ളുമ്പോഴും നമ്മുടെ സംഗീതപഠനത്തെ നിർണായകമായി സ്വാധീനിക്കാൻ അതിന് കഴിഞ്ഞിട്ടില്ല എന്നതാണ് യാഥാർത്ഥ്യം. സംഗീതത്തിന്റെ സാംസ്കാരിക രാഷ്ട്രീയം മലയാളത്തെ സംബന്ധിച്ചിടത്തോളം ഒട്ടൊക്കെ ഒരു ശൂന്യമേഖലയായിതന്നെ തുടരുന്നു എന്നർത്ഥം.

ഈ ശൂന്യമേഖലയെ അഭിസംബോധന ചെയ്യാനുള്ള ഏറ്റവും അർഥപൂർണമായ ശ്രമമാണ് ഷിബു മുഹമ്മദിന്റെ 'ഉടലുകൾ പാടുമ്പോൾ' എന്ന ഗ്രന്ഥം. സംഗീതാനുഭവത്തിന്റെ ഭൗതികതയെയും അതിന്റെ സാംസ്കാരിക സ്വരൂപത്തെയും ഇത്രത്തോളം സമഗ്രമായും സർവതല സ്പർശിയായും അഭിസംബോധന ചെയ്യാനുള്ള ശ്രമങ്ങൾ മലയാളത്തിൽ ഏറെയൊന്നും ഉണ്ടായിട്ടില്ല. സംഗീതാനുഭവത്തിന്റെ നിർമിതിയിൽ പങ്കുചേരുന്ന ഓരോ ഘടകത്തെയും- ശബ്ദസ്വരൂപം, കേൾവിസമൂഹത്തിന്റെ പ്രകൃതവും പരിണാമവും, ആലാപനത്തിന്റെയും ആലേഖനത്തിന്റെയും സാങ്കേതികമാനങ്ങൾ, സാമാന്യാവബോധമായി പ്രവർത്തിക്കുന്ന പ്രത്യയശാസ്ത്രധാരണകൾ, സംഗീത ഉപകരണങ്ങൾ എന്നിങ്ങനെ - സവിശേഷമായി പരിഗണിച്ചുകൊണ്ട് അവയുടെ സാംസ്കാരിക- രാഷ്ട്രീയ വിവക്ഷകൾ വിശദീകരിക്കുന്ന പഠനരീതിയാണ് ഷിബു മുഹമ്മദ് ഈ ഗ്രന്ഥത്തിലുടനീളം പിൻതുടർന്നിട്ടുള്ളത്. സംസ്കാരത്തെ സമഗ്രജീവിതരീതിയായി

(whole way of life) നിർവചിക്കുന്ന സാംസ്കാരിക പഠനത്തിന്റെ വഴിയിലൂടെ, അത്തരം പ്രഖ്യാപനങ്ങളൊന്നുമില്ലാതെ തന്നെ, വളരെ സമർഥമായി സഞ്ചരിക്കുന്ന രചനകളാണ് ഇതിലുള്ളത്. മലയാള സംഗീത പഠനമേഖലയിലെ ഭൗതികവാദസമീപനത്തിന്റെ മികച്ച നിദർശനങ്ങളിലൊന്നെന്ന് ഷിബുവിന്റെ ഗ്രന്ഥത്തെ സംശയമില്ലാതെ വിശേഷിപ്പിക്കാം.

'ഓർമകളുടെ ഹാർമോണിയം' എന്ന ആമുഖക്കുറിപ്പും പിന്നാലെയുള്ള പതിമൂന്ന് പഠനങ്ങളുമാണ് ഈ പുസ്തകത്തിന്റെ ഉള്ളടക്കം. ഒരൊറ്റ പ്രമേയത്തിന്റെ അവതരണവും വിശകലനവുമല്ല ഈ പ്രബന്ധങ്ങൾ. മറിച്ച് സംഗീതസംബന്ധിയായ നാനാതരം പ്രമേയങ്ങളെ ചില അടിസ്ഥാന നിലപാടുകളെ മുൻനിർത്തി വിശകലനവിധേയമാക്കുക എന്നതാണ് ഷിബു പിൻതുടരുന്ന രീതി. ജനപ്രിയസംഗീതം എന്ന് വിശേഷിപ്പിക്കാവുന്ന ചലച്ചിത്ര സംഗീതവും അതിന്റെ വിഭിന്നരൂപങ്ങളും, യേശുദാസ്, ബാബുരാജ്, ഏ. ആർ. റഹ്മാൻ തുടങ്ങിയവരുടെ സംഗീതജീവിതത്തിന്റെ സവിശേഷതകൾ, ഹാർമോണിയത്തിന്റെ സാംസ്കാരികരാഷ്ട്രീയം, ഉസ്താദ് മുബാറക് അലിഖാൻ, ശുഭ മുഗ്ദൽ എന്നിവരുടെ സംഗീതസംസ്കാരത്തിന്റെ സവിശേഷതകൾ, ഗസലുകൾ, സംഗീതത്തിന്റെ നരവംശശാസ്ത്രം, സംഗീതത്തിന്റെ ലിംഗപദവി എന്നിങ്ങനെ വ്യത്യസ്ത പ്രമേയങ്ങളിലേക്ക് തുറന്നു കിടക്കുന്നവയാണ് ഈ സമാഹാരത്തിലെ പ്രബന്ധങ്ങൾ. ഈ പ്രമേയങ്ങളുടെയെല്ലാം സൂക്ഷ്മസ്വരൂപത്തിലേക്ക് അനായാസം കടന്നുചെല്ലാനും, അപ്പോൾത്തന്നെ അവയുടെ സങ്കീർണമായ ആന്തരജീവിതത്തെ അഭിസംബോധന ചെയ്യാനും ഷിബുവിന് കഴിഞ്ഞിട്ടുണ്ട്. ഈ ഗ്രന്ഥത്തെ അനന്യമായ ഒന്നാക്കിത്തീർക്കുന്നതിൽ ഇത്തരമൊരു രചനാരീതിക്കും വലിയ പങ്കുണ്ട്.

വിഷയപരമായ വൈവിധ്യത്തെ കൂടുതൽ വലിയ ചില ചട്ടക്കൂടുകളെ മുൻനിർത്തി ക്രമീകരിച്ചാൽ ഈ സമാഹാരത്തിലെ രചനകളെ മൂന്ന് ഭാഗങ്ങളായി തിരിക്കാനാവുമെന്ന് തോന്നുന്നു. ചലച്ചിത്ര സംഗീതത്തെയും അതിന്റെ പ്രകാരഭേദങ്ങളെയും കുറിച്ചുള്ള പഠനങ്ങളാണ് ആദ്യത്തേത്. ഏ. ആർ. റഹ്മാന്റെ സംഗീതജീവിതവും അതിന്റെ രാഷ്ട്രീയധ്വനികളും വിശകലനവിധേയമാക്കുന്ന 'നിശ്ശബ്ദതയുടെ വേട്ടക്കാരൻ', യേശുദാസിന്റെ 'ഗന്ധർവസംഗീത'ത്തെ നിശിതമായി വിമർശനത്തിന് വിധേയമാക്കുന്ന 'റോൾ ഓവർ യേശുദാസ്', എം.എസ്. ബാബുരാജ് എന്ന സംഗീതകാരനെ വിഴുങ്ങിയ ദുരന്താത്മകതയുടെ സാംസ്കാരിക രാഷ്ട്രീയം പരിശോധിക്കുന്ന 'ബാബുരാജ് ആരുടെ ഇരയായിരുന്നു?', 'ഗന്ധർവനും വാനമ്പാടികളും: സംഗീതത്തിലെ

ആധുനികതയെക്കുറിച്ച്' എന്നീ പ്രബന്ധങ്ങൾ ഈ വിഭാഗത്തിൽ ഉൾപ്പെടുത്താവുന്നവയാണ്. നമ്മുടെ ജനപ്രിയ സംഗീതത്തിന്റെ ചരിത്രപരിണാമങ്ങളിലേക്കും, അതിനെ നിർണയിച്ച കേൾവിശീലങ്ങളിലേക്കും, ആ കേൾവിശീലങ്ങളെ ഉൾക്കൊണ്ടുനിൽക്കുന്ന കൂടുതൽ വിപുലമായ ചരിത്രസംസ്കാര സന്ദർഭങ്ങളിലേക്കും പടിപടിയായി കടന്നുചെന്ന് അവയുടെ പൊരുളും പ്രത്യയശാസ്ത്രവിവക്ഷകളും വിശദീകരിക്കാനാണ് ഷിബു ഈ പ്രബന്ധങ്ങളിൽ ശ്രമിക്കുന്നത്.

രണ്ടാമതൊരു വിഭാഗം രചനകൾ ഹിന്ദുസ്ഥാനി സംഗീതത്തോടും അതിന്റെ പ്രയോക്താക്കളോടും പ്രയോഗക്രമങ്ങളോടുമെല്ലാം ചേർന്നുനിൽക്കുന്നവയാണ്. 'ശുഭാമുദ്ഗൽ: ആലാപനത്തിലെ സ്ത്രീപക്ഷം', 'ഉസ്താദ് മുബാറക്ക് അലിഖാന്റെ ശരീരവും ഇന്ത്യൻ സംഗീതദേശീയതയും', 'ഇന്ത്യൻ ഹാർമോണിയത്തിന്റെ സംഗീതരാഷ്ട്രീയം' എന്നിവ ഈ വിഭാഗത്തിൽ പെടുന്ന പ്രബന്ധങ്ങളാണ്. നിയതമായ അർഥത്തിൽ ഇവയെ ഹിന്ദുസ്ഥാനി സംഗീതപഠനങ്ങൾ എന്നു പറയാനാവില്ല. ഷിബു തന്റെ വിപുലമായ അന്വേഷണത്തിന്റെ ഭാഗമായി പരിഗണനയ്ക്കെടുക്കുന്ന വിവിധ പ്രമേയങ്ങളിൽ ഹിന്ദുസ്ഥാനി സംഗീതവുമായി ബന്ധമുള്ളവ എന്ന നിലയിലേ ഇവയെ ഒരുമിച്ച് പരിഗണിക്കാനാവൂ. 'കവിതയും ഗസലും' എന്ന ലേഖനത്തെയും, ആ നിലയിൽ, ഈ ഭാഗത്ത് ഉൾപ്പെടുത്തുകയുമാവാം.

സംഗീതം, അതിനാധാരമായ ശബ്ദസ്വരൂപം, സംഗീതപഠന സാധ്യതകൾ തുടങ്ങിയവയെ താത്ത്വികവും സൈദ്ധാന്തികവുമായി അപഗ്രഥന വിധേയമാക്കുന്ന പ്രബന്ധങ്ങളാണ് മൂന്നാമത്തെ വിഭാഗമായി പരിഗണിക്കാവുന്നത്. 'ശബ്ദം ഭാഷയിലും സംഗീതത്തിലും', 'സംഗീതം: ചരിത്രത്തിന്റെ പക്ഷത്തുനിന്നുകൊണ്ട് ചില ആലോചനകൾ', 'സംഗീതവും നരവംശശാസ്ത്രവും' എന്നീ പ്രബന്ധങ്ങൾ പങ്കുവയ്ക്കുന്നത് ഇത്തരം ആലോചനകളാണ്. ഊന്നലുകളിലും താത്പര്യത്തിലും വ്യത്യാസമുണ്ടെങ്കിലും സംഗീതത്തിലെ സ്ത്രീ' എന്ന പ്രബന്ധത്തെയും ഈ വിഭാഗത്തിൽ പെടുത്താവുന്നതാണ്. പൊതുവായി പറഞ്ഞാൽ സംഗീതകലയെ സൈദ്ധാന്തികമായി അഭിസംബോധന ചെയ്യുന്ന പ്രബന്ധങ്ങളാണ് ഈ വിഭാഗത്തിലേത്. മേല്പറഞ്ഞവ കൂടാതെ സുസ്മേഷ് ചന്ദ്രോത്തിന്റെ 'തരംഗിണി സംഗീതസഭ' എന്ന കഥയെ മുൻനിർത്തിക്കൊണ്ടുള്ള 'പുരോഗമനസംഗീതം: തരംഗിണി സംഗീതസഭ ഉന്നയിക്കുന്ന ആലോചനകൾ' എന്ന ശ്രദ്ധേയമായ മറ്റൊരു പഠനവും ഈ സമാഹാരത്തിലുണ്ട്. ആ നിലയിൽ, നമ്മുടെ സമകാലിക സംഗീതജീവിതത്തിന്റെ വിഭിന്ന മേഖലകളെയും താ

ത്പര്യങ്ങളെയും അഭിസംബോധനചെയ്തുകൊണ്ട് ബഹുമുഖമായി നിലകൊള്ളുന്ന ഒരു ഗ്രന്ഥമായി ഇത് മാറിത്തീർന്നിരിക്കുന്നു.

ചലച്ചിത്രസംഗീതത്തിന്റെ ചരിത്രവും പരിണാമഗതികളും ചർച്ചചെയ്യുന്ന പ്രബന്ധങ്ങളിലൂടെ ഷിബു ഉന്നയിക്കുന്ന പ്രധാന കാര്യം നമ്മുടെ സുവർണ്ണഗാനങ്ങൾ ഏതുതരം പ്രത്യയശാസ്ത്ര വിവക്ഷകളോടെയാണ് നിലകൊണ്ടത് എന്നതാണ്. 1940കൾ മുതൽ മലയാളത്തിലും അതിനും അല്പകാലം മുൻപേ ഹിന്ദിയിലും നടപ്പിലായ ചലച്ചിത്രഗാനങ്ങൾ അവയുടെ ആദ്യഘട്ടത്തിലെ ബഹുസ്വരാത്മകവും ജീവിതബദ്ധവും ശരീരനിഷ്ഠവുമായ സംഗീതസംസ്കാരം കൈവെടിഞ്ഞ്, മധ്യവർഗ്ഗപരവും ഗാർഹികവും വ്യക്തികേന്ദ്രിതവും ധ്യാനാത്മകവുമായ ഒന്നായി പരിണമിക്കുന്നതോടെയാണ് പുകഴ്പെറ്റ നമ്മുടെ സുവർണ്ണഗാനങ്ങൾ പിറവിയെടുക്കാൻ തുടങ്ങിയതെന്ന വാദമാണ് ഷിബു മുഖ്യമായി ഉയർത്തുന്നത്. മധ്യവർഗ്ഗ ഗാർഹികതയുടെ സ്വകാര്യലോകങ്ങളിലേക്ക്, അത്യന്തം ചലനാത്മകവും ജീവിതബദ്ധവുമായ സംഗീതത്തെ കൊണ്ടുചെന്നു കെട്ടുകയും അതിന്റെ രാഷ്ട്രീയ ഉള്ളടക്കത്തെ അങ്ങേയറ്റം വ്യക്തിപരവും ധ്യാനാത്മകവുമായ അമൂർത്തതയോട് ഇണക്കിച്ചേർക്കുകയും ചെയ്തവരാണ് നമ്മുടെ 'സുവർണ്ണയുഗ'ത്തിലെ നായകബിംബങ്ങൾ എന്നും അദ്ദേഹം നിരീക്ഷിക്കുന്നു. ലതാമങ്കേഷ്കറും യേശുദാസും എസ്. ജാനകിയും പി. സുശീലയുമെല്ലാം വ്യത്യസ്ത അനുപാതങ്ങളിൽ നിറവേറ്റിയത് ഈ ദൗത്യമാണ്. ബീഗം അഖ്തറുടെയും ഷംസാദ് ബീഗത്തിന്റെയും നൂർജഹാന്റെയും മറ്റും ആലാപനക്രമങ്ങളിൽ നിന്നും ലതാമങ്കേഷ്കറിലേക്കുള്ള ഹിന്ദി പിന്നണിഗാനത്തിന്റെ പരിണാമചരിത്രം മേല്പറഞ്ഞ തരത്തിലുള്ള പ്രത്യയശാസ്ത്രവിവക്ഷകളാൽ പൂരിതമാണ്. ദേശീയപ്രസ്ഥാനത്തിന്റെ കാലം ജന്മം നല്കിയ സമരോത്സുകതയും അക്കാലത്ത് രൂപംകൊണ്ട പൊതുമണ്ഡലത്തിന്റെ സംവാദാത്മകതയും ബഹുസ്വരതയും മേൽക്കൈ നേടിയ ശബ്ദപ്രത്യയശാസ്ത്രത്തെയാണ് നൂർജഹാനും മറ്റും പ്രതിനിധാനം ചെയ്തത്. ശബ്ദത്തിന്റെ ഘനത്തെ (Volume) അപ്രധാനമാക്കുകയും അതിന്റെ അഭീഷ്ണതയെയും (Frequency) നാദഛായയെയും (Timber) പ്രധാനമാക്കുകയും ചെയ്യുന്ന ആലാപനക്രമമാണ് ലതാമങ്കേഷ്കർ അവതരിപ്പിച്ചത്. ഇത് ആലാപനത്തിന്റെ ഭൗതികതയ്ക്കും ശബ്ദത്തിന്റെ ശരീരബദ്ധതയ്ക്കും മുകളിൽ കേവലമായ ശബ്ദവും സംഗീതവും എന്ന സങ്കല്പത്തെ ഉറപ്പിച്ചെടുക്കുന്ന ഒരിടപെടലായിരുന്നു. കുലീനമായ ഇന്ത്യൻ മധ്യവർഗ സ്ത്രീജീവിതത്തിന്റെയും അതിന്റെ പ്രവൃത്തിമണ്ഡലമായ ഗാർഹിതയുടെയും സ്വരലോകമായി ലതാമങ്കേഷ്കർ ഉദ്ഘാടനം ചെയ്ത ഈ സരണി

നിലകൊണ്ടതായി ഷിബു മുഹമ്മദ് വിശദീകരിക്കുന്നു. ഇത് ഒരു ഭാഗത്ത് സമീപഭൂതകാലത്തിലെ പൊതുസ്ഥലങ്ങളിൽ പ്രകമ്പനം സൃഷ്ടിച്ച സ്ത്രീശബ്ദങ്ങളെ ഗാർഹികവത്ക്കരിച്ചുവെങ്കിൽ മറു ഭാഗത്ത് മുഖ്യധാരാ സിനിമയുടെ ദൃശ്യഭാവനയിൽ നിറഞ്ഞു തുളുമ്പിയ ലൈംഗികപ്രേരണകളെ വിശുദ്ധീകരിക്കുകയും ചെയ്തു. അങ്ങനെ മധ്യവർഗ ഗാർഹികതയുടെ ഒരു സുരക്ഷിത ലോകത്തെ പാട്ടുകാരിയായി, അടക്കവും ഒതുക്കവുമുള്ള കുലീന ഗൃഹനായികയുടെ ശബ്ദസ്വരൂപമായി, ലതാമങ്കേഷ്കറിന്റെ ആലാപനം ഇന്ത്യൻചലച്ചിത്ര സംഗീതത്തിൽ ഒരു പുതിയ യുഗം ഉദ്ഘാടനം ചെയ്തു.

ലതാമങ്കേഷ്കറിന് സർവാദരണീയത നൽകിയ ശബ്ദപ്രത്യയ ശാസ്ത്രത്തിന്റെ കേരളീയ പ്രതിനിധാനമായാണ് യേശുദാസിനെ ഷിബു മുഹമ്മദ് വിലയിരുത്തുന്നത്. ജനാധിപത്യപരവും സംവാദാത്മകവുമായ പൊതുമണ്ഡലത്തിന്റെ ശിഥിലീകരണവും, വ്യക്തിപരവും ധ്യാനാത്മകവും മധ്യവർഗപരവും ഗാർഹികവുമായ ഒരു പുതിയ ശബ്ദപ്രത്യയശാസ്ത്രത്തിന്റെ ആധിപത്യവുമാണ് യേശുദാസിനെ സാധ്യമാക്കിയ സന്ദർഭം എന്ന് അദ്ദേഹം അഭിപ്രായപ്പെടുന്നു. പി.ബി. ശ്രീനിവാസും ഏ. എം. രാജയും മെഹ്ബൂബും കമുകറ പുരുഷോത്തമനും എല്ലാം ഉൾപ്പെട്ട ബഹുസ്വരാത്മക ലോകത്തെ വരേണ്യവും വ്യവസ്ഥാപിതവും നാഗരികവും ഗാർഹികവുമായ സംഗീതഭാവുകത്വത്തിലേക്ക് പരിഭാഷപ്പെടുത്തുകയാണ് യേശുദാസ് ചെയ്തത്. നിത്യജീവിതത്തിലും അതിന്റെ ഭൗതികതയിലും വേരോടിപ്പടർന്ന നാടൻ ശബ്ദത്തെയും അതിന്റെ അമിതത്വങ്ങളെയും മധ്യവർഗ്ഗ ഗാർഹികതയുടെ കുലീന-നാഗരിക സ്വരമായി യേശുദാസ് പരാവർത്തനം ചെയ്തു. യേശുദാസ് പ്രതിനിധീകരിക്കുന്ന ഈ പുതിയ ഭാവുകത്വസന്ദർഭത്തിന്റെ ഇരയായിത്തീർന്ന മഹാസംഗീതജ്ഞനായാണ് എം.എസ്. ബാബുരാജിനെ ഷിബു പരിഗണിക്കുന്നത്. യേശുദാസിന്റെ ശബ്ദത്തിലൂടെ അനശ്വരമായിത്തീരുമ്പോൾ തന്നെ, ബാബുരാജ് ഈണം നൽകിയ ഗാനങ്ങളുടെ കീഴാളവും ജനകീയവുമായ വേരുകൾ ആ ആലാപനത്തിൽ പറിച്ചുമാറ്റപ്പെടുകയും ചെയ്തു. കീഴാളവും ശബ്ദമുഖരിതവുമായ ഒരു ഗാനസംസ്കൃതിയിൽ നിന്ന് പുറപ്പെട്ട ബാബുരാജിന്റെ ഈണങ്ങൾ മധ്യവർഗ ഗാർഹികതയുടെ മിതത്വത്തിലേക്കും വ്യവസ്ഥാപിത വരേണ്യതയിലേക്കും മാറ്റി സ്ഥാപിക്കപ്പെട്ടു. 1960-കൾ മുതൽ കേരളീയ സംഗീതഭാവുകത്വത്തെ നിർണയിച്ച ഈ ത്ര്യയശാസ്ത്രവ്യവഹാരവും അതിന്റെ സ്ഥാപനസംവിധാനങ്ങളുമാണ് ബാബുരാജിനെ ഒരു ദുരന്തനായകനാക്കുന്നതെന്ന ഷിബുവിന്റെ നിഗമനം വളരെ ശ്രദ്ധേയമായ ഒന്നാണ്. വ്യക്തിപരമെന്ന് നാം കരുതിപ്പോരാറുള്ള

അനുഭവലോകങ്ങളെ ചരിത്രവത്ക്കരിക്കാനുള്ള ശ്രമമാണ് അത്.

കാല്പനികവും വ്യക്തികേന്ദ്രിതവും ഏകാത്മകവുമായ മധ്യവർഗ ഗാർഹികതയുടെ സംഗീതഭാവുകത്വത്തിനെതിരെ ഇന്ത്യൻ സംഗീതവേദിയിൽ ഉയർന്നുവന്ന വൻ പ്രതിരോധത്തിന്റെ പ്രതിനിധിയായാണ് ഏ. ആർ. റഹ്മാനെയും അദ്ദേഹത്തിന്റെ സംഗീതത്തെയും ഷിബു മുഹമ്മദ് വിലയിരുത്തുന്നത്. നിറയെ ഉദ്ധരണികൾ ഉള്ള ഒരു പുസ്തകം പോലെയാണ് റഹ്മാന്റെ ഗാനങ്ങൾ എന്ന് അദ്ദേഹം നിരീക്ഷിക്കുന്നുണ്ട്. ഭാഷയുടെയും സംസ്കാരത്തിന്റെയും ഭാരം പേറാത്ത 'സുതാര്യമായ' ശബ്ദങ്ങളുടെ സമാഹാരങ്ങളായി തന്റെ നിലപാടുകളെ മാറ്റിത്തീർക്കുകയാണ് റഹ്മാൻ ചെയ്യുന്നത്. ഇലക്ട്രോണിക് ശബ്ദങ്ങളെ പുതിയ ശബ്ദഭാവുകത്വത്തിലേക്ക് സന്നിവേശിപ്പിക്കുകയും അവയുടെ ഭൗതികസ്വരൂപത്തെ അതീതപരിവേഷങ്ങളിൽ നിന്ന് പുറത്തുകൊണ്ടുവരുകയും ചെയ്യുന്ന ആ ഗാനങ്ങൾ ഒരു ഭാഗത്ത് പുതിയ വിപണിയുടെ താത്പര്യങ്ങളോടും മറുഭാഗത്ത്, ആധുനികാനന്തരതയുടെ ആധാരതത്ത്വങ്ങളിലൊന്നായി പരിഗണിക്കപ്പെടുന്ന ഏകീകൃത കർത്തൃത്തത്തിന്റെ ശിഥിലീകരണത്തോടും ഒത്തിണക്കം നേടിയിരിക്കുന്നു. ഇങ്ങനെ, ശബ്ദത്തിന്റെ ഭൗതികതയോടും അതിന്റെ വിച്ഛിന്നതയോടും ശാരീരികതയോടും ചേർന്നുനിൽക്കുന്ന, പുതിയൊരു മെട്രോപോളിറ്റൻ നാടോടിത്തത്തിന്റെ സംഗീതമായി റഹ്മാന്റെ പാട്ടുകൾ മാറിത്തീരുന്നു.

ഹിന്ദുസ്ഥാനി സംഗീതമേഖലയുമായി ബന്ധപ്പെടുന്ന മൂന്ന് പഠനങ്ങളാണ് ഈ സമാഹാരത്തിലുള്ളത്. ഉസ്താദ് മുബാറക് അലിഖാൻ, ശുഭമുദ്ഗൽ എന്നീ ഗായകരെയും ഹാർമോണിയം എന്ന വാദ്യോപകരണത്തെയും കുറിച്ചുള്ള പഠനങ്ങൾ. (ഹാർമോണിയത്തെ ഹിന്ദുസ്ഥാനി സംഗീതവുമായി നേർക്കുനേർ ബന്ധപ്പെടുത്തുന്നതിൽ കുറച്ചൊരു പരിമിതിയുണ്ടെങ്കിലും). ഉസ്താദ് മുബാറക് അലിഖാനെ മുൻനിർത്തി ഹിന്ദുസ്ഥാനി സംഗീതവും ആലാപനവും തീർത്തും ശാരീരികവും ഭൗതികവുമായ ഒരു വ്യവഹാരമായി നിലനിന്ന സന്ദർഭത്തെയും അത് ഹിന്ദുസ്ഥാനിസംഗീതത്തിന് നൽകിയ സവിശേഷതകളെയും, ഷിബു സമർഥമായി അനാവരണം ചെയ്യുന്നുണ്ട്. ഖരാനകളെയും വാൻദാനുകളെയും മുൻനിർത്തുന്ന ഹിന്ദുസ്ഥാനി സംഗീതത്തിന്റെ ഉല്പാദനവ്യവസ്ഥ അതിനെ ഒരു ബദൽ വ്യവഹാരമായും ഫ്യൂഡൽ അധികാരബന്ധങ്ങൾക്കുള്ളിൽ തന്നെ ഒരു സമാന്തര അധികാരമണ്ഡലമായും നിലനിന്നതിന്റെ ചരിത്രം ഇവിടെയുണ്ട്. ഒപ്പംതന്നെ, വിഷ്ണു ദിഗംബർ പലൂസ്കറിന്റെയും വിഷ്ണു നാരായൺ ഭഡ്ഖാണ്ഡെയുടെയും നേതൃത്വത്തിൽ അരങ്ങേറിയ ആധുനികീകരണ സംരംഭങ്ങൾ ഖാൻദാനുകളിൽ

നിന്നും ഗായക ശരീരത്തിന്റെ ഭൗതികതയിൽനിന്നും അടർത്തി മാറ്റി 'കേവലസംഗീത'മായി അതിനെ രൂപാന്തരപ്പെടുത്തിയതിന്റെ സാംസ്കാരിക - രാഷ്ട്രീയ വിവക്ഷകളും ഈ പ്രബന്ധം തുറന്നുകാട്ടുന്നുണ്ട്. ആധുനികീകരണത്തിന്റെ ഈ പ്രത്യയശാസ്ത്ര വിവക്ഷകൾ തിരിച്ചറിഞ്ഞ് അതിനോട് ബോധപൂർവം കലഹിക്കുകയും, പലതരത്തിലുള്ള ഇടപെടലുകൾ വഴി അതിനെ മറികടക്കുകയും ചെയ്യുന്നതിൽ പുലർത്തുന്ന വിധ്വംസകശേഷിയാണ് ശുഭാമുദ്ഗൽ എന്ന ഗായികയെ സമകാലിക ഇന്ത്യൻ സംഗീതവേദിയുടെ അനന്യസാന്നിധ്യങ്ങളിലൊന്നാക്കി മാറ്റുന്നതെന്ന് ഷിബു അവരെക്കുറിച്ചുള്ള പഠനത്തിൽ വ്യക്തമാക്കുന്നു. ദേശീയതയുടെ സംഗീത-ശബ്ദപ്രത്യയശാസ്ത്രം അമർച്ച ചെയ്ത ബലിഷ്ഠമായ സ്വരസംസ്കാരത്തിന്റെ വീണ്ടെടുപ്പാണ് ശുഭാമുദ്ഗലിന്റെ സംഗീതം. ബീഗം അക്തർ, ഗിരിജാഭായി, നൈനാദേവി, ശോഭ ഗുർത്തു തുടങ്ങിയ എത്രയോ ഗായികമാരിലൂടെ ഒരു കാലഘട്ടത്തിൽ ഇന്ത്യൻ സംഗീതവേദിയിൽ പ്രധാനസ്ഥാനം കയ്യാളിയിരുന്നതും, ലതാമങ്കേഷ്കറിന്റെ വരവോടെ മേൽക്കൈ നേടിയ മധ്യവർഗ- ഗാർഹിക- സ്ത്രൈണ ശബ്ദസംസ്കൃതിയാൽ നിരാകരിക്കപ്പെട്ടതുമായ ഒരു ആലാപനപാരമ്പര്യത്തിന്റെ പുതിയ രൂപത്തിലുള്ള മടങ്ങിവരവാണ് ശുഭാ മുദ്ഗലിലൂടെ സംഭവിക്കുന്നത് എന്ന് ഷിബു വാദിച്ചുറപ്പിക്കുന്നു. 'ഇന്ത്യൻ ഹാർമോണിയത്തിന്റെ സംഗീതരാഷ്ട്രീയം' എന്ന പ്രബന്ധം ഒരു സംഗീതോപകരണത്തിന്റെ സാംസ്കാരിക രാഷ്ട്രീയത്തെ വിശകലനം ചെയ്യുന്ന, മലയാളത്തിലെ മികവാർന്നതും അപൂർവവുമായ പഠനമാണ്. നാഗസ്വരത്തെ മുൻനിർത്തി ആർ. നന്ദകുമാർ പതിറ്റാണ്ടുകൾക്ക് മുൻപ് എഴുതിയ പഠനമല്ലാതെ ഈ ജനുസ്സിൽ ഉൾപ്പെടുത്താവുന്നവ മലയാളത്തിൽ ഏറെയൊന്നുമില്ല. കൊളോണിയൽ ആധുനികതയുടെ വാദ്യമായി വയലിൻ നിലകൊണ്ടപ്പോൾ, ഇന്ത്യൻ സംഗീതലോകത്ത് രൂപംകൊണ്ട ജനാധിപത്യപരവും മതനിരപേക്ഷവുമായ പൊതുമണ്ഡലത്തിന്റെ ശബ്ദപേടകമായി ഹാർമോണിയം മാറിത്തീർന്നതിന്റെ ചരിത്രമാണ് ഈ പ്രബന്ധം. ഫ്യൂഡൽ സംഗീതഭാവനയിൽനിന്ന് ആധുനിക വൈയക്തികതയിലേക്ക് ഇരുപതാം ശതകത്തിന്റെ പ്രാരംഭവേളയിൽ ഹിന്ദുസ്ഥാനി സംഗീതം പരിണമിച്ചെത്തിയതിനോടൊപ്പമാണ്, സാരംഗിക്ക് പകരം ഹാർമോണിയം ഹിന്ദുസ്ഥാനിയുടെ സംഗീതത്തിലെ അകമ്പടി വാദ്യമായിത്തീർന്നതെന്ന്, പീറ്റർ മനുവലിന്റെ നിരീക്ഷണങ്ങളെ മുൻനിർത്തി, ഷിബു വിശദീകരിക്കുന്നു. ശബ്ദത്തിന്റെയും സംഗീതത്തിന്റെയും വാദ്യോപകരണങ്ങളുടെയും രാഷ്ട്രീയം അവയുടെ ആന്തരിക ജീവിതത്തിൽ നിന്നു തന്നെ കണ്ടെടുക്കുന്നതിന്റെ, അഥവാ അനു

ഭൂതികളെ ചരിത്രവത്ക്കരിക്കുന്നതിന്റെ, മികച്ച മലയാള മാതൃകയാണ് ഈ പ്രബന്ധം.

സംഗീതത്തെക്കുറിച്ചുള്ള താത്ത്വികവിചാരങ്ങൾ എന്ന് സാമാന്യമായി വിശേഷിപ്പിക്കാവുന്ന പഠനങ്ങളും ഇത്രതന്നെ പ്രാധാന്യമുള്ളവയും വിശദമായ പരിശോധന ആവശ്യപ്പെടുന്നവയുമാണ്. കേരളത്തിലെ സംഗീതപഠനവിഭാഗങ്ങളിൽ ഇപ്പോഴും കാര്യമായ ഒരു പരിഗണനയും ലഭിച്ചിട്ടില്ലാത്ത സംഗീതനരവംശശാസ്ത്രത്തെ (Ethno Musicology) ക്കുറിച്ചും, സംഗീതത്തിന്റെയും ശബ്ദത്തിന്റെയും ലിംഗപദവിയെക്കുറിച്ചും, ഭാഷയും സാഹിത്യവും സംഗീതവും തമ്മിലുള്ള വിനിമയങ്ങളെക്കുറിച്ചും ചർച്ചചെയ്യുന്ന പ്രബന്ധങ്ങൾ സംഗീതത്തെ ചരിത്രപരമായും ഭൗതികമായും വിശദീകരിക്കാൻ ശ്രമിക്കുന്നവർ ശ്രദ്ധാപൂർവം വായിക്കേണ്ടവയാണ്. അതുപോലെ 'സംഗീതം: ചരിത്രത്തിന്റെ പക്ഷത്തു നടന്നുകൊണ്ട് ചില ആലോചനകൾ' എന്ന പഠനത്തിൽ നാടോടിസംഗീതത്തെ കാല്പനികമായി ആദർശവത്ക്കരിക്കുന്നതിനെതിരെ ഷിബു ഉയർത്തുന്ന വിമർശനങ്ങളും വളരെയേറെ ശ്രദ്ധേയമാണ്. നാഗരികമായ കൗതുകക്കാഴ്ചകൾക്കുള്ള വിഭവമേഖലയായി നാടോടിസംസ്കാരം ആദർശവത്ക്കരിക്കപ്പെടുന്ന പുതിയ വിപണി സന്ദർഭത്തിൽ, അത്തരം കപട ആദർശവത്ക്കരണങ്ങൾക്കെതിരായ വിമർശനത്തിന് വലിയ രാഷ്ട്രീയ പ്രാധാന്യമുണ്ട്.

ഈ നിലയിൽ സംഗീതത്തിന്റെ ഭൗതികവും ചരിത്രപരവുമായ ഉള്ളടക്കത്തെ അർഥപൂർണമായി അഭിസംബോധന ചെയ്യുന്നതിന്റെ മികച്ച മാതൃകയായിരിക്കുമ്പോൾ തന്നെ ഈ പുസ്തകത്തിന്റെ ഗുരുതരമായ പരാധീനതകളിലൊന്നിനെക്കുറിച്ചുകൂടി പരാമർശിക്കാതിരിക്കാനാവില്ല. അത് തന്റെ പ്രബന്ധങ്ങളിലുടനീളം ഷിബു പുലർത്തുന്ന സംവാദാത്മകമല്ലാത്ത അവതരണരീതിയാണ്. തന്റെ ബോധ്യങ്ങളിൽ അടിയുറച്ചുനിൽക്കാനും അതു വിശദീകരിക്കാനും ഒരു സാംസ്കാരികപഠിതാവിന് അധികാരമുണ്ട്. എന്നാൽ അത് ഇതരവീക്ഷണങ്ങളെ ജനാധിപത്യപരവും സംവാദാത്മകവുമായി അഭിസംബോധന ചെയ്തുകൊണ്ടാവണം. അതിനുപകരം വിഭിന്ന ഭാവുകത്വക്രമങ്ങളെയും ആസ്വാദനശീലങ്ങളെയും ഫാസിസ്റ്റ് ശക്തികളെയെന്നപോലെ എതിരിടുന്നത് ഷിബുവിന്റെ വാദമുഖങ്ങളുടെ വിനിമയക്ഷമതയെ തന്നെയാണ് ദുർബലപ്പെടുത്തുക. ലതാമങ്കേഷ്കറും യേശുദാസും എസ്. ജാനകിയും കർണാടസംഗീതവുമെല്ലാം നമ്മുടെ സംഗീതചരിത്രത്തിലെയും സംസ്കാരചരിത്രത്തിലെയും നിർണായക സ്ഥാനങ്ങളും സന്ദർഭങ്ങളുമാണ്. അവയുടെ സാംസ്കാരികരാഷ്ട്രീയവും

ചരിത്രപരതയും വിശദീകരിക്കുക എന്നതിനർഥം ഈ പാട്ടുകാരെയും അവരുടെ പാട്ടുകേട്ടവരെയും കുറ്റവിചാരണ ചെയ്യുക എന്നതല്ല. ഷിബുവിന്റെ പ്രബന്ധങ്ങൾ പലപ്പോഴും അത്തരമൊരു ആധിപത്യപ്രവണത പ്രദർശിപ്പിക്കുകയും അന്തിമമായ വിധിപ്രസ്താവങ്ങളിലേക്ക് തിടുക്കപ്പെട്ട് നീങ്ങുകയും ചെയ്യുന്നതായാണ് എനിക്ക് അനുഭവപ്പെട്ടത്. ഇതുമൂലം ഒരുഭാഗത്ത് ശബ്ദത്തെ പ്രതിനിധാനപരമായി പരിഗണിക്കാതെ അതിന്റെ ഭൗതികതയിൽ (Sonic materialtiy) തന്നെ നോക്കിക്കാണുന്ന വിശകലനരീതിക്കുവേണ്ടി വാദിക്കുമ്പോൾ (പുറം 156) മറുഭാഗത്ത് സംഗീതത്തിൽ ശബ്ദം സ്വരശാസ്ത്രപരമായ യാഥാർഥ്യമല്ലെന്നും മറിച്ച് ഒരു സാംസ്കാരിക യാഥാർഥ്യമാണെന്നും (പുറം 83) ഷിബുവിന് അഭിപ്രായപ്പെടേണ്ടിവരുന്നു. സംഗീതവും നരവംശശാസ്ത്രവും എന്ന പ്രബന്ധത്തിൽ ഷിബു സമ്മതപൂർവം പിൻതുടരുന്ന ആശയങ്ങളത്രയും ശബ്ദത്തെ അതിന്റെ ഭൗതികസ്വരൂപത്തെ (Sonic materialtiy) മാത്രം മുൻനിർത്തി വിലയിരുത്തണമെന്ന നിലപാടിനെ തള്ളിപ്പറയുന്നവയാണ്താനും! റഹ്മാന്റെ സംഗീതത്തെ വിധ്വംസകവും വിപ്ലവകരവുമായി അവതരിപ്പിക്കുമ്പോൾ അതിന്റെ കമ്പോളമാനം (സാന്ദർഭികമായി ഷിബു അക്കാര്യം പരാമർശിക്കുന്നുണ്ടെങ്കിലും) ചർച്ചയുടെ കേന്ദ്രത്തിൽ കാര്യമായി കടന്നുവരാത്തതും മേല്പറഞ്ഞ തരത്തിലുള്ള വിധി പ്രസ്താവനകളുടെ ആധിക്യം മൂലമാണ്. കേരളത്തിൽ കഴിഞ്ഞ അരനൂറ്റാണ്ടുകാലം കോടിക്കണക്കിനു മനുഷ്യർ കേൾക്കുകയും രസിക്കുകയും ചെയ്ത സംഗീതാനുഭവങ്ങളെ വിലയിരുത്തുമ്പോൾ, ആ മനുഷ്യരെയും അവരുടെ ആസ്വാദനക്രമങ്ങളെയും നാം പരിഗണിക്കേണ്ടതല്ലേ? അല്ലെങ്കിൽ ഫാസിസമോ മതവർഗീയതയോ പോലെ വിട്ടുവീഴ്ചയില്ലാതെ പൊരുതേണ്ട ഒരു ഹിംസാത്മക യാഥാർഥ്യമായി നാം അതിനെ വിലയിരുത്തണം. അത്രയും കടന്നതോതിലുള്ള, തീർത്തും അയഥാർഥവും ചരിത്രവിരുദ്ധവും അതിവാദപരവുമായ, ഒരു വിലയിരുത്തൽ ഷിബുവിന് ഇല്ല എന്നാണ് ഈ ഗ്രന്ഥത്തിലെ ലേഖനങ്ങളിൽനിന്ന് ഞാൻ മനസ്സിലാക്കിയത്. അതാണ് വാസ്തവമെങ്കിൽ കുറെക്കൂടി സംവാദാത്മമായ ഒരു അവതരണശൈലി ഈ പുസ്തകം ആവശ്യപ്പെടുന്നുണ്ട്. അതുപോലെ, നിരന്തരമെന്നോണം 'ൽ' എന്ന ചില്ലക്ഷരം വിട്ടുപോകുന്നു. ആ അച്ചടിപിഴവ് വായനയെ നിരന്തരം അലോസരപ്പെടുത്തുന്നുണ്ട്. പുസ്തകത്തിന്റെ കവർചിത്രത്തിന്റെ രൂപകല്പന സൂചകസമൃദ്ധമാണെങ്കിലും അതിന്റെ ഉള്ളടക്കത്തെ കുറെക്കൂടി പ്രകടമായും സുതാര്യമായും ആവിഷ്കരിക്കുന്ന കവർചിത്രം ആകാമായിരുന്നു എന്നും തോന്നി.

‘ഒരാളെ ബഹുമാനിക്കാനുള്ള യഥാർഥമായ വഴി അയാളോടുള്ള വിയോജിപ്പുകൾ അയാളോടു തുറന്നു പറയുകയാണ്.’ എന്ന പഴയ ഒരു നിരീക്ഷണത്തെ മുൻനിർത്തിയാണ് ഈ ഭിന്നാഭിപ്രായങ്ങൾ ഇവിടെ രേഖപ്പെടുത്തിയത്. ഇതിനെല്ലാം ശേഷവും മലയാളത്തിലെ സംഗീതവിമർശനത്തെ സാംസ്കാരികവിമർശനത്തിന്റെ വഴിയിലേക്ക് ആനയിക്കാനുള്ള ഏറ്റവും സാർഥകമായ ശ്രമമായി ഭാവിചരിത്രം ഈ ഗ്രന്ഥത്തെ വിലയിരുത്തുമെന്നാണ് ഞാൻ കരുതുന്നത്. അതിഭൗതികതയുടെ മേലാപ്പുകൾ കൊണ്ട് മറച്ചുവയ്ക്കപ്പെട്ട ചരിത്രത്തിന്റെ ഗതിവേഗങ്ങളാണ് അനശ്വരഗാനങ്ങളായും കേവലസംഗീതമായും നാം കേട്ടുകൊണ്ടേയിരിക്കുന്നത് എന്ന് ഷിബു മുഹമ്മദ് ഈ പുസ്തകത്തിൽ ദൃഢമായി പറഞ്ഞുറപ്പിച്ചിരിക്കുന്നു. മലയാള സംഗീത പഠനത്തിൽ ഇതൊരു ചെറിയ കാര്യമല്ലതാനും.

(2014)

# മതനിരപേക്ഷ ഭൂതകാലത്തിനുവേണ്ടി

ആധുനിക ഭാരതത്തിലെ വർഗീയതയുടെ ചരിത്രം ചർച്ച ചെയ്യുന്ന തന്റെ ഗ്രന്ഥത്തിൽ (Communalism in Modern India) പ്രൊഫ. ബിപൻ ചന്ദ്ര വർഗീയതയും ചരിത്രവിജ്ഞാന വും തമ്മിലുള്ള ബന്ധത്തെക്കുറിച്ച് കൗതുകകരമായ ഒരു നിരീക്ഷണം അവതരിപ്പിച്ചിട്ടുണ്ട്. ഇന്ത്യയിലെ ക്ലാസ്മുറികളിൽ എത്രത്തോളം ചരിത്രം പഠിപ്പിക്കപ്പെട്ടുവോ അത്രത്തോളം ഇന്ത്യ വർഗീയവൽക്കരിക്കപ്പെട്ടുകൊണ്ടിരുന്നു എന്ന നിലയിലുള്ള ഒരു നിരീക്ഷണമാണ് അദ്ദേഹമവിടെ നടത്തുന്നത്. ആധുനികമായ ഇന്ത്യൻ ചരിത്രരചനാ പദ്ധതികളുടെ അടിയൊഴുക്കായി അ റിഞ്ഞും അറിയാതെയും നിലകൊണ്ട മതാത്മകവും വിഭാഗീ യവും വർഗീയവുമായ താൽപര്യങ്ങളിലേക്ക് വിരൽ ചൂണ്ടുക യാണ് ആ പ്രസ്താവനയിലുടെ പ്രൊഫ. ബിപൻ ചന്ദ്ര ചെയ്തത്. ചരിത്രവിജ്ഞാനത്തിന്റെയും ഭൂതകാലാവബോധത്തിന്റെയും മതനിരപേക്ഷവൽക്കരണം ഭാരതീയ സമൂഹത്തിന്റെ മതനിരപേ ക്ഷമായ നിലനിൽപിന്റെ അനിവാര്യമായ മുൻ ഉപാധികളിലൊ ന്നാണെന്ന വസ്തുതയിലേക്കും അത് വെളിച്ചം വീശുന്നു.

പത്തൊമ്പതാം നൂറ്റാണ്ടിന്റെ ആദ്യപതിറ്റാണ്ടുകളിൽ കൊളോ ണിയൽ ഭരണാധികാരികളുടെ മുൻകയ്യിലാണ് ഇന്ത്യാചരിത്രര ചനയുടെ ആധുനികഘട്ടം ആരംഭിക്കുന്നത്. സർ ജയിംസ്മില്ലിന്റെ ബ്രിട്ടീഷ് ഇന്ത്യയുടെ ചരിത്രം (History of British India) എന്ന ഗ്രന്ഥം (1818) മുതൽ അതാരംഭിക്കുന്നു. കോളനി ഭരണത്തിന് ഉതകുന്ന മട്ടിൽ ഇന്ത്യയുടെ ഭൂതകാലത്തെ വകതിരിച്ച് അവതരിപ്പിച്ചു കൊണ്ടും അതിന് ഉപയുക്തമാവുന്ന വിവരങ്ങൾ സമാഹരിച്ചു കൊണ്ടുമാണ് ജയിംസ്മിൽ തന്റെ ബൃഹദ് ഗ്രന്ഥം രചിച്ചത്. ഇതിന്റെ ഭാഗമായി ഇന്ത്യാചരിത്രത്തെ ഹിന്ദുഘട്ടം, മുസ്ലീംഘട്ടം, ബ്രിട്ടീഷ് ഘട്ടം എന്നെല്ലാം അദ്ദേഹം വേർതിരിക്കുകയുണ്ടായി.

---

പ്രൊഫ. വി.അരവിന്ദാക്ഷൻ - *സമന്വയവും സംഘർഷവും*

ക്രിസ്തു വർഷം പന്ത്രണ്ടാം ശതകം വരെയുള്ള കാലം ഹിന്ദു ഘട്ടവും പന്ത്രണ്ട്- പതിനെട്ട് ശതകങ്ങൾ മുസ്ലീംഘട്ടവും തുടർന്ന് ബ്രിട്ടീഷ് ഘട്ടവുമാണെന്ന് ജയിംസ്മിൽ വിധിച്ചു. ഭാരതീയഭൂത കാലത്തെ മതത്തിന്റെ അടിസ്ഥാനത്തിൽ വിഭജിക്കാനുള്ള ഈ ശ്രമത്തിന് പിൽക്കാലത്തുടനീളം പലതരത്തിലുള്ള തുടർച്ചക ളുണ്ടായി. ഇന്നും നമ്മുടെ സാമാന്യാവബോധമായി തുടരുന്ന തും ഹിന്ദുത്വവാദികൾ ഉൾപ്പെടെയുള്ള വിവിധതരം വർഗീയവാ ദികളുടെ ആയുധമായി ഉപയോഗിക്കപ്പെടുന്നതും ഈ വിഭജന യുക്തിയും അതിന്റെ രൂപാന്തരങ്ങളുമാണ്. മതപരമായി വിഭജി ക്കപ്പെട്ടതും പരസ്പരവിരുദ്ധമായി മാത്രം നിലകൊള്ളുന്നതുമായ ഭൂതകാലവും ജീവിതപാരമ്പര്യവുമാണ് ഇന്ത്യയിലുള്ളതെന്ന് സാമ്രാജ്യത്വചരിത്രവിജ്ഞാനീയം (Imperialist Historiography) പല നിലകളിൽ പറഞ്ഞുറപ്പിച്ചു.

സാമ്രാജ്യത്വ ചരിത്രവിജ്ഞാനത്തിന്റെ മറുപുറം പോലെയാ ണ് പതിനെട്ടും പത്തൊമ്പതും നൂറ്റാണ്ടുകളിലെ പൗരസ്ത്യവാ ദവിജ്ഞാനം ഇന്ത്യയെ കണ്ടത്. ജയിംസ് മില്ലിന്റെയും ഹണ്ടറു ടെയും മെക്കാളെയുടെയും വിൻസന്റ് സ്മിത്തിന്റെയും മറ്റും വീക്ഷണത്തിൽ, അനുപാതവ്യത്യാസങ്ങളുണ്ടെങ്കിലും, ഭാരതീയ സമൂഹം മതപരവും അന്ധവിശ്വാസപരവും പ്രാകൃതവും ഒക്കെ യായ ആചാരപാരമ്പര്യങ്ങളുടെ ആകെത്തുകയായിരുന്നു. എന്നാൽ വില്യം ജോൺസും മാക്സ് മുള്ളറും മുതൽ ചാൾസ് വിൽക്കിൻസും എച്ച്. എച്ച്. വിൽസണും വരെയുള്ള നാനാതരം പൗരസ്ത്യവാദികൾ പൗരാണികമായ ഒരു സുവർണകാലത്തിന്റെ ശോഭ ഭാരതീയഭൂതകാലത്തിനുമേൽ വച്ചുകെട്ടി. ആധ്യാത്മിക വും അതിഭൗതികവുമായ താൽപര്യങ്ങളാൽ നയിക്കപ്പെട്ട ഭാരതീയജനത ഭൗതികമോഹങ്ങളിൽ മതിമറന്ന പാശ്ചാത്യ ർക്കുള്ള വഴികാട്ടികളാണെന്നുവരെ വിശദീകരിക്കപ്പെട്ടു. ഇരു പതാം നൂറ്റാണ്ടോടെ ദേശീയവാദികളായ ചരിത്രകാരന്മാരും ഇതേ വാദഗതി ഏറിയും കുറഞ്ഞും ഏറ്റെടുക്കാൻ തുടങ്ങി. വർത്തമാ നഭാരതത്തിന്റെ ദുരവസ്ഥയ്ക്കുള്ള ഭാവനാത്മകമായ പരിഹാര മായി അവർക്കതനുഭവപ്പെടുകയും ചെയ്തു. ഫലത്തിൽ അത്യന്തം മതാത്മകവും സത്താവാദപരവുമായ ഒരു ഭൂതകാലധാരണ ഇന്ത്യൻ ചരിത്ര വിചാരമേഖലയിൽ പ്രബലമായി. ഇതാകട്ടെ, സാമ്രാജ്യത്വചരിത്രവിജ്ഞാനമെന്നതുപോലെ, ഇന്ത്യയിലേക്ക് അതിക്രമിച്ച് കടന്നുകയറിയ വൈദേശിക സ്വാധീനമായാണ് ഇസ്ലാമിനെ നോക്കിക്കണ്ടത്. 'വിദേശ അക്രമം' എന്ന വിശദീക രണയുക്തിക്ക് പിന്നിൽ ഇസ്ലാമിന്റെ ചരിത്രത്തെ എഴുതി ചേർക്കാനാണ് ദേശീയവാദചരിത്രവിജ്ഞാനം (Nationalist Historiography) ഒട്ടുമിക്കവാറും ശ്രമിച്ചത്. ആർ.സി. മജൂംദാറും ആർ.

കെ. മുഖർജിയും കെ.പി. ജയ്സ്വാളും ഉൾപ്പെടെയുള്ളവരുടെ ചരിത്രഗ്രന്ഥങ്ങൾ ഭാരതീയതയെ ഹൈന്ദവതയായും ഇസ്ലാമിനെ അതിനെതിരായ വിപരീതശക്തിയായും പ്രതിഷ്ഠിച്ചു. ആർ.ജി. ഭണ്ഡാർക്കറെ പോലെ ചുരുക്കം പേർ കൂടുതൽ വസ്തുനിഷ്ഠമായ അന്വേഷണങ്ങൾക്ക് മുതിർന്നില്ല എന്നു പറയാനാവില്ല. പക്ഷേ അവർക്കെന്നല്ല, നെഹ്റുവിനുപോലും ഇന്ത്യാചരിത്രത്തെക്കുറിച്ചുള്ള മുഖ്യധാരാസങ്കൽപങ്ങളിലെ മതാത്മകതയെ മറികടക്കാനായില്ല. ഇതിന്റെയെല്ലാം ഫലമായി തമ്മിൽ തമ്മിൽ പോരടിക്കുന്ന ശത്രുമതങ്ങളായി ഹിന്ദു-മുസ്ലീം പാരമ്പര്യങ്ങളെ സ്ഥാനപ്പെടുത്തുന്ന വിഭാഗീയ വീക്ഷണങ്ങളാണ് ഇന്ത്യാചരിത്രം എന്ന പേരിൽ പ്രചരിക്കുന്നതിലേറിയ പങ്കും എന്നുവന്നു. ആധുനിക ഭാരതീയ സമൂഹത്തിന്റെ സാമാന്യബോധവും ഏതാണ്ട ങ്ങനെയൊന്നായി. ചരിത്രം കൂടുതൽ കൂടുതൽ പഠിക്കുന്തോറും സമൂഹം കൂടുതൽ കൂടുതൽ വർഗീയമായിക്കൊണ്ടിരുന്നുവെന്ന് പ്രൊഫ. ബിപൻ ചന്ദ്ര വിലയിരുത്തുന്ന സ്ഥിതിവിശേഷത്തിലേക്ക് കാര്യങ്ങൾ എത്തിപ്പെട്ടതങ്ങനെയാണ്.

ഇന്ത്യാചരിത്രത്തെ വസ്തുനിഷ്ഠവും, മതനിരപേക്ഷവുമായി വിശദീകരിക്കാനുള്ള ശ്രമങ്ങൾ ഇന്ത്യയുടെ മതനിരപേക്ഷ രാഷ്ട്രീയ പ്രവർത്തനങ്ങളുടെ കേന്ദ്രതാൽപര്യമായിത്തീർന്നതിന്റെ പശ്ചാത്തലം ഇതാണ്. ഒരർഥത്തിൽ ജവഹർലാൽ നെഹ്റുവിന്റെ ഇന്ത്യയെ കണ്ടെത്തൽ (Discovery of India) എന്ന ഗ്രന്ഥം മുതൽ തന്നെ ഈ ശ്രമം ആരംഭിക്കുന്നുണ്ട്. ദേശീയവാദപരമായ ചരിത്രവിജ്ഞാനത്തിന്റെ മുൻവിധികൾക്ക് പുറത്തേക്ക് ഇന്ത്യൻ പൊതുബോധത്തെ ആനയിക്കാനുള്ള വലിയൊരു താൽപര്യം നെഹ്റുവിന്റെ രചനാശ്രമങ്ങൾക്ക് പിന്നിലുണ്ടായിരുന്നു. എങ്കിലും ഇരുപതാം നൂറ്റാണ്ടിന്റെ രണ്ടാം പകുതിയിൽ മാർക്സിസ്റ്റ് ചരിത്രരചനാപദ്ധതിയെ പല നിലകളിൽ പിൻപറ്റുന്ന ഒരു കൂട്ടം ചരിത്രപഠിതാക്കളുടെ രംഗപ്രവേശമാണ് ഈ രംഗത്തെ വഴിത്തിരിവിന് കാരണമായത്. ഡി. ഡി. കൊസാംബി മുതലാരംഭിക്കുന്ന ആ പരമ്പരയിൽ റൊമിലാ ഥാപ്പർ, ഇർഫാൻ ഹബീബ്, ആർ.എസ്. ശർമ, ഹർബൻസ്, മുഖ്യ, ഡി.എൻ. ഝാ, കെ.എൻ. പണിക്കർ എന്നിങ്ങനെയുള്ള അനവധി പണ്ഡിതർ പ്രാചീന, മധ്യകാല, ആധുനിക ഇന്ത്യൻ ജീവിതത്തെ ഭൗതികാസ്പദങ്ങളെയും അവയുടെ സാമൂഹ്യസന്ദർഭത്തെയും മുൻനിർത്തി വിശദീകരിക്കാൻ നടത്തിയ ശ്രമങ്ങൾ മതനിരപേക്ഷമായ ഭൂതകാലാവബോധത്തിനു വേണ്ടിയുള്ള വലിയ പരിശ്രമങ്ങൾക്കു തുടക്കമായി മാറിത്തീർന്നു.

പ്രൊഫ. വി. അരവിന്ദാക്ഷന്റെ 'സമന്വയവും സംഘർഷവും' എന്ന രചനയുടെ പശ്ചാത്തലം സാമാന്യമായി മേൽപറഞ്ഞതു തന്നെയാണ്. 1992 ൽ ബാബ്റി മസ്ജിദ് തല്ലിത്തകർത്ത ഹിന്ദു

ത്വവാദികളുടെ നടപടിക്ക് ശേഷം ഇന്ത്യയിലെമ്പാടും അരങ്ങേറിയ തീവ്രവും ഊർജിതവുമായ പ്രതിരോധശ്രമങ്ങളുടെ ഭാഗമായുള്ള ഒരു വൈജ്ഞാനിക ഇടപെടലാണ് അദ്ദേഹത്തിന്റെ ഗ്രന്ഥം. ഭാരതീയ ഭൂതകാലത്തെ ഹൈന്ദവവൽക്കരിക്കാനും ഏകമുഖമായ ഒരു പാരമ്പര്യമായി ചുരുക്കിക്കെട്ടാനുമുള്ള ഹിന്ദുത്വവാദ-വർഗീയ നടപടികൾക്കെതിരെ ഇന്ത്യൻ സാംസ്കാരിക ജീവിതത്തിന്റെ ബഹുസ്വരതയെയും അതിലുൾചേർത്തിരിക്കുന്ന എണ്ണമറ്റ പ്രവണതകളെയും എടുത്തുകാണിക്കാനാണ് പ്രൊഫ. വി. അരവിന്ദാക്ഷൻ ഈ ഗ്രന്ഥത്തിൽ മുഖ്യമായും പരിശ്രമിക്കുന്നത്.

'സമന്വയവും സംഘർഷവും: ഭാരതീയ സംസ്കാരത്തിന്റെ മുഖ്യ പ്രവണതകൾ' എന്ന ശീർഷകം ഈ പുസ്തകത്തിന്റെ സമീപന രീതിയെക്കൂടി വിശദീകരിക്കുന്ന ഒന്നാണ്. വിവിധ സാംസ്കാരിക- ജീവിത പാരമ്പര്യങ്ങളുടെയും പ്രവണതകളുടെയും കലർപ്പായി ഇന്ത്യൻ സമൂഹത്തെ നോക്കിക്കാണുകയെന്നതാണ് അതിന്റെ കാതൽ. ഈ വ്യത്യസ്ത പാരമ്പര്യങ്ങളും പ്രവണതകളുമാകട്ടെ തമ്മിൽത്തമ്മിൽ ഒത്തിണങ്ങി നിന്ന് സമന്വയത്തിന്റേതുമാത്രമായ ഒരന്തരീക്ഷം സൃഷ്ടിച്ചവയല്ല. മറിച്ച് തമ്മിലിണങ്ങിയും ഇടഞ്ഞും നിലകൊള്ളുന്നതുവഴി സമന്വയത്തിന്റേതെന്നപോലെ സംഘർഷത്തിന്റെയും മേഖലകളെ അവ ഉൾക്കൊള്ളുന്നുണ്ട്. നൂറ്റാണ്ടുകളും സഹസ്രാബ്ദങ്ങളും പിന്നിട്ട ജീവിതക്രമങ്ങൾ ഈ സംഘർഷാത്മകതയെ പതിയെപ്പതിയെ ഉരച്ചുമിനുക്കി ഇന്ത്യൻ ജീവിതത്തിന്റെ ഭാഗമായി അവയെ മാറ്റിത്തീർത്തിരിക്കുന്നു. ചരിത്രത്തെ സത്താപരമായി സംഗ്രഹിക്കാതെ വിപുലവും സുദീർഘവുമായ ഒരു പ്രക്രിയയായി പരിഗണിക്കുമ്പോഴേ മേൽപറഞ്ഞ സംഭവവികാസങ്ങൾ അരങ്ങേറിയതിന്റെ ചിത്രം തെളിഞ്ഞുവരൂ. ഇത്തരമൊരു പരിശോധനയ്ക്കാണ് പ്രൊഫ. വി. അരവിന്ദാക്ഷൻ തന്റെ ഗ്രന്ഥത്തിൽ ശ്രമിച്ചിരിക്കുന്നത്.

ആമുഖം കൂടാതെ ഏഴ് അധ്യായങ്ങളായി തരംതിരിച്ചുകൊണ്ടാണ് തന്റെ പ്രമേയം പ്രൊഫ. വി. അരവിന്ദാക്ഷൻ ഈ കൃതിയിൽ കൈകാര്യം ചെയ്തിട്ടുള്ളത്. വൈവിധ്യം- സമന്വയം- വികാസം, ആര്യനും മ്ലേച്ഛനും, യവനർ മുതൽ തുലുക്കർ വരെ, വർണവും ജാതിയും, ശ്രമണരും ബ്രാഹ്മണരും, ഭക്തിയും വിമുക്തിയും, ആധുനികഭാരതം എന്നിങ്ങനെയാണ് അധ്യായങ്ങൾ ആസൂത്രണം ചെയ്തിരിക്കുന്നത്. വ്യത്യസ്തങ്ങളോ പരസ്പര വിരുദ്ധങ്ങൾ പോലുമോ ആയ പ്രവണതകൾ ഇന്ത്യാചരിത്രത്തിന്റെ ഓരോ ഘട്ടങ്ങളെയും ഏതെല്ലാം നിലകളിൽ നിർണയിച്ചു എന്ന് വിശദീകരിക്കാനാണ് ഈ അധ്യായങ്ങളിലെ ശ്രമം. വ്യത്യസ്ത പ്രവണതകളെയും അവയുടെ കൂടിക്കലർന്നുള്ള നിലനിൽപിന്റെയും ചരിത്രത്തെ ഏറെ വിശദാംശങ്ങളിലേക്ക്

കടന്നുപോകാതെയും എന്നാൽ ഈ കലർപ്പിന്റെ പ്രകൃതം തെളിഞ്ഞുകാണുന്ന വിധത്തിലും പ്രതിപാദിക്കുക എന്നതാണ് ഗ്രന്ഥകാരൻ സ്വീകരിച്ചിരിക്കുന്ന രചനാരീതി. സാമാന്യവായനയ്ക്ക് ഉതകുന്ന മട്ടിൽ തന്റെ പ്രമേയത്തെ ചർച്ച ചെയ്ത് വികസിപ്പിച്ചുകൊണ്ടുപോകാൻ അദ്ദേഹത്തിന് ഇതുവഴി കഴിയുന്നുണ്ട്.

വൈവിധ്യം- സമന്വയം- വികാസം എന്ന ആദ്യ അധ്യായം ആദികാവ്യമായി പരിഗണിക്കപ്പെടുന്ന രാമായണത്തിന്റെ പാഠാന്തരങ്ങളിലൂടെ ഭാരതീയ സംസ്കൃതിയുടെ വൈവിധ്യത്തെ ഉയർത്തിക്കാണിക്കാനുള്ള ശ്രമമാണ്. രാമകഥയ്ക്ക് വാത്മീകി രാമായണം എന്നൊരു സംസ്കൃതപാഠവും രാമചരിതമാനസ് എന്ന ഹിന്ദി പാഠവും മാത്രമല്ല ഉള്ളതെന്ന് പ്രസ്താവിച്ചുകൊണ്ട് ഭിന്നകാലങ്ങളിൽ ഭിന്നപാരമ്പര്യങ്ങളിലൂടെ രാമകഥ എങ്ങനെയെല്ലാം സഞ്ചരിച്ചുവെന്ന് പ്രൊഫ. വി. അരവിന്ദാക്ഷൻ പരിശോധിക്കുന്നു. ബൗദ്ധരുടെ ദശരഥജാതകവും ജൈനരുടെ പൗമചര്യവും മുതൽ ഇന്ത്യൻ പ്രാദേശിക ഭാഷകളിൽ പല കാലങ്ങളിലായി രചിക്കപ്പെട്ട എണ്ണമറ്റ പാഠാന്തരങ്ങൾ വരെ രാമായണത്തിനുണ്ട്. പ്രാചീന കാലം മുതൽ പത്തൊമ്പതാം ശതകത്തിൽ കന്നട ഭാഷയിൽ ചന്ദ്രസാഗരവർണിനി രചിച്ച ജിനരാമായണം വരെ ഈ രാമായണ പാഠങ്ങളുടെ പരമ്പര നീണ്ടുകിടക്കുന്നതായി ഗ്രന്ഥകാരൻ ചൂണ്ടിക്കാണിക്കുന്നു. ക്രിസ്തുവിന് മുൻപ് അഞ്ചാം നൂറ്റാണ്ടിലെങ്കിലും ആരംഭിച്ച് ക്രിസ്തുവർഷം പത്തൊമ്പതാം നൂറ്റാണ്ടുവരെ പടർന്നുകിടക്കുന്ന, രണ്ടര സഹസ്രാബ്ദത്തോളം വരുന്ന, കാലയളവിന്റെ സൃഷ്ടിയാണ് ഇന്ത്യൻ ജനതയുടെ രാമായണസങ്കൽപമെന്നാണ് പ്രൊഫ.വി. അരവിന്ദാക്ഷൻ പറഞ്ഞുറപ്പിക്കാൻ ശ്രമിക്കുന്നത്. അതിനെയപ്പാടെ ഏകമുഖമായ ഒരു പാരമ്പര്യമായി പരിഗണിക്കുന്നത് അസംബന്ധമാണ്. വാല്മീകി രാമായണത്തിന് തന്നെ ദാക്ഷിണാത്യപാഠം, ഗൗഡീയപാഠം, പശ്ചിമോത്തരീയപാഠം എന്നിങ്ങനെ വകഭേദങ്ങൾ നിലനിൽക്കുന്നുണ്ട്. പിൽക്കാലത്ത് ഭക്തിപ്രസ്ഥാനത്തോടെയാണ് രാമകഥ ജനകീയവും അഖിലഭാരതീയവുമായ പ്രവണതയായി പടരുന്നത്. അപ്പോൾ പോലും അതിന്റെ ആഭിമുഖ്യവും പ്രതിപാദനവുമൊന്നും ഏകമുഖമായിത്തീരുന്നില്ല. ഇന്ത്യൻ പ്രാദേശികഭാഷകളുടെ സാംസ്കാരികവും സാമൂഹ്യവുമായ സവിശേഷതകളെ സ്വാംശീകരിച്ച പാഠഭേദങ്ങൾ എന്ന നിലയിലാണ് അവയും നിലനിന്നുപോരുന്നത്.

ഇത്തരമൊരു പരിശോധനയിലൂടെ ഭാരതീയ സംസ്കാരത്തിന്റെ സംശ്ലിഷ്ടസ്വഭാവവും സങ്കീർണതയും നാനാമുഖത്വവുമെല്ലാം ആദ്യകാല കാവ്യേതിഹാസങ്ങൾ മുതലേ സുവ്യക്തമായി കാണാനാകുമെന്ന് പ്രൊഫ. വി. അരവിന്ദാക്ഷൻ വ്യക്തമാക്കു

ന്നു. ഈ വ്യത്യസ്തപാഠങ്ങളെയും പാരമ്പര്യങ്ങളെയും 'വൈദിക' ത്തിന്റെ കാവി പുതപ്പിക്കാനുള്ള ശ്രമങ്ങൾ, രാമായണത്തിന്റെ കാര്യത്തിൽ പോലും, സാധുവോ സാധ്യമോ അല്ലെന്ന കാര്യമാണ് ഈ ഗ്രന്ഥത്തിന്റെ ആദ്യ അധ്യായം വെളിപ്പെടുത്തിത്തരുന്നത്. ആദ്യകാവ്യത്തിന്റെ ആന്തരിക വൈരുധ്യങ്ങളെയും വൈവിധ്യങ്ങളെയും വെളിവാക്കുന്ന പ്രഥമാധ്യായം ഉപസംഹരിച്ചുകൊണ്ട് പ്രൊഫ. വി. അരവിന്ദാക്ഷൻ എഴുതുന്ന വാക്കുകൾ ഈ ഗ്രന്ഥത്തിന്റെ സമീപനരേഖ കൂടിയാണെന്ന് പറയാം:

''ഒരേയൊരു പ്രഭവസ്ഥാനം- ആര്യാവർത്തം. ഒരേയൊരു ആധാരം- ശ്രുതി സ്മൃതികൾ. ഒരേയൊരു ദർശനം- അദ്വൈത വേദാന്തം. ഒരേയൊരു ഭാഷ-സംസ്കൃതം. ഇങ്ങനെ ചുരുക്കാനും നിറംകൊടുക്കാനും തുനിയുന്നവർക്ക് വഴങ്ങുന്നതല്ല ഭാരതീയപൈതൃകം.''

രണ്ടാം അധ്യായം മുതൽ ആറാം അധ്യായം വരെയുള്ള ഭാഗത്തെ ലേഖനങ്ങൾ ഇതേ മാതൃകയെ പിൻപറ്റിക്കൊണ്ടും എന്നാൽ പ്രത്യക്ഷത്തിൽ പരസ്പരവിരുദ്ധമായി നിലകൊള്ളുന്ന ചില ഗണങ്ങളെ മുൻനിർത്തിക്കൊണ്ടും ഇന്ത്യൻ സാമൂഹ്യയാഥാർഥ്യത്തെയും ഭൂതകാലത്തെയും വിശകലനം ചെയ്യാൻ ഗ്രന്ഥകാരൻ ശ്രമിക്കുന്നു. ഇതിന്റെ ഭാഗമായി ആര്യർ, മ്ലേച്ഛർ എന്നീ പരികൽപനകളുടെ അർഥവിവക്ഷകളെയും അതിന് പിന്നിലെ യാഥാർഥ്യത്തെയും കുറിച്ചാണ് രണ്ടാം അധ്യായത്തിൽ ചർച്ച ചെയ്യുന്നത്. മധ്യേഷ്യയിൽ നിന്നോ കാസ്പിയൻ കടലിന്റെ തീരത്ത് നിന്നോ ഇന്ത്യയിലേക്ക് കുടിയേറിയ ജനവിഭാഗം ആദ്യം സപ്തസിന്ധുപ്രദേശങ്ങളിലും പിന്നാലെ ഗംഗാതടങ്ങളിലും തമ്പടിച്ചതിന്റെയും അവിടെനിന്ന് തെക്കോട്ടും പടിഞ്ഞാട്ടും വ്യാപിച്ചതിന്റെയും ചരിത്രം ഇവിടെ ചർച്ച ചെയ്യപ്പെടുന്നു. പതിനെട്ടാം നൂറ്റാണ്ടോടെ ആര്യഭാഷാസമൂഹം എന്ന ആശയം ആര്യവംശം എന്ന സങ്കൽപ്പത്തിന് വഴിവച്ചതും അതിന് പിന്നിൽ ഭാഷാവിജ്ഞാനീയം (Philology)എന്ന പഠനശാഖയ്ക്കുള്ള പങ്കും ഗ്രന്ഥകാരൻ പരിശോധിക്കുന്നുണ്ട്. ഈ വംശസിദ്ധാന്തമാണ് പിന്നീട് ഹിറ്റ്ലറുടെ കയ്യിൽ ഫാസിസത്തിന്റെ പ്രത്യയശാസ്ത്രമായി പരിണമിച്ചത്. ''തായ്‌വേരോളം ആഴത്തിലുള്ള വൈജാത്യങ്ങൾ പുലർത്തുന്ന വംശങ്ങളെ ഉരുക്കിച്ചേർക്കുക അസാധ്യമാണെന്ന കാര്യമാണ് ജർമനി കാണിച്ചുതന്നിരിക്കുന്നതെ'' ന്നും ''ഹിന്ദുസ്ഥാനിലുള്ളവർക്ക് അത് നല്ലൊരു പാഠമാണെന്നും'' അഭിപ്രായപ്പെടുന്ന ഗോൾവർക്കറുടെ വാക്കുകൾ ഉദ്ധരിച്ചുകൊണ്ട് വർത്തമാനകാല ഇന്ത്യയിലേക്ക് ഈ ആര്യവംശസിദ്ധാന്തം കടന്നുവന്നതിന്റെ ബാക്കിപത്രങ്ങളിലേക്ക് പ്രൊഫ. വി. അരവിന്ദാക്ഷൻ വിരൽ ചൂണ്ടിയിട്ടുണ്ട്.

യവനർ മുതൽ തുലുക്കർ വരെ എന്ന മൂന്നാം അധ്യായം ഭാരതീയ സംസ്കാരത്തിന്റെ അടിത്തറ എത്രത്തോളം കലർപ്പുകളെ ഉൾക്കൊള്ളുന്നു എന്നതിന്റെ താരതമ്യേന വിശദമായ പ്രതിപാദനമാണ്. യവനർ, ശകർ, കുശാനർ, ഹൂണർ, ഗുർജരർ, ആഭീരർ, ബാക്ട്രിയൻ ഗ്രീസുകാർ, ഇന്തോപാർഥിയന്മാർ എന്നിങ്ങനെ പല പല ജനവിഭാഗങ്ങൾ പല കാലങ്ങളിലായി കുടിയേറിപ്പാർത്ത് ഇന്ത്യൻ സമൂഹത്തിന്റെയും സംസ്കാരത്തിന്റെയും അടിത്തറ പണിതുയർത്തിയതിന്റെ ചിത്രം നമുക്കിവിടെ കാണാം. വർണവും ജാതിയും എന്ന നാലാമധ്യായം ഈ രണ്ട് പരികൽപനകൾ തമ്മിലുള്ള അകലം വ്യക്തമാക്കിക്കൊണ്ട് ഇന്ത്യാചരിത്രത്തിലെ അവയുടെ പങ്കിനെ വിശദീകരിക്കുന്നു. വർണവ്യവസ്ഥ ഒരു സൈദ്ധാന്തികസങ്കൽപവും ജാതി യഥാർഥഘടനയുമാണെന്ന യാഥാർഥ്യത്തിന്റെ അടിത്തറയിലാണ് ഈ പരിശോധനകൾ നടത്തിയിട്ടുള്ളത്. ജാതിവ്യവസ്ഥയുടെ സങ്കീർണമായ വിനിമയരീതികളിലേക്ക് നന്നായി വെളിച്ചം പകരുന്ന അധ്യായമാണിത്. ഇന്ത്യയിൽ രണ്ട് ജീവിതധാരകളുമായി നിലകൊണ്ട ബ്രാഹ്മണ-ശ്രമണ പാരമ്പര്യങ്ങളുടെ പരിശോധനയാണ് അഞ്ചാമധ്യായത്തിലുള്ളത്. ആറാമധ്യായം ഇന്ത്യാചരിത്രത്തിലെയും ഇന്ത്യൻ ജീവിതത്തിലെയും ഏറ്റവും വലിയ സ്വാധീനശക്തിയായിത്തീർന്ന ഭക്തി പരാമ്പര്യത്തെക്കുറിച്ചുള്ള ചർച്ചയാണ്. ഇവയിലെ ജനകീയ പ്രതിരോധപാരമ്പര്യമായി ഉയർന്നുവന്ന ഭക്തിപ്രസ്ഥാനത്തിന്റെ നാനാതലങ്ങളെ വിശകലനം ചെയ്യുന്ന അധ്യായമാണിത്. ഭക്തി പ്രസ്ഥാനം ഉൽഘാടനം ചെയ്ത ജാതിവ്യവസ്ഥയുടെയും ബ്രാഹ്മണാധികാരത്തിന്റെയും  കെട്ടഴിയൽ, ആധുനികഭാരതത്തിൽ തുടർച്ചയും വ്യാപ്തിയും കൈവരിച്ചതിന്റെ കഥയാണ് അവസാന അധ്യായമായ ‘ആധുനികഭാരതം’ ചർച്ച ചെയ്യുന്നത്. സഹസ്രാബ്ദങ്ങൾ പിന്നിട്ട ഒരു ജീവിതക്രമത്തിന്റെ സമകാലികതയിലേക്ക് ഈ അധ്യായം എത്തിനിൽക്കുന്നു.

ഈ നിലയിൽ മതനിരപേക്ഷവും ഭൗതികാസ്പദങ്ങളിൽ അധിഷ്ഠിതവും പ്രക്രിയാപരവുമായ ഇന്ത്യാചരിത്രത്തിന്റെ സാമാന്യമായ അവതരണമായി പ്രൊഫ. വി. അരവിന്ദാക്ഷന്റെ സമന്വയവും സംഘർഷവും മാറിത്തീർന്നിരിക്കുന്നു. മതനിരപേക്ഷതയ്ക്കും ജനാധിപത്യത്തിനും വേണ്ടിയുള്ള വൈജ്ഞാനിക പ്രവർത്തനങ്ങളുടെ ദീപ്തമായ ഒരാവിഷ്കാരമാണിത്. ബൗദ്ധികതയുടെ രാഷ്ട്രീയമാനങ്ങളെ അത് പ്രകാശപൂർണവും പ്രസാദാത്മകവുമായി ഏറ്റുവാങ്ങിയിരിക്കുന്നു.

(2013)

●

# ഭാവശക്തിയുടെ ഭൗതികത

പാശ്ചാത്യ ആധുനികതയുടെ ലോകബോധത്തിനും വൈജ്ഞാനികസമീക്ഷകൾക്കും കലാദർശനത്തിനും താത്ത്വികവ്യവഹാരങ്ങൾക്കും പുറത്തേക്ക് ചിന്തയെയും അനുഭൂതിയെയും ആനയിക്കാനുള്ള കേരളീയ ധൈഷണിക ശ്രമങ്ങളുടെ ഏറ്റവും ഉന്നതമായ ആവിഷ്കാരമാണ് ബി. രാജീവന്റെ 'വാക്കുകളും വസ്തുക്കളും' എന്ന ബൃഹദ്ഗ്രന്ഥം. പടിഞ്ഞാറൻ അതിഭൗതികത്തിന്റെ ആരൂഢത്തിനുമേൽ പടത്തുയർത്തപ്പെട്ട കേവലവ്യക്തിസങ്കല്പത്തെയും ജ്ഞാനോദയയുക്തിയെയും സത്യാത്മകതയെയും അടിസ്ഥാനപ്രമാണങ്ങളാക്കി, പിന്നിട്ട മൂന്ന് നൂറ്റാണ്ടുകളെങ്കിലും, നാടുവാണത് ആധുനികതയുടെ ആശയപ്രരൂപങ്ങളും അനുഭൂതിഘടനയുമായിരുന്നു. മതവും തത്ത്വചിന്തയും മുതൽ പ്രണയവും പൗരത്വവും വരെയുള്ള അനുഭവലോകങ്ങളെയും ആശയരൂപങ്ങളെയും അത് നിർണയിക്കുകയും ചെയ്തു. ആധുനികതയുടെ ലോകനിർമാണയുക്തിയെയും പാശ്ചാത്യ അതിഭൗതികത്തെയും പ്രതിരോധിക്കുന്ന ചിന്താപദ്ധതികൾ ഇതിനിടയിൽ പടിഞ്ഞാറുതന്നെ ഉയർന്നുവന്നിരുന്നുവെങ്കിലും - സ്പിനോസ, മാർക്സ്, നീഷെ, ഫ്രോയ്ഡ് എന്നിങ്ങനെ- മുതലാളിത്ത ആധുനികതയുടെ സഹസ്രബാഹുവായ സാമൂഹ്യശരീരം ഇത്തരം എതിർവിചാരങ്ങൾക്ക് കാര്യമായ ഇടം അനുവദിക്കുകയുണ്ടായില്ല. മുതലാളിത്ത ആധുനികതയെ വെല്ലുവിളിക്കാൻ ഇടക്കാലത്ത് കെല്പ് ലഭിച്ച മാർക്സിസമാകട്ടെ ഒട്ടുമിക്കപ്പോഴും സ്റ്റാലിനിസ്റ്റ് യാന്ത്രികതയിൽ അകപ്പെട്ട് ആധുനികതയുടെ ഉപകരണവാദപരമായ കാഴ്ചവട്ടത്തിലേക്ക് കെട്ടിയൊതുക്കപ്പെടുകയും ചെയ്തു. അങ്ങനെ, മൂലധനാധിപത്യത്തിന്റെയും കേന്ദ്രീകരണത്തിന്റെയും വ്യക്തിപരതയുടെയും കേവലസൗന്ദര്യത്തിന്റെയും ദ്വന്ദ്വവാദയുക്തിയുടെയും മറ്റും ലോകങ്ങളിൽ മനുഷ്യരാശിയെ കെട്ടിത്തളയ്ക്കുന്നതിൽ ആധു

ബി. രാജീവൻ - *വാക്കുകളും വസ്തുക്കളും.*

നികതയുടെ യുക്തിശാസ്ത്രം വലിയ വിജയം നേടി. നാം ന മ്മെക്കാണുന്നതും ലോകത്തെ കാണുന്നതുമായ രീതികളെ അത് നിർവചിച്ചു തന്നു. അതിലൂടെ പല തലമുറകൾ 'ലോകയാ ഥാർഥ്യ'ത്തെ 'തിരിച്ചറിഞ്ഞു'!!

ഈ 'തിരിച്ചറിവി'ന്റെ വംശാവലിയും രാഷ്ട്രീയ ചരിത്രവും വിശദമാക്കിക്കൊണ്ട് ആധുനികതയുടെ കാഴ്ചവട്ടത്തിനു പുറ ത്തേക്ക് മലയാള ഭാവുകത്വത്തെ ആനയിക്കാനുള്ള ഉജ്ജ്വലമായ പരിശ്രമമാണ് ബി. രാജീവിന്റെ കൃതി. മലയാള വായനയുടെ വർത്തമാനകാല പരിസരം ആ കൃതിയെ ഏത് നിലയിലാവും സ്വീകരിക്കുക എന്നതിനെക്കുറിച്ച് എനിക്ക് സന്ദേഹമാണുള്ളത്. എന്നാൽ പതിറ്റാണ്ടുകൾക്കിടയിൽ മാത്രം വന്നുചേരുന്ന ചിന്താവിപ്ലവത്തിന്റെ മുഴക്കം ഈ കൃതിയിലുണ്ടെന്ന് ഉറപ്പിച്ചു പറയാൻ സംശയിക്കേണ്ടതില്ല. ആധുനികത എന്ന ചരിത്ര-സാ മൂഹ്യ അവബോധസ്ഥാനത്തെ, അതിന്റെ ഭൗതികാസ്പദങ്ങളെ യും അത് നിർമിച്ചെടുത്ത അനുഭൂതി പ്രപഞ്ചത്തെയും അതിന്റെ ആശയപ്രരൂപങ്ങളെയും, തുറന്നു കാണിക്കുന്നതിൽ ഈ കൃതി മലയാളത്തിലെ മറ്റേതൊരു ഗ്രന്ഥത്തെക്കാളും വിജയം നേടിയി ട്ടുണ്ട്. അതോടൊപ്പം ആധുനികതയ്ക്കകമേ നിലകൊണ്ട എ തിർസ്വരങ്ങളെയും ആധുനികതയുടെ തന്നെ ആന്തര വൈരുദ്ധ്യ ങ്ങളെയും അഭിസംബോധന ചെയ്യാനും അത് സന്നദ്ധമാണ്. അങ്ങനെ മനുഷ്യചരിത്രത്തിലെ ഗംഭീരയുഗങ്ങളിലൊന്നിനെ നിർണയിച്ച വിചാരമാതൃകയുടെ ഉള്ളറകൾ അനാവരണം ചെയ്ത് അതിനെ മറികടന്നുപോകേണ്ടതിന്റെ ആവശ്യകതയും അതി നുള്ള സാധ്യതകളും അവതരിപ്പിക്കുകയാണ് 'വാക്കുകളും വസ്തുക്കളും' എന്ന ഗ്രന്ഥം ചെയ്യുന്നത്.

ഉത്തരാധുനികതയെക്കുറിച്ചും ആധുനികതാ വിമർശനത്തെ ക്കുറിച്ചുമെല്ലാം വളരെയേറെ ചർച്ചകൾ മലയാളത്തിൽ നടന്നി ട്ടുണ്ടെങ്കിലും, പാശ്ചാത്യ അതിഭൗതികത്തിന്റെ വിമർശനവും നിരാകരണവുമെന്ന കേന്ദ്രപ്രശ്നത്തെ ഈ ചർച്ചകൾ കാര്യ മായൊന്നും അഭിസംബോധന ചെയ്തിട്ടില്ലെന്നു വേണം പറയാൻ. അടിസ്ഥാനപരമായി ഇതിനുള്ള ഒരു കാരണം നമ്മുടെ ഉത്തരാ ധുനികത ചർച്ചകളിലേറെയും നടന്നത് സാഹിത്യവിമർശനപ രമായ പ്രകരണത്തെ മുൻനിർത്തിയാണ് എന്നതാണ്. മൂലധന വളർച്ചയുടെ സ്വഭാവത്തെ അവലംബമാക്കിയുള്ള ആധുനികാ നന്തര ചർച്ചകളും കുറെയൊക്കെ നടന്നു. എന്നാൽ തത്ത്വചി ന്താപരവും ആശയരൂപങ്ങളുടെ വംശാവലിയെ മുൻനിർത്തിക്കൊ ണ്ടുള്ളതുമായ അന്വേഷണങ്ങളും അവയെ ചരിത്രവത്ക്കരിക്കാ നുള്ള ശ്രമങ്ങളും കാര്യമായി ഉണ്ടായില്ല. ഇതിന്റെ ഫലമായി,

മുൻകാലത്ത് അസ്തിത്വവാദം സാഹിത്യപ്രശ്നമായിത്തീരുകയും നവകാല്പനികരായ നിരൂപകർ അസ്തിത്വവാദികളുടെ വേഷം ധരിക്കുകയും ചെയ്തതുപോലെ, നവവിമർശകർ തന്നെ ഇവിടെ ഉത്തരാധുനികരായി. അവബോധപരമായി എന്തു സംഭവിക്കുന്നുവെന്നോ, ചിന്താമണ്ഡലത്തിൽ ഉളവായ വിച്ഛേദമെന്തെന്നോ ഉള്ള കാര്യങ്ങൾ ഇതിനിടയിൽ പരിഗണിക്കപ്പെടാതെ പോയി. പൊതിയാത്തേങ്ങ പോലെ ചിന്താസന്ദർഭങ്ങളും സംവർഗങ്ങളും വലിച്ചിഴയ്ക്കപ്പെടുന്ന ഒന്നായി ആധുനികതാവിമർശം പലപ്പോഴും മാറിത്തീർന്നു. ഇതുവഴി ഉണ്ടായിത്തീർന്നത് മറ്റൊരപകടം കൂടിയാണ്. ഈ പുസ്തകത്തിലൊരിടത്ത് ചൂണ്ടിക്കാട്ടുന്നതുപോലെ ചിന്താജീവിതത്തിന്റെയും ധൈഷണികാന്വേഷണങ്ങളുടെയും അരികുകളിലൂടെ പോലും നടക്കാൻ മടിക്കുന്നവർ തന്നെ ഇത്തരം പ്രമേയങ്ങളെക്കുറിച്ചുള്ള ആലോചനകളെല്ലാം വ്യാജസിദ്ധാന്തങ്ങളാണെന്ന് വിധിക്കാൻ തുടങ്ങുകയും തങ്ങൾ പറയുന്ന നേരമ്പോക്കുകളാണ് ചിന്തയുടെ പാരമ്യം എന്ന് സ്വയം പ്രഖ്യാപിക്കുകയും ചെയ്തു. അങ്ങനെ, രാജീവൻ ചൂണ്ടിക്കാണിക്കുന്നതുപോലെ, 'ഒരു മേഖലയിലും വിശേഷജ്ഞാനം ഇല്ലാതിരിക്കുകയും എന്നാൽ തങ്ങൾക്കറിയാത്ത ഒന്നുമില്ലെന്ന് കരുതുകയും ചെയ്യുന്ന 'ബുദ്ധിജീവികൾ' ആധുനികതാവിമർശനത്തെ ഗൗരവപൂർണ്ണമായ ചരിത്ര- രാഷ്ട്രീയ- പ്രത്യയശാസ്ത്ര ഇടപെടൽ എന്നതിൽ നിന്നും തങ്ങളുടെ വെടിവട്ടത്തിലേക്ക് 'വിമോചി'പ്പിച്ചു!!

'വാക്കുകളും വസ്തുക്കളും' എന്ന ഗ്രന്ഥം മൗലികമായ വ്യതിരിക്തത പുലർത്തുന്നത് അത് ഉത്തരാധുനികതയെക്കുറിച്ചുള്ള ലളിത സമവാക്യങ്ങളെയോ, പുസ്തകക്കുറിപ്പടികളെയോ പിൻപറ്റുന്നില്ല എന്നിടത്താണ്. ആധുനികതയുടെ കേന്ദ്രപ്രമാണങ്ങളും ആധാരസാമഗ്രികളുമായി നിലകൊണ്ട ഭൗതികാസ്പദങ്ങളും ആശയപ്രരൂപങ്ങളും അനുഭവമേഖലകളും തമ്മിലുള്ള പാരസ്പര്യത്തെ ആഴത്തിൽ തിരിച്ചറിയുന്ന വിമർശവിചാരമാണ് ഈ കൃതിയിലുള്ളത്. അതുകൊണ്ട് ധ്യാനാത്മകചിന്തയുടെ വിഷയങ്ങളായി തത്വശാസ്ത്ര ചരിത്രത്തിൽ ഇടംനേടിയ സംവർഗങ്ങളും രാഷ്ട്രശരീരത്തിന്റെ പ്രവർത്തനോപാധികളും സമ്പദ്സ്വരൂപത്തിന്റെ അടിസ്ഥാനഘടനകളും തമ്മിൽ എങ്ങനെയൊക്കെ ഒത്തിണങ്ങിനിൽക്കുന്നുവെന്നും അതുവഴി ആധുനികത നിലവിൽ വരുകയും തുടരുകയും ചെയ്യുന്നുവെന്നും ഈ ഗ്രന്ഥം സൂക്ഷ്മമായി വിശദീകരിക്കുന്നുണ്ട്. അതോടൊപ്പം, ആധുനികതാവിമർശം എന്ന പേരിൽ നിലകൊള്ളുന്ന നിരവധി പ്രസ്ഥാനങ്ങളും ആശയാവലികളും ബൂർഷ്വാ ലിബറൽ പൗരസമൂഹത്തെ അന്തിമസ്ഥാനമായി കാണുന്നതെങ്ങനെയെന്ന് ഈ ഗ്രന്ഥം

വ്യക്തമാക്കുന്നുണ്ട്; കാർട്ടീഷ്യൻ ദ്വന്ദ്വകല്പനയ്ക്ക് കീഴ്പ്പെട്ട യാന്ത്രികഭൗതികം മാർക്സിസത്തിലേയ്ക്ക് കടന്നുകയറിയതെങ്ങനെയെന്ന് പരിശോധിക്കുന്നുണ്ട്. കലയും സാഹിത്യവും അതീത മൂല്യങ്ങളുടെ ലോകമോ, ആശയ പ്രതിനിധാനങ്ങളോ എന്നതിനപ്പുറം ഭാവശക്തിയും ഭാവനായാഥാർത്ഥ്യങ്ങളുമായി പ്രവർത്തിക്കുന്നതെങ്ങനെയെന്ന് വെളിപ്പെടുത്തുന്നുണ്ട്; ഭാവന എങ്ങനെ ധാർമികശക്തിയായി, ഭൗതികതയായി, മനുഷ്യജീവിതത്തിൽ പ്രവർത്തിക്കുന്നു എന്ന് ആരായുന്നുണ്ട്; ചിന്തയെ പദാർഥത്തിന്റെ വിപരീതഭാവമായല്ലാതെ പദാർഥഗുണം തന്നെയായി മനസ്സിലാക്കേണ്ടതെങ്ങനെയെന്ന് ചർച്ച ചെയ്യുന്നുണ്ട്... ഇങ്ങനെ നിരവധി വിതാനങ്ങളിൽ പാശ്ചാത്യ ആധുനികതയുടെ അടിസ്ഥാനയുക്തികളെ മറികടക്കുന്ന ബഹുരൂപിയായ ചിന്തയുടെ പ്രവൃത്തിമണ്ഡലമാണ് വാക്കുകളും വസ്തുക്കളും എന്ന ഗ്രന്ഥം. ഏതെങ്കിലും ഒരു പ്രമേയകേന്ദ്രത്തിലേക്ക് സംഗ്രഹിക്കാനാവാത്ത വിധം ആന്തരികവൈവിധ്യം പുലർത്തുകയും അപ്പോഴൊക്കെയും ആധുനികതാവിമർശം എന്ന അടിസ്ഥാനസമീക്ഷ കൈവിടാതിരിക്കുകയും ചെയ്തുകൊണ്ട് ഈ ഗ്രന്ഥം സ്വയം ഒരു വൈരുദ്ധ്യാത്മകമാനം നിലനിർത്തുകയും ചെയ്യുന്നു.

ആറ് ഭാഗങ്ങളിൽ അറുപത്തിരണ്ട് അധ്യായങ്ങളായി സംവിധാനം ചെയ്യപ്പെട്ടതാണ് ഈ ഗ്രന്ഥം. വാക്കുകളും വസ്തുക്കളും, മാറുന്ന മാർക്സിസം, ശ്രീനാരായണന്റെ രാഷ്ട്രീയം, മാറുന്ന ബുദ്ധിജീവിതം, കവിതയും ചിന്തയും, മാറുന്ന കലാചിന്ത എന്നിങ്ങനെയുള്ള ആറ് ഭാഗങ്ങൾ. ഓരോ ഭാഗത്തിനും പ്രത്യേകമായി എഴുതിച്ചേർത്തിട്ടുള്ള മുഖവുരകൾ അവിടെ സമാഹരിച്ചിട്ടുള്ള പ്രബന്ധങ്ങളുടെ സൈദ്ധാന്തികമായ അടിസ്ഥാനവും സ്വരൂപവും വിശദീകരിക്കുന്നു. പുസ്തകത്തിന്റെ പൊതു ആമുഖത്തിൽ വ്യക്തമാക്കുന്നതുപോലെ പിന്നിട്ട നാല്പത് വർഷക്കാലത്തിനിടയിൽ രാഷ്ട്രീയം, തത്ത്വചിന്ത, ഭാഷ, സാഹിത്യം, ചരിത്രം തുടങ്ങിയ മേഖലകളിൽ ബി.രാജീവൻ നടത്തിപ്പോന്ന അന്വേഷണങ്ങളുടെ ഫലം എന്ന നിലയിലാണ് ഈ പുസ്തകം നിലകൊള്ളുന്നത്.

പാശ്ചാത്യ ആധുനികതയടെ മുഖ്യധാരയ്ക്കെതിരെ ഉയർന്നുവന്ന കലാപങ്ങൾക്കൊപ്പം സഞ്ചരിക്കുകയും അതിന്റെ തത്ത്വശാസ്ത്രപരവും രാഷ്ട്രീയവും ചരിത്രപരവുമായ വിച്ഛേദങ്ങളെ കാര്യമായി വകതിരിച്ചെടുക്കുകയും കാർട്ടീഷ്യൻ ദ്വന്ദ്വാത്മകതയ്ക്ക് പുറത്തുനിൽക്കുന്ന ഉത്തരാധുനികത ഭൗതികവാദത്തെ വിഭാവനം ചെയ്യുകയുമാണ് ഈ കൃതിയുടെ പ്രധാന താൽപര്യം. ഇത്തരമൊരു വിഭാവന ക്രമത്തിന്റെ അടിസ്ഥാനമായി സ്പി

നോസ- മാർക്സ്-ദെലേസ് എന്നിങ്ങനെയൊരു ചിന്താപഥത്തെ കണ്ടെത്താനും ഈ പ്രബന്ധങ്ങൾ ശ്രമിക്കുന്നുണ്ട്. ഇതോടൊപ്പം ഈ പ്രബന്ധങ്ങളിൽ ഉടനീളം തുടർച്ചയുള്ള മറ്റൊരു പ്രമേയം ഭാവനയുടെ ഭൗതികത എന്നതാണ്. തത്ത്വചിന്തയെയും കലയെയും ഭാഷയെയും ഭൗതികശക്തികളായി കാണുകയും, പ്രതിനിധാനപരമായി അവയെ വ്യാഖ്യാനിച്ച് മെരുക്കിയെടുക്കാൻ പണിപ്പെടുന്ന വിമർശനസ്ഥാപനത്തോട് കലഹിക്കുകയും, അങ്ങനെ മെരുക്കിയെടുക്കപ്പെട്ട ഭാവനാ യാഥാർഥ്യങ്ങളെ അവയിലെ സ്വതസിദ്ധതയെ മുൻനിർത്തി വീണ്ടെടുക്കാൻ ശ്രമിക്കുകയും ചെയ്തുകൊണ്ട് കലാ-സാഹിത്യ ചിന്തയിലെ നിർണായകമായ ഒരു വഴിത്തിരിവിനെ അടയാളപ്പെടുത്താൻ ഈ ഗ്രന്ഥത്തിന് കഴിഞ്ഞിട്ടുണ്ട്. ആധുനികാനന്തര ഭൗതികവാദം എന്ന് വിശേഷിപ്പിക്കാവുന്ന ഒരു പാരായണരീതിയുടെ പ്രകാശനം ഇവിടെ നമുക്ക് കാണാം.

'വാക്കുകളും വസ്തുക്കളും' എന്ന ആദ്യഭാഗം സാഹിത്യ പഠനങ്ങളുടെ സമാഹാരം എന്ന നിലയിലാണ് വിഭാവനം ചെയ്യപ്പെട്ടിരിക്കുന്നത്. അതേസമയം അത് സാഹിത്യവിമർശനം എന്ന ആധുനിക ഔപചാരിക സ്ഥാപനത്തെയും അതുയർത്തിക്കൊണ്ടുവന്ന പാശ്ചാത്യ സങ്കല്പത്തെയും വിമർശനാത്മകമായി വിശകലനം ചെയ്യുന്നുമുണ്ട്. ആ നിലയിൽ സാഹിത്യവിമർശനത്തോടുള്ള വൈരുദ്ധ്യവാദപരമായ വിനിമയങ്ങളാണ് ഈ ഭാഗത്തിലെ പ്രബന്ധങ്ങൾ എന്നുപറയാം. പാശ്ചാത്യ അതിഭൗതികത്തിന്റെ വീക്ഷണസ്ഥാനത്തിനും കാഴ്ചവട്ടത്തിനും പുറത്തുവച്ച് സാഹിത്യത്തെ വിശദീകരിക്കാനും വിലയിരുത്താനുമാണ് ബി. രാജീവൻ ഇവിടെ ശ്രമിക്കുന്നത്. ലളിതമായി പറഞ്ഞാൽ അതിഭൗതികത്തിന്റെ സാഹിത്യ (കലാ) ദർശനം സാഹിത്യത്തെ പ്രതിനിധാനാത്മകമായി പരിഗണിക്കുന്ന ഒന്നാണ്. ഇതരയാഥാർഥ്യങ്ങളുടെ ആത്മനിഷ്ഠമോ, ഭാവനാപരമോ ആയ പ്രതിനിധാനമായി അത് സാഹിത്യത്തെ കാണുന്നു. അതുവഴി വ്യാഖ്യാനിക്കപ്പെടേണ്ടതോ വെളിപ്പെടുത്തേണ്ടതോ ആയ നിഗൂഢതകളുടെ ചിഹ്നവ്യൂഹമായി സാഹിത്യം മനസ്സിലാക്കപ്പെടുന്നു. ഈ ചിഹ്നവ്യൂഹങ്ങളുടെ വിശദീകരണമായാണ് പഴയ വിമർശനം നിലനിൽക്കുന്നത്.

ഇങ്ങനെ കൃതികൾക്ക് പിന്നിൽ അർത്ഥങ്ങളുടെ ഉറവിടമായ ഒരു അതീതസത്തയേയും അതിന്റെ ഭാഷാരൂപമായ കൃതിയേയും കൃതിയെ വ്യാഖ്യാനിച്ച് അതിനു പിന്നിലെ അർത്ഥസ്രോതസ്സിൽ എത്തിച്ചേരുന്ന അനുവാചകരേയും ഉറപ്പിച്ചെടുക്കുന്ന പ്രവർത്തനമാണ് വിമർശനം എന്ന ആധുനികസ്ഥാപനം നിർവ

ഹിച്ചുപോരുന്നതെന്ന് ബി. രാജീവൻ നിരീക്ഷിക്കുന്നു. വിമർശനത്തിന്റെ അടിസ്ഥാനരാഷ്ട്രീയം നിലകൊള്ളുന്നത് ഈ പാരായണ ക്രമത്തിലും അതിനനുസൃതമായ നിലയ്ക്കുള്ള സാഹിത്യത്തിന്റെ പുനഃസംഘാടനത്തിലുമാണ്. ഇത് സാഹിത്യത്തിന്റെ ഭൗതികതയെ, ഭാവശക്തിയെന്ന നിലയിലുള്ള അതിന്റെ സ്വകീയജീവിതത്തെ, നിരസിക്കുകയും അർത്ഥത്തിന്റെയും അനുഭൂതിയുടെയും വാഹകമായ ഒരു ഭാഷാപാഠമായി സാഹിത്യത്തെ മെരുക്കുകയും ചെയ്യുന്നു. പ്രതിനിധാനാത്മപാഠങ്ങളായി സാഹിത്യത്തെ മെരുക്കുന്ന വ്യാഖ്യാനയന്ത്രമാണ് വിമർശനം. ഇതാകട്ടെ ബൂർഷ്വാ, സിവിൽ സമൂഹത്തിന്റെ ഘടനാബന്ധങ്ങളുടെ പുനരാഖ്യാനവുമാണ്. അങ്ങനെ സാഹിത്യത്തിന് സ്വകീയ ജീവിതം നഷ്ടമാക്കുന്ന, പാശ്ചാത്യ അതിഭൗതികത്തിന്റെ ദ്വന്ദ്വവാദപരമായ കാഴ്ചവട്ടത്തെ നിരന്തരം പുനരുത്പാദിപ്പിക്കുന്ന, അധീശത്വപരമായ രാഷ്ട്രീയപ്രവർത്തനം കൂടിയായി വിമർശനം മാറിത്തീരുന്നു.

ഇത്തരത്തിലുള്ള അധിനിവേശാത്മകമായ രാഷ്ട്രീയ പ്രയോഗങ്ങൾക്ക് പുറത്തുവെച്ച് ഭാഷയുടെയും സാഹിത്യത്തിന്റെയും ജീവിതത്തെ എങ്ങനെ വിലയിരുത്താം എന്നതാണ് ആദ്യഭാഗത്തിലെ ലേഖനങ്ങൾ ആരായുന്നത്. ബഷീർ, തകഴി, ഒ.വി. വിജയൻ, വി.കെ. എൻ., കെ.ജി. ശങ്കരപ്പിള്ള, കടമ്മനിട്ട, സച്ചിദാനന്ദൻ എന്നിവരുടെ രചനകളെ മലയാളജീവിതത്തിലെ പരോക്ഷ ഭൗതികസംഭവങ്ങൾ എന്ന നിലയിൽ നോക്കിക്കാണാനുള്ള ശ്രമമാണിത്. രാജീവൻ തന്നെ ഒരിടത്ത് സൂചിപ്പിച്ചിട്ടുള്ളതുപോലെ, ഈ വായനാരീതി മേല്പറഞ്ഞ എഴുത്തുകാരുടെ രചനാലോകത്തെ അഭിസംബോധന ചെയ്തത് ഉടനീളം സാർത്ഥകമായി എന്നും പറയാനാവില്ല. പക്ഷേ, അതിനേക്കാളൊക്കെ പ്രധാനം മലയാളജീവിതത്തിലെ ഭാവശക്തികൾ എന്ന നിലയിൽ ഈ കൃതികൾ എങ്ങനെ പ്രവർത്തിക്കുന്നു എന്ന വിശദീകരണമാണ്.

'മാറുന്ന മാർക്സിസം' എന്ന രണ്ടാം ഭാഗത്തിലുള്ളത് മുഖ്യമായും ഏഴ് അഭിമുഖങ്ങളും രണ്ട് പ്രബന്ധങ്ങളുമാണ്. ഹെഗേലിയൻ വൈരുദ്ധ്യവാദത്തിൽ നിന്നും സ്റ്റാലിനിസ്റ്റ് യാന്ത്രികതയിൽ നിന്നും മുക്തമായ മാർക്സിസത്തെ കണ്ടെടുക്കാനുള്ള ധൈഷണികാന്വേഷണങ്ങളായി ഈ അഭിമുഖങ്ങളെ കണക്കാക്കാം. സ്പിനോസയിൽ നിന്നും പാരമ്പര്യത്തെ കണ്ടെത്തുകയും ദെലേസിയൻ ചിന്തകളെ മുൻനിർത്തി തൃഷ്ണാജീവിതത്തെ ചരിത്രപരമായ ഭൗതികവാദത്തിലേക്ക് ഉൾച്ചേർക്കാനുള്ള ശ്രമം നടത്തുകയും ചെയ്തുകൊണ്ട് ഭൗതികതയെ തന്നെ പുനർ

നിർവചിക്കുന്ന അന്വേഷണങ്ങളാണ് ഈ ഭാഗത്തെ അഭിമുഖങ്ങൾ. ഇതോടൊപ്പം ഉത്തരാധുനികതയുടെ രാഷ്ട്രീയാവിഷ്കാരങ്ങളായി രംഗത്തുവന്ന സ്വത്വരാഷ്ട്രീയവും നവസാമൂഹിക പ്രസ്ഥാനങ്ങളുമെല്ലാം ഫലത്തിൽ ബൂർഷ്വാ സിവിൽ സമൂഹത്തിനകമേ നടക്കുന്ന ഒത്തുതീർപ്പുകൾ മാത്രമാണെന്ന് വ്യക്തമാക്കാനും ഗ്രന്ഥകാരന് കഴിയുന്നുണ്ട്. ഉത്തരാധുനിക സിദ്ധാന്തങ്ങളുടെ പെരുമഴയ്ക്കു മുൻപിൽ എന്താണ് ചെയ്യേണ്ടതെന്ന് വ്യാകുലപ്പെട്ട് നിൽക്കുന്ന 'ഇടതുപക്ഷ ചിന്ത'യ്ക്ക് പലവട്ടം വായിച്ചു നോക്കാൻ പോന്നതാണ് ഈ ഭാഗം.

'ശ്രീനാരായണന്റെ രാഷ്ട്രീയം' എന്ന മൂന്നാംഭാഗത്ത് നാരായണഗുരുവിന്റെ യുഗനിർണായകമായ ഇടപെടലിനെ പുതിയ വെളിച്ചത്തിൽ വായിക്കാൻ ശ്രമിക്കുന്ന ലേഖനങ്ങളാണുള്ളത്. ദെലേസിയൻ പരികല്പനയായ ന്യൂനപക്ഷാത്മകത എന്നതിനെ മുൻനിർത്തി നാരായണഗുരു ധാർമികതയുടെ പൗരസ്ത്യ വിധ്വംസക യന്ത്രമായി പ്രവർത്തിച്ചത് എങ്ങനെയെന്ന് വ്യക്തമാക്കാനാണ് രാജീവൻ ശ്രമിക്കുന്നത്. സാമൂഹ്യപരിഷ്കർത്താവ്, അദ്വൈതി, സന്ന്യാസി, ചിന്തകൻ, കവി എന്നിങ്ങനെ പല നിലകളിൽ വേറിട്ട് പഠിക്കപ്പെടുകയും അത്തരം പഠിതാക്കളുടെ ലിബറൽ മാനവവാദത്തിന്റെ പരിപ്രേക്ഷ്യങ്ങൾക്കകത്തുവെച്ച് വിലയിരുത്തപ്പെടുകയും ചെയ്ത ഒരാളാണ് നാരായണഗുരു. ഒരു ഭാഗത്ത് വേദാന്തിയും ജ്ഞാനിയുമായ മഹാഗുരുവായും മറുഭാഗത്ത് ഹ്യൂമനിസ്റ്റും സെക്കുലറിസ്റ്റുമായ പരിഷ്കർത്താവായും ഗുരുവിനെ വിഭജിച്ച അധിനിവേശാത്മക യുക്തിക്കെതിരെ, മലയാളത്തിന്റെ ധാർമികജീവിതത്തിലെ വിച്ഛേദസ്ഥാനങ്ങളിലൊന്നായി ഗുരുവിനെ കാണാനാണ് ഈ പഠനങ്ങൾ ശ്രമിക്കുന്നത്. ഇതുകൂടാതെ ഇന്ത്യാചരിത്രത്തെയും കേരള ചരിത്രത്തെയും സംബന്ധിക്കുന്ന ഏഴ് പഠനങ്ങളും ഈ ഭാഗത്ത് ഉൾപ്പെടുത്തിയിട്ടുണ്ട്.

അവസാനത്തെ മൂന്ന് ഭാഗങ്ങളിലെ (മാറുന്ന ബുദ്ധിജീവിതം, കവിതയും ചിന്തയും, മാറുന്ന കാലചിന്ത) പ്രബന്ധങ്ങൾ പാശ്ചാത്യ പ്രബുദ്ധത ജന്മം നൽകിയ വിചാരമാതൃകകൾക്ക് പുറത്ത് ബുദ്ധിജീവിതത്തെയും സാഹിത്യത്തെയും കലയെയും സ്ഥാനപ്പെടുത്താനാണ് ശ്രമിക്കുന്നത്. സാഹിത്യപഠനങ്ങൾ എന്നോ കലാചിന്തകൾ എന്നോ വിശേഷിപ്പിക്കാൻ ഇടയുള്ള പ്രബന്ധങ്ങളാണ് ഈ ഭാഗത്ത് കൂടുതലും ഉള്ളത് (മൂന്നാംഭാഗത്തിലെ ചില പ്രബന്ധങ്ങൾ ഒഴികെ). എന്നാൽ അടിസ്ഥാനപരമായി ഇവ പടിഞ്ഞാറൻ ആധുനികതയുടെ മനുഷ്യസങ്കല്പത്തെയും ബൗദ്ധികസങ്കല്പത്തെയും കലാദർശനത്തെയും തിരുത്താ

നുള്ള ശ്രമങ്ങളാണ്. 'വികാരങ്ങളുടെയും ഭാവനയുടെയും ലോകമായ മനുഷ്യരുടെ ധാർമികജീവിതത്തെ സാമൂഹ്യജീവിതത്തിന്റെ ഉപരിഘടനയായി കാണുന്നതിനുപകരം ജീവിതത്തിന്റെ അടിസ്ഥാനയാഥാർഥ്യങ്ങളുടെ മണ്ഡലമായി' കാണാനും, കലയും സാഹിത്യവും തത്ത്വചിന്തയും മറ്റും ഈ ധാർമികമണ്ഡലത്തിലെ ഭൗതിക പ്രതിഭാസങ്ങളായി നിലകൊള്ളുന്നതെങ്ങനെയെന്ന് മൂർത്തമായ പ്രകരണങ്ങളെ മുൻനിർത്തി വ്യക്തമാക്കാനുമാണ് ഈ പഠനങ്ങൾ പണിപ്പെടുന്നത്. ഭാവനയുടെ ഭൗതികതയ്ക്കുവേണ്ടി മലയാളത്തിൽ ഉയർന്നുകേട്ട ഏറ്റവും വലിയ ന്യായവാദങ്ങളാണ് ഈ പ്രബന്ധങ്ങളിലുള്ളത്. ഭാവനാലോകത്തെ അതീതവാദപരവും പ്രതിനിധാനപരവുമായി നോക്കിക്കണ്ട മുഖ്യധാരാ വിമർശനങ്ങൾക്കെതിരെ മലയാളവായന നടത്തുന്ന പ്രതിരോധത്തിന്റെ ലോകമാണിവിടെ നാം കാണുന്നത്.

ഒരു ഭാഷയെന്ന നിലയിൽ മലയാളം ഇന്ന് നേരിടുന്ന വലിയ പ്രതിസന്ധികളിലൊന്ന് ആഴമേറിയ ചിന്തയെ ഏറ്റുവാങ്ങാനുള്ള അതിന്റെ സന്നദ്ധതയില്ലായ്മയാണ്. ഭാഷയുടെ ആന്തരിക പരാധീനത എന്ന നിലയ്ക്കല്ല ഇക്കാര്യം മനസ്സിലാക്കേണ്ടത്. ക്രിസ്തുവർഷം പതിമൂന്നാം ശതകത്തിൽ തന്നെ കൗടില്യത്തിന്റെ ഏറ്റവും മികച്ച വ്യാഖ്യാനങ്ങളിലൊന്നിന് ജന്മം നൽകിയ മലയാളത്തിന് ചിന്തയുടെയും വിജ്ഞാനത്തിന്റെയും പാരമ്പര്യം അന്യമാണെന്നോ അപരിചിതമാണെന്നോ പറയാനാവില്ലല്ലോ. എന്നാൽ ആധുനിക മലയാളത്തിന്റെ കഥ മറ്റൊന്നാണ്. മലയാളത്തിന്റേതായ ഒരു ചിന്താരീതിയിലൂടെ ആവിഷ്കരിക്കാൻ ശ്രമിച്ച ശ്രീനാരായണഗുരുവിനു ശേഷം ഉന്നതനായ ഒരു ദാർശനികനെ മലയാളം സൃഷ്ടിച്ചിട്ടില്ല. ഭാഷാകൗടലീയം രചിക്കപ്പെട്ട ഭാഷയിൽ ഇന്ന് രാഷ്ട്രമീമാംസ പ്രബന്ധങ്ങളൊന്നും രചിക്കപ്പെടുന്നില്ല. വിജ്ഞാനത്തോടും ചിന്തയോടും വിമുഖമായിത്തുടരുന്ന ഒരു മനോഭാവം മലയാളത്തിൽ ഇപ്പോഴും പ്രബലമാണ്. തർക്കത്തിലും വിവാദങ്ങളിലും അഭിരമിക്കുന്ന ഒരു മാധ്യമാന്തരീക്ഷം വിജ്ഞാനത്തെയും ചിന്തയെയും സർവഥാ അപ്രസക്തമാക്കുന്നതാണ് ഇപ്പോൾ ഇവിടെയുള്ള രീതി. കേസരിയെപ്പോലെ യുഗനിർണായകമായ ഇടപെടലുകൾ നടത്തിയ ഒരു ചിന്തകനെപ്പോലും ശരിയായി മനസ്സിലാക്കാനും ആദരിക്കാനും മലയാളത്തിന് കഴിഞ്ഞുവോ എന്നത് സംശയകരമാണ്. ആധുനികതാ പ്രസ്ഥാനത്തെ ഒരു കലാപ്രവണതയെന്നതിനപ്പുറം ഭാവുകത്വത്തിന്റെയും ലോകബോധത്തിന്റെയും തലത്തിൽ അരങ്ങേറിയ വലിയ വിപ്ലവമായി മനസ്സിലാക്കിയ അക്കാലത്തെ (പിൽക്കാലത്തും അങ്ങനെ ഏറെപ്പേരുണ്ടായിട്ടില്ല) ഒരേയൊരു നിരൂപകനായിരുന്നു കേസരി. ഉണക്കശാസ്ത്രിയെന്നും പണ്ഡിത

മൂഢനെന്നും മറ്റും വിളിച്ച് പരിഹസിക്കുകയല്ലാതെ, സമ്പൂർണ മായി ധൈഷണികമായിത്തീർന്ന കേസരിയുടെ വിമർശനജീവി തത്തെ നേരാംവണ്ണം അഭിസംബോധന ചെയ്യാൻ മലയാളത്തിന് കഴിഞ്ഞില്ല. അതുകൊണ്ട് ആഴമേറിയ ധൈഷണികതയുടെ അസ്തിവാരത്തിൽ പണിതുയർത്തപ്പെട്ട ബി. രാജീവന്റെ ഈ ഗ്രന്ഥവും മലയാളത്തിന്റെ വർത്തമാനജീവിതത്തിൽ എന്ത് പ്രാധാന്യം കൈവരിക്കുമെന്ന് ഇപ്പോഴേ പറയാനാവില്ല. എന്നാൽ ഉറപ്പിച്ച് പറയാവുന്ന ഒരു കാര്യം ഈ കൃതിയെ ഉൾക്കൊള്ളുന്ന തിൽ മലയാളം പരാജയപ്പെട്ടാൽ അത് നമ്മുടെ ഭാഷയുടെ പരാധീനതയെയാവും സൂചിപ്പിക്കുക എന്നതാണ്. ഒരർഥത്തിൽ അതിനും ഒരു സാംഗത്യമുണ്ടെന്ന് വരാം. കാരണം ചില കൃതി കൾ ഭാവിക്കുവേണ്ടി എഴുതപ്പെട്ടവയാണ്. 'വാക്കുകളും വസ്തുക്കളും' മലയാളത്തിന്റെ ഭാവിചരിത്രം ശ്രദ്ധാപൂർവം വായി ക്കാനിരിക്കുന്ന രചനയാണ്. ഇപ്പോൾ നമുക്കത് വായിക്കാനാകുമോ എന്നതാണ് നമ്മുടെ മുന്നിലുള്ള വെല്ലുവിളി.

(2013)

# മലയാള പുസ്തകത്തിന്റെ അനുഭവചരിത്രം

അച്ചടിയോടും പുസ്തകങ്ങളോടും ഒപ്പമാണ് ആധുനികത വന്നത്. ലോകത്തെമ്പാടും അതങ്ങനെയായിരുന്നു. പഴയ ലോകത്തെയും അതിന്റെ ക്രമങ്ങളെയും മറികടക്കുന്ന പുതിയ നോട്ടങ്ങളുടെയും കാഴ്ചകളുടെയും വഴിയായിരുന്നു അത്. മാർഷൽ മക് ലൂഹന്റെ ഗുട്ടൻബർഗ് ഗാലക്സി, പുതിയ താരാപഥം. അനന്തകോടി നക്ഷത്രങ്ങളുടെ നിത്യപ്രകാശം നിറഞ്ഞ ആകാശച്ചരിവെന്നപോലെ, അക്ഷരങ്ങളും വാക്കുകളും അവിടെ നിത്യഭാസുരമായി നിലകൊണ്ടു. മനുഷ്യവംശം കാണാൻ തുടങ്ങിയ പുതിയ സ്വപ്നങ്ങളുടെ അടയാളവാക്യങ്ങളാണ് പുസ്തകങ്ങളിൽ ഉണ്ടായിരുന്നത്. ഉൺമയുടെ പാർപ്പിടമായ ഭാഷയെ ( Language is the house of being എന്ന് ഹൈദഗർ) മനുഷ്യവംശം പുതിയ പ്രകാരങ്ങളിൽ സംവിധാനം ചെയ്യുകയായിരുന്നു. അതുവഴി തങ്ങളുടെ നിലനിൽപ്പിന്റെ പൊരുളും അവർ പുതുക്കിപ്പണിതു. ഇങ്ങനെ അഴിച്ചുപണിയപ്പെട്ട ജീവിതത്തിന്റെ അടയാളങ്ങളെന്നപോലെ, ആധുനികതയുടെ വാങ്മയം അച്ചടിക്കപ്പെട്ട വാക്കായി പത്രങ്ങളിലും പുസ്തകങ്ങളിലും പതിഞ്ഞുകിടന്നു.

അച്ചടിക്കപ്പെട്ട വാക്ക് പറയപ്പെട്ട വാക്കായിരുന്നില്ല. പറഞ്ഞും കേട്ടും അറിഞ്ഞ ലോകത്തെയല്ല അച്ചടിച്ച വാക്കിൽ മനുഷ്യവംശം അഭിമുഖീകരിച്ചത്. പറച്ചിലിന്റെയും കേൾവിയുടെയും സന്ദർഭത്തിൽ എപ്പോഴും ഒരു കലക്കമുണ്ടായിരുന്നു. പറയുമ്പോൾ നാം ഒരേയൊരു കാര്യം നേർവരയിലെന്നപോലെ പറയുകയല്ല ചെയ്യുന്നത്. പറച്ചിലിൽ എപ്പോഴും വഴിമാറലുകളുണ്ട്. പറഞ്ഞുവന്നതിൽ നിന്ന് വഴിമാറി പലയിടങ്ങളിലേക്ക് പോകുന്ന വാക്കിന്റെ ലോകമാണ് പ്രഭാഷണങ്ങളിലുള്ളത്. ചിലപ്പോഴത് ആദ്യം പറഞ്ഞതിലേക്ക് തിരിച്ചു വന്നു, പലപ്പോഴും പുതിയ വഴികളിലേക്ക് തിരിഞ്ഞ്, പുറപ്പെട്ടിടം മറന്നു. പ്രഭാഷണങ്ങളിൽ മാത്ര

പി.കെ. രാജശേഖരൻ - *ബുക്സ്റ്റാൾജിയ*

മല്ല; നിത്യജീവിത സംഭാഷണങ്ങളിലും. 'ഞാനെന്താ പറഞ്ഞത്?' എന്നു പലരും കേൾവിക്കാരോട് തിരിച്ചുചോദിച്ചു. ഏകമുഖവും ക്രമീകൃതവുമായി നേർവരയിൽ സഞ്ചരിക്കുന്ന വാക്ക് ഭാഷണത്തിന്റെ വഴിയിലില്ലായിരുന്നു. ഈണവും താളവും വികാരഭേദങ്ങളുടെ കയറ്റിറക്കങ്ങളുമെല്ലാം നിറഞ്ഞ ഒരു വ്യാമിശ്രലോകമാണ് പറച്ചിലിന്റേത്. അവിടെ വാക്കിനെപ്പോഴും വഴി തെറ്റാമായിരുന്നു. വഴി തെറ്റാതെ നേർവരയിൽ നീങ്ങുന്ന ഭാഷണം ഇപ്പോഴും മാനിക്കപ്പെടുന്നില്ല. 'അച്ചടിവടിവിൽ സംസാരിക്കുന്നു' എന്ന് നാം ആ ഭാഷണരീതിയെ പരിഹസിച്ചുപറഞ്ഞു.

പറച്ചിലിൽ സന്നിഹിതമായ ഈ കലക്കം കേൾവിയിലേക്കും പകർന്നിരുന്നു. കേൾവി എപ്പോഴും നാനാവിധ ശബ്ദങ്ങളാൽ പൂരിതമാണ്. ഒന്നുമാത്രമായി നമുക്ക് കേൾക്കാനാവില്ല. പ്രകൃതിയിലും ജീവിതത്തിലും പലപല അളവുകളിൽ, ഉയർന്നും താണും നമുക്കരികിലെത്തുന്ന ഒരു ശബ്ദപ്രപഞ്ചത്തിൽ നിന്നാണ് നാം ചിലത് കേൾക്കുന്നത്. 'എന്നുടെയൊച്ച കേട്ടുവോ വേറിട്ട്?' എന്ന് കവിതയിലെ കാമുകി ചോദിച്ചതും അതുകൊണ്ടാണ്. കേൾവിയുടെ ഏതു സന്ദർഭത്തിലും ഒരു തെരഞ്ഞെടുപ്പുണ്ട്. ഉയർന്നു കേൾക്കുന്ന ശബ്ദം തന്നെയാവണമെന്നില്ല നാം കേൾക്കുന്നത്. വലിയ ശബ്ദങ്ങൾക്കു പിന്നിലെ 'ചെറിയ ചെറിയ ഭൂകമ്പങ്ങളും' ശ്രദ്ധാലുക്കൾ ചെവിയോർത്തു നിന്ന് കേട്ടു!

പറച്ചിലിന്റെയും കേൾവിയുടെയും ഈ ലോകമല്ല അച്ചടിക്കപ്പെട്ട വാക്കിലുള്ളത്. അതെപ്പോഴും ഏകമുഖവും രേഖീയവും ക്രമീകൃതവുമായിരുന്നു. ഒരു വാക്കിൽനിന്ന് അടുത്ത വാക്കിലേക്ക്, ഒരു വരിയിൽ നിന്ന് അടുത്ത വരിയിലേക്ക്, ഒരു ഖണ്ഡികയിൽ നിന്ന് അടുത്ത ഖണ്ഡികയിലേക്ക്, ഒരു അധ്യായത്തിൽ നിന്ന് അടുത്ത അധ്യായത്തിലേക്ക് നേർവരയിൽ നീങ്ങുന്ന വാക്കിന്റെ ലോകത്തെയാണ് അച്ചടി കൂട്ടിക്കൊണ്ടുവന്നത്. ആധുനികതയുടെ രേഖീയതായുക്തി (Linear rationality) അതിൽ നിലീനമായിരുന്നു. വഴിതെറ്റി നീങ്ങുന്ന വാക്കിന്റെ ലോകം അച്ചടിക്ക് അന്യമാണ്. ക്രമീകൃതവും രേഖീയവുമായി നീങ്ങുന്ന വാക്കിന്റെ ലോകത്തെ മാത്രമേ അച്ചടി മാനിച്ചുള്ളൂ. അച്ചടിയോടൊപ്പം ഗദ്യവും വിമർശനവും വളർന്നത് അതുകൊണ്ടാണ്. പല വാക്കുകളും പല ശബ്ദങ്ങളും ഒരുമിച്ചു നിന്ന കേൾവിയുടെ സന്ദർഭങ്ങളും അതിന്റെ ബഹുത്വവും വായനയിൽ സാധ്യമല്ല. വായിക്കുമ്പോൾ നാം ഒന്നുമാത്രം വായിച്ചു. ആഴത്തിലും ധ്യാനാത്മകമായും വായിച്ചു. ഏകാന്തവും ഉദ്ഗ്രഥിതവുമായ ആധുനിക മനുഷ്യസ്വത്വം (Modern individualuty) അച്ചടിയുടെ കൂടി ഉൽപ്പന്നമായി മാറിയത് അങ്ങനെയാണ്.

പറഞ്ഞും കേട്ടും മനസ്സിലാക്കിയ ലോകത്തെയല്ല നാം അച്ച ടിച്ച വാക്കിൽ നിന്ന് തിരിച്ചറിഞ്ഞത്. പുറമേക്ക് അങ്ങനെ തോന്നാൻ എളുപ്പമാണ്. മുമ്പ് പറഞ്ഞ കാര്യം ഇപ്പോൾ അച്ചടി ക്കപ്പെടുന്നു എന്ന്. എന്നാൽ വാസ്തവം അതായിരുന്നില്ല. അച്ച ടിയോടൊപ്പം, പത്രങ്ങളോടും പുസ്തകങ്ങളോടുമൊപ്പം, പുതിയൊരു ലോകവും അതിന്റെ വാങ്മയവും കൂടിയാണ് ഉയർന്നു വന്നത്. ആധുനികത (Modernity) എന്ന് നാം വിവരി ച്ചുപോരുന്ന ജീവിതസന്ദർഭം. അതിലെ പ്രബല സാന്നിധ്യമായ മധ്യവർഗത്തിന്റെ ആശയാഭിലാഷങ്ങളാണ് അച്ചടിയിൽ വന്നു നിറഞ്ഞത്. അവരുടെ സാഹിത്യമാണ് അച്ചടിയിൽ വളർന്നത്. പുസ്തകങ്ങളായി പെരുകിയത്. അക്ഷരമായി, നാശമില്ലാത്തതാ യി, മുദ്രണം ചെയ്യപ്പെട്ട വാക്കിൽ, മാറിയ കാലവും ജീവിതവും തളം കെട്ടിക്കിടക്കുന്നുണ്ടായിരുന്നു.!

പുസ്തകങ്ങളുടെ ചരിത്രം മനുഷ്യവംശത്തിന്റെ ജീവിതചരി ത്രത്തിലെ നിർണായകമായ ഒരു പരിവർത്തനത്തിന്റെ രേഖയാ യിത്തീരുന്നത് ഇതുകൊണ്ടാണ്. ആധുനികതയിലേക്കുള്ള ഏ തൊരു സമൂഹത്തിന്റെയും പരിണാമചരിത്രം പുസ്തകങ്ങളുടെ ചരിത്രവുമായി ഇഴപിരിഞ്ഞ് കിടക്കുന്നു. ബഹുശാഖിയായ ജീവി തത്തിന്റെ ഓരോ അടരിലും ആഞ്ഞുവീശിയ കൊടുങ്കാറ്റുകളുടെ ചരിത്രം പുസ്തകങ്ങളിലുണ്ട്. മതജീവിതം മുതൽ ബാലഭാവന വരെയും നാടോടി വാങ്മയങ്ങൾ മുതൽ തത്ത്വവിചാരം വരെയു മുള്ള വിഭിന്ന ജീവിതസ്ഥാനങ്ങളിലും ജീവിത സന്ദർഭങ്ങളിലും ഉളവായ പരിവർത്തനങ്ങളുടെ ചരിത്രം പുസ്തകങ്ങളിൽ പതി ഞ്ഞുകിടപ്പുണ്ട്. ചരിത്രവിജ്ഞാനമായി രേഖപ്പെടുത്തപ്പെട്ട വാക്കിൽ, മാറിവന്ന അനുഭവങ്ങളുടെ മുദ്രിതലോകം എന്ന നിലയിൽ. മധ്യാകാല ഭാവനയിൽ നിന്ന് പുറത്തുകടന്ന മനുഷ്യ വംശം ആധുനികതയുമായി നടത്തിയ മുഖാമുഖങ്ങളുടെ ചരിത്രം നമുക്ക് പുസ്തകങ്ങളിൽ വായിക്കാം. ആധുനികതയുടെ ഭാവ നാബന്ധങ്ങളും അനുഭൂതി ചരിത്രവും നിലീനമായ മഹാപ്രപ ഞ്ചമാണ് പുസ്തകങ്ങളുടേത്. ആധുനികാനന്തരം എന്ന് വിശേ ഷിപ്പിക്കപ്പെട്ട കാലത്ത് പുസ്തകചരിത്രം (Book history) അതിപ്രധാനമായ ഒരു പഠനശാലയായി ഉയർന്നുവന്നതും അ തുകൊണ്ടാണ്.

പുസ്തകത്തിന്റെ സംസ്കാരചരിത്രം ആരാഞ്ഞുപോവുന്ന രചനകൾ മലയാളത്തിൽ ഏറെയൊന്നുമില്ല. കേരളത്തിലെ അച്ച ടിയുടെയും പുസ്തകത്തിന്റെയും ചരിത്രം അന്വേഷിക്കുന്ന കെ. എം. ഗോവിയുടെ 'ആദി മുദ്രണം: ഭാരതത്തിലും മലയാളത്തിലും' (1998) എന്ന ഗ്രന്ഥവും പല വാല്യങ്ങളായി പ്രസിദ്ധീകരിച്ച 'മല യാള ഗ്രന്ഥസൂചി'യും അച്ചടിയെയും പുസ്തകത്തെയും സംസ്കാ

രചരിത്രപരം എന്നതിനേക്കാൾ വസ്തുസ്ഥിതിവിവരണം എന്ന നിലയിലാണ് കൈകാര്യം ചെയ്തിരിക്കുന്നത്. കാലയളവിനെയും അക്കാലത്തെ വിചാരരീതിയുടെ പ്രകൃതത്തെയും പരിഗണിക്കുമ്പോൾ ഇതൊരു വലിയ പോരായ്മയായി കരുതാനാവില്ല. സമീപകാലത്ത് പുറത്തുവന്ന ഡോ. എ.ജി ശ്രീകുമാറിന്റെ 'അച്ചുകൂടത്തിലെ കേരളം' (2014) സംസ്കാരപഠനത്തിന്റെ തെളിച്ചങ്ങളെ മലയാളത്തിലെ അച്ചടി-പുസ്തക ചരിത്രങ്ങളുമായി ചേർത്തുവയ്ക്കാനുള്ള സാർഥകമായ ശ്രമമാണ്. എന്നാൽ ലോകമെമ്പാടും കഴിഞ്ഞ കാൽനൂറ്റാണ്ടിനിടയിൽ ഉണ്ടായ പുസ്തക ചരിത്ര പഠനങ്ങളെയും അവ നൽകിയ ഉൾക്കാഴ്ചകളെയും പരിഗണിക്കുമ്പോൾ മലയാളത്തിലെ ഈ പഠനശാഖ ഇപ്പോഴും അത്യന്തം പരിതാപകരമായ നിലയിലാണെന്ന കാര്യം എത്രയും വ്യക്തമാകും.

സംസ്കാരചരിത്രം (Cultural history) എന്ന വിജ്ഞാനമേഖലയിലെ ഏറ്റവും ബലിഷ്ഠവും സമ്പന്നവുമായ നീക്കിയിരിപ്പുകൾ ഇപ്പോൾ പുസ്തക ചരിത്രത്തിന്റേതാണ് എന്നുപറയാം. ലൂഷ്യൻ ഫെവ്റെയും ഹെന്റിഴാങ്മാർട്ടിനും ചേർന്നെഴുതിയ 'പുസ്തകത്തിന്റെ വരവ്' (The coming of the Book-1076) നാല് പതിറ്റാണ്ടു മുമ്പ് തന്നെ പുസ്തകചരിത്രത്തിന്റെ മേഖലയിലെ വലിയ കാൽവയ്പായിരുന്നു. എലിസബത്ത് ഐസൻസ്റ്റൈൻ (The Printing Press as an Agent of Change þ1982) ഫ്രാൻസൗസ്കാ ഓർസിനി (Thos History of Book in South Asia 2012). റോബർട്ട് ഫ്രേസർ, മേരി ഹമോൺഡ് (Book (Vol I &II) --2008), ജെബിട്രാപ് (The Cambridge History of Book in Britian(6 Vols) 1999-2011) ഡേവിഡ് ഹാൾ (The History of Book in America (5 vols) 2000- 2010)മാർട്ടിൻ ലോൺസ് (History of Book in Australia (2 Vols)2001 -06) മിഷേൻ സ്വാരസ്, എച്ച് ആർ വുഡ്ഹ്യൂസെൻ (The Oxford Companion to the Book 2010) എന്നിങ്ങനെ നിരവധി പണ്ഡിത ഗവേഷകർ പുസ്തകചരിത്രത്തെ രാഷ്ട്ര ചരിത്രത്തോടും രാഷ്ട്രാന്തര സംസ്കാര വിനിമയങ്ങളോടും ബന്ധപ്പെടുത്തിക്കൊണ്ട് ഗഹനങ്ങളായ പഠനങ്ങൾ കഴിഞ്ഞ ഒന്നര ദശകത്തിനിടയിൽ പുറത്തു കൊണ്ടുവന്നിട്ടുണ്ട്.

പുസ്തക ചരിത്രത്തിന്റെ മേഖലയിൽ ഇന്ത്യയിൽ നിന്നുള്ള വലിയ സംഭാവന അഭിജിത്ത് ഗുപ്തയും സ്വപൻകുമാർ ചക്രവർത്തിയും ചേർന്ന് പ്രസിദ്ധീകരിച്ച ഗ്രന്ഥങ്ങളാണെന്ന് പറയാം. കഴിഞ്ഞ ഒരു പതിറ്റാണ്ടിനിടയിൽ ഈ മേഖലയിലെ മൂന്ന് പ്രമാണിക ഗ്രന്ഥങ്ങൾ അവർ പുറത്തിറക്കി (Print Areas : Book History in India -2004, Movable type: Book History in India- 2006, Founts of Knowledge: Book History in India 2016) സ്റ്റുവർട്ട് ബ്ലാക് ബേൺ (Print, Folklore and Nationalism in Colonial South India- 2003) അ

നിന്ദിതാ ഘോഷ് (Power in Print : Popular Bublishing and the Politics of Language and Cuture in a Colonial Society-2006) ഫ്രാൻസെസ്കോ ഓർസിനി (Print and pleasure : Popular Literature and Entertaining Fictions on Colonial North India- 2009)സ്റ്റാർക് ഉൾറിക് (An Empire of Books: The Naval Kishore Press and the Diffusion of the Printed a World in Colonial India- 2007) എ ആർ വെങ്കടാചലപതി (The Province of the Book: Scholars, Scribes and Scribblers in Colonial Tamil Nadu-2012) എന്നിങ്ങനെ നിരവധി പേരുടെ പഠനങ്ങൾ ഇന്ത്യൻ സമൂഹവും ആധുനികീകരണവും തമ്മിലുള്ള നാനാതരം വിനിമയങ്ങളുടെ സന്ദർഭമെന്ന നിലയിൽ പുസ്തകത്തെ സ്ഥാന നിർണയം ചെയ്യുകയും വിശദീകരിക്കുകയും ചെയ്യുന്നുണ്ട്. കഴിഞ്ഞ വർഷം പുറത്തുവന്ന അക്ഷയ് മുകുളിന്റെ ഗ്രന്ഥം (Gita Press and the Making of Hindu India- 2015) പുസ്തക ചരിത്രത്തിന്റെയും പ്രസാധന ചരിത്രത്തിന്റെയും മേഖലയിൽ ഇന്ത്യയിലുണ്ടായ ഏറ്റവും വലിയ കുതിച്ചുചാട്ടമാണെന്ന് പറയാം. ഗൊരാഖ്പൂർ കേന്ദ്രമാക്കി പ്രവർത്തിക്കുന്ന ഗീതാ പ്രസ്സ് എന്ന പ്രസാധക സ്ഥാപനം ആധുനിക ഇന്ത്യയുടെ ഹിന്ദുത്വ വത്കരണത്തിൽ വഹിച്ച പങ്കിനെ, വിശദാംശങ്ങളുടെ അത്യന്തസമൃദ്ധിയോടെയും വിശകലനപരമായ അതിസൂക്ഷ്മതയോടെയും അനാവരണം ചെയ്യുന്ന ഗ്രന്ഥമാണത്. കഴിഞ്ഞ തൊണ്ണൂറ് വർഷങ്ങളോളം വരുന്ന കാലയളവിനുള്ളിൽ 1926 ലാണ് ഗീതാപ്രസ്സ് അച്ചടി ആരംഭിച്ചത്) ഭഗവദ്ഗീതയുടെ ഏഴര കോടി പ്രതികളും, പുരാണങ്ങളുടെയും ഉപനിഷത്തുകളുടെയും രണ്ടു കോടിയോളം പ്രതികളും അച്ചടിച്ച് വിറ്റഴിച്ച ഗീതാപ്രസ്സ് ഉത്തരേന്ത്യയുടെ ഹിന്ദുത്വ വത്കരണത്തിന് പ്രത്യയശാസ്ത്രപരമായ ഭൂമിക ഒരുക്കിയതെങ്ങനെയെന്നാണ് അക്ഷയ് മുകുൾ തന്റെ ഗ്രന്ഥത്തിൽ ആരായുന്നത്. ഹിന്ദുത്വഫാസിസം അക്രമോത്സുകമായ സ്വരൂപമാർജ്ജിച്ച് ഇന്ത്യയുടെ ദേശീയ ജീവിതത്തെ വിഴുങ്ങിക്കൊണ്ടിരിക്കുന്ന വർത്തമാനകാല സന്ദർഭത്തെ മുൻനിർത്തി വായിക്കുമ്പോഴാണ് ഒരു നൂറ്റാണ്ടോളം പിന്നിട്ട ഗീതാ പ്രസ്സ് എന്ന പ്രസാധന സംരംഭത്തിന്റെ രാഷ്ട്രീയമായ നിർണായക പ്രസക്തി നമുക്ക് വ്യക്തമാവുക.

പുസ്തക ചരിത്രത്തെയും പുസ്തകത്തിന്റെ സാംസ്കാരിക രാഷ്ട്രീയത്തെയും കുറിച്ചുള്ള ഇത്തരം പഠനങ്ങളുടെ പശ്ചാത്തലത്തിൽ പരിശോധിക്കുമ്പോഴാണ് മലയാളത്തിലെ പുസ്തക വിജ്ഞാനത്തിന്റെ മേഖല എത്രയോ പരിമിതവും ശുഷ്കവുമാണെന്ന യാഥാർത്ഥ്യത്തെ നമുക്ക് അഭിമുഖീകരിക്കേണ്ടിവരുക. മലയാളത്തിലെ പ്രമുഖ പത്രപ്രവർത്തകനും സമകാലിക മലയാളനിരൂപണ രംഗത്തെ ഏറ്റവും ശ്രദ്ധേയനും സൂക്ഷ്മദൃക്കുമായ നിരൂപകനായ പി കെ രാജശേഖരന്റെ 'ബുക്സ്റ്റാൾജിയ: ഒരു

പുസ്തക വായനക്കാരന്റെ ഗൃഹാതുരത്വങ്ങൾ' എന്ന ഗ്രന്ഥം (2015) നമ്മുടെ ഭാഷയെ സംബന്ധിച്ചിടത്തോളും അത്യന്തം പ്രധാനമായിത്തീരുന്നതും അതുകൊണ്ടാണ്, പുസ്തക പഠനങ്ങളുടെയും പുസ്തക ചരിത്രത്തിന്റെയും മേഖലയിൽ മലയാളം നടത്തിയ നിർണായകമായ ചുവടുവയ്പുകളിലൊന്നാണ് രാജശേഖരന്റെ ഗ്രന്ഥം.

രണ്ടു നിലകളിലാണ് രാജശേഖരൻ തന്റെ വിഷയത്തെ സമീപിച്ചിരിക്കുന്നത്. ഒരു ഭാഗത്ത് എഴുപതുകൾ മുതൽ ആരംഭിക്കുന്ന തന്റെ വായനാനുഭവങ്ങളിലൂടെയും അത് പകർന്നുതന്നെ വൈകാരിക പ്രപഞ്ചത്തിലൂടെയും കടന്നുപോവുകയും അതിന്റെ അനുഭവലോകത്തെ വായനക്കാരുമായി അത്യന്തം ഹൃദ്യമായ ഭാഷയിൽ അദ്ദേഹം പങ്കുവെയ്ക്കുകയും ചെയ്യുന്നു. ഇതിന് സമാന്തരമായി മറ്റൊരു ഭാഗത്ത് മലയാളത്തിലെ അച്ചടിയുടെയും പുസ്തകങ്ങളുടെയും ചരിത്രവും അതിൽ പങ്കുചേർന്ന വ്യക്തികളുടെ ജീവിതവും അനാവരണം ചെയ്യുന്നു. ഇങ്ങനെ ഇരുനിലകളിൽ വികസിക്കുകയും പരസ്പരം പൂരിപ്പിക്കുകയും ചെയ്യുന്ന ആഖ്യാനം ഈ ഗ്രന്ഥത്തിന്റെ വായനയെ അങ്ങേയറ്റം ഹൃദയാവർജ്ജകമാക്കുന്നുണ്ട്. (രാജശേഖരന്റെ കാലത്തുതന്നെ വായനയിലേക്കും പുസ്തകങ്ങളിലേക്കും കടന്നുവന്ന എന്നെപ്പോലുള്ളവർക്ക് ഈ പുസ്തകം വ്യക്തിപരമായ ഒരനുഭവലോകം തുറന്നുതരുകയും ചെയ്യുന്നുണ്ട്). പുസ്തകചരിത്ര പഠനത്തിന്റെ അക്കാദമികമായ കെട്ടുപാടുകളെയും സാങ്കേതികതകളെയും പിൻപറ്റാതെതന്നെ, അതിലേക്ക് വഴിതുറക്കുന്ന ഒരു ആഖ്യാന സമ്പ്രാദായം വികസിപ്പിച്ചെടുക്കാൻ രാജശേഖരന് ഈ ഗ്രന്ഥത്തിൽ കഴിഞ്ഞിട്ടുണ്ട്.

'ഒരു പുസ്തക വായനക്കാരന്റെ ഗൃഹാതുരത്വങ്ങൾ' എന്ന ആമുഖവും 'അതുകൊണ്ട് ഞാൻ പുസ്തകം വായിക്കുക തന്നെ ചെയ്യും.' എന്ന ഉപസംഹാരവും കഴിഞ്ഞാൽ മലയാളത്തിലെ പുസ്തക ചരിത്രത്തിന്റെ വിവിധ സന്ദർഭങ്ങളും അനുഭവമേഖലകളും അനാവരണം ചെയ്യുന്ന ഇരുപത്തിയഞ്ച് ലേഖനങ്ങളാണ് 'ബുക്സ്റ്റാൾജിയ' എന്ന ഗ്രന്ഥത്തിലുള്ളത്. നാലോ അഞ്ചോ പുറങ്ങൾ മാത്രമുള്ള ചെറിയ കുറിപ്പുകൾ മുതൽ മുപ്പത് പേജ് നീളുന്ന പ്രബന്ധം വരെ ഇതിലുൾപ്പെടുന്നു. വിഷയപരിചരണത്തിൽ രാജശേഖരൻ പുലർത്തുന്ന വൈവിധ്യത്തിനുള്ള തെളിവ് കൂടിയാണിത്. മലയാളത്തിലെ അച്ചടിയുടെ ചരിത്രം ചർച്ച ചെയ്യുമ്പോൾ തെളിവുകളും പ്രമാണങ്ങളും അണിനിരത്തിക്കൊണ്ടുള്ള പ്രബന്ധാവതരണ രീതിയാണ് ഗ്രന്ഥകാരൻ പിൻതുടരുക. അതേസയമം തന്നെ ഗാഢമായി സ്പർശിച്ച ഒരു വായനാനുഭവത്തിന്റെ വിവരണത്തിലെത്തുമ്പോൾ ആ ഭൂതകാ

ലാനുഭവത്തിന്റെ വശ്യചാരുതകളെ ആവാഹിച്ചുണർത്തുന്ന മാന്ത്രികസ്പർശമുള്ള വാക്കുകളിലേക്കും, കവിതയെ തൊട്ടു നിൽക്കുന്ന രൂപകങ്ങളിലേക്കും രാജശേഖരൻ തെന്നിനീങ്ങും. മലയാള പുസ്തകത്തിന്റെ ചരിത്രം എന്നതിനപ്പുറം മലയാള പുസ്തകത്തിന്റെ അനുഭവചരിത്രം എന്ന അനന്യസാധാരണമായ പദവിയിലേക്ക് ഈ പുസ്തകം കടന്നു നിൽക്കുന്നതും അതു കൊണ്ടാണ്.

വിവർത്തന പഠനങ്ങൾ (Translation Studies) എന്ന ജ്ഞാനശാഖയിലെ ഒരു സങ്കൽപ്പനം കടമെടുത്തുകൊണ്ട് പറഞ്ഞാൽ, മലയാള പുസ്തകം എന്ന ബഹു വ്യവസ്ഥയുടെ (Poly System) അനുഭവ ലോകത്തെയാണ് 'ബുക് സ്റ്റാൾജിയ' അനാവരണം ചെയ്യുന്നത്. ബാലസാഹിത്യം മുതൽ ഇതിഹാസ/ മഹാകാവ്യങ്ങൾ വരെയും കുറ്റാന്വേഷണ/ ജനപ്രിയ നോവലുകൾ മുതൽ നിഘണ്ടുക്കൾ വരെയുമുള്ള ജനുസ്സുകളെയും ജ്ഞാനരൂപങ്ങളെയും പരസ്പരപൂരകമായ ഒരു സാഹിത്യ വ്യവസ്ഥയും വ്യവഹാരവുമായി പരിഗണിച്ചുകൊണ്ട്, വിവർത്തനങ്ങൾ ആ സാഹിത്യ ബഹുവ്യവസ്ഥയിൽ പ്രവർത്തിക്കുന്നതെങ്ങനെ എന്നാരായുകയാണ് ബഹുവ്യവസ്ഥാ സമീപനം പൊതുവെ ചർച്ച ചെയ്യുന്നത്. തന്റെ പുസ്തകത്തിൽ പി കെ രാജശേഖരൻ പിൻതുടരുന്ന വിഷയ പരിചരണ രീതിയിലും ഇത്തരമൊരു വീക്ഷണ ഗതിയുടെ അടയാളങ്ങൾ കാണാനാവും. മലയാള പുസ്തകവും പുസ്തകവായനയും പിന്നിട്ടുപോന്ന രാജപാതകളും ഊടുവഴികളും അവ കുടിയേറിപ്പാർത്ത മണിമന്ദിരങ്ങളും ഭഗ്നഭവനങ്ങളും'ബുക്സ്റ്റാൾജിയ'യിൽ ഒരു പോലെ തെളിഞ്ഞു നിൽക്കുന്നു! മലയാള പുസ്തകം എന്ന ബഹുവ്യവസ്ഥയുടെ ഒട്ടുമിക്ക അടരുകളിലൂടെയും സഞ്ചരിക്കുന്ന ഒരു വായനക്കാരന്റെ അനുഭവലോകങ്ങളും അതോടൊപ്പം ആ മേഖലകളെക്കുറിച്ചുള്ള അടിസ്ഥാനപരമായ വസ്തുതകളും ഇത്രമേൽ സൗന്ദര്യാത്മകമായി കൂട്ടിയിണക്കപ്പെട്ട മറ്റൊരു രചന മലയാളത്തിലില്ല എന്നതാണ് 'ബുക്സ്റ്റാൾജിയ' യുടെ അനന്യതയുടെഅടിസ്ഥാനം. സന്ധ്യാനാമ പുസ്തകങ്ങൾ, സോവിയറ്റ് ബാലസാഹിത്യ കൃതികൾ, മൂന്നും നാലും ക്ലാസുകളിലെ മലയാള പാഠപുസ്തകങ്ങൾ, പാട്ടു പുസ്തകങ്ങൾ, കുറ്റാന്വേഷണ രചനകൾ, ഇന്ദ്രജാല പുസ്തകങ്ങൾ, ആഭിചാര-മന്ത്രവാദ പുസ്തകങ്ങൾ, എന്നിങ്ങനെ 'പുസ്തകം' എന്ന അഭിജാത സങ്കൽപ്പത്തിന്റെ അരികുകളിൽ കാലം കഴിക്കുന്ന നിരവധി ജനുസ്സുകളുടെ ജീവചരിത്രം ഈ കുറിപ്പുകളിൽ അനാവൃതമാകുന്നുണ്ട്. കുര്യാക്കോസ് അച്ചനും കാളഹസ്തിയപ്പ മുതലിയാരും ശ്രീകണ്ഠേശ്വരം പത്മനാഭപ്പിള്ളയും ഈശ്വരപിള്ള വിചാരിപ്പുകാരും വിദ്വാൻ കെ പ്രകാശ

വും ബംഗാളി നോവലുകളുടെ വിവർത്തനങ്ങളും മുതൽ മലയാളത്തിലെ ആദിമുദ്രണത്തിന് വഴിതുറന്ന അജ്ഞാതനാമാക്കളായ അച്ചുകൊത്തുകാർ വരെയുള്ളവരുടെ സഹനങ്ങളിലൂടെയും സമർപ്പണങ്ങളിലൂടെയും മലയാള പുസ്തകവും മലയാള ഭാഷയുടെ ജ്ഞാനലബ്ധികളും തലയുയർത്തിനിന്നതിന്റെ ചരിത്രവും ഇതൾവിടർന്നു വരുന്നു. ഇതൊടൊപ്പം പുസ്തകങ്ങളിലെ വായനക്കാരുടെ അരികെഴുത്തുകളും ('മാർജിനാലിയ'), ദരിയാ ഗഞ്ച് എന്ന ഡൽഹിയിലെ പുസ്തകത്തെരുവും പുസ്തകം എന്ന ക്രമീകൃത ഘടനാ സങ്കൽപ്പത്തെ അടിയോടെ തകർത്തുകളഞ്ഞ കെ കെ ഗോവിന്ദന്റെ 'അറുകൊലക്കണ്ടം' എന്ന വിധ്വംസക കാവ്യപുസ്തകവും എല്ലാം രാജശേഖരന്റെ ആലോചനകളുടെ വിഷയമായിത്തീരുന്നുണ്ട്. അങ്ങനെ, മലയാള പുസ്തകത്തിന്റെ ജീവചരിത്രത്തിലെ ഇരുൾ നിറഞ്ഞ ലോകങ്ങൾ പടിപടിയായി നമുക്ക് മുന്നിൽ തെളിഞ്ഞുവരുന്നു.

അസാധാരണമായ വിവരങ്ങളെയും അവയ്ക്കാധാരമായ തന്റെ അനുഭവങ്ങളെയും ചേർത്തുവയ്ക്കുന്ന വിവരണകലയാണ് പി കെ രാജശേഖരന്റെ എഴുത്തിനെ സവിശേഷമാക്കുന്നത്. ചെറുപ്പകാലത്തെ തീപ്പെട്ടിപ്പുസ്തക നിർമാണത്തെക്കുറിച്ച് പറഞ്ഞതിനുശേഷം തീപ്പെട്ടിപ്പടങ്ങളുടെ ശേഖരണത്തിന് 'ഫിലുമെനി' എന്ന ഒരു ഇംഗ്ലീഷ് സാങ്കേതിക സംജ്ഞയുണ്ടെന്നും ഇതിന് ഒരു സംഘടന നിലവിലുണ്ടെന്നും മാർജറി ഇവാൻസ് എന്ന, തീപ്പെട്ടിപ്പടങ്ങളിൽ കമ്പമുള്ള ഒരു ബ്രിട്ടീഷുകാരിയാണ് 1943-ൽ ഈ പദം രൂപപ്പെടുത്തിയത് എന്നുമുള്ള വിവരങ്ങളിലേക്ക് രാജശേഖരൻ അനായാസം നീങ്ങുന്നു. അവിടെനിന്ന് വൈലോപ്പിള്ളിയുടെ 'തീപ്പെട്ടി' എന്ന കവിതയിലേക്കും അതിൽ നിലീനമായിരിക്കുന്ന രത്യാത്മക ധ്വനികളിലേക്കും വൈലോപ്പിള്ളിയുടെ കാവ്യഭാവനയിലെ ഐറണിയിലേക്കുമെല്ലാം ആ ലേഖനം നീങ്ങുന്നുണ്ട്. ഈ നിലയിൽ പുസ്തകത്തെയും പുസ്തകവായനയെയും പുസ്തക നിർമാണത്തെയും മനുഷ്യാനുഭവങ്ങളുടെ വലിയൊരു ശൃംഖലയിൽ കണ്ണി ചേർത്തുകൊണ്ടാണ് രാജശേഖരൻ അവയെക്കുറിച്ചെഴുതുന്നത്, സംസ്കാര ചരിത്രം എന്നൊന്നും പറയുകയോ സാങ്കേതിക പദാവലികളും അക്കാദമിക- സൈദ്ധാന്തിക സംജ്ഞകളും മറ്റും ഏറെയൊന്നും ഉപയോഗിക്കുകയോ ചെയ്യുന്നില്ലെങ്കിലും സാംസ്കാരിക വിശകലനത്തിന്റെ വഴിയിലേക്ക് ഈ പുസ്തകം കടന്നുനിൽക്കുന്നത് മേൽപ്പറഞ്ഞ വിവരണ രീതിയുടെ മൗലികതകൊണ്ടാണ്.

മലയാള പുസ്തകത്തിന്റെ ജീവിത ചരിത്രത്തിലെ രണ്ട് അവിഭാജ്യഘടകങ്ങൾ കൂടി 'ബുക് സ്റ്റാൾജിയ'യുടെ പരിഗണനയിൽ വരണമായിരുന്നു എന്നൊരു തോന്നൽ ഈ പുസ്തത്തിന്റെ

വായന എനിക്ക് നൽകുകയുണ്ടായി. മലയാളത്തിലെ ബൈബിൾ/വേദ വിജ്ഞാനവും 'ഹോർത്തുസ് മലബാറിക്കസ്' മുതലാരംഭിക്കുന്ന ശാസ്ത്ര വിജ്ഞാന പാരമ്പര്യവുമാണവ. പുസ്തക ചരിത്രത്തിന്റെ ഭാഗം എന്ന നിലയിലും വളരെ വലിയ സ്ഥാനം കൈയാളുന്ന പാരമ്പര്യങ്ങളാണവ. അവയും അതുപോലെ പരിഗണനാർഹമായ വേറെയും ഇതര മേഖലകളുണ്ടെങ്കിൽ അത്തരം മേഖലകളിലെ പ്രസാധന സംരംഭങ്ങളുമെല്ലാം കണക്കിലെടുത്തുകൊണ്ട് ഈ ഗ്രന്ഥത്തെ വിപുലവും സമഗ്രവുമായ മറ്റൊരു ഗ്രന്ഥമായി വികസിപ്പിക്കാൻ രാജശേഖരൻ ശ്രമിക്കണെമെന്ന അഭ്യർഥനയാണ് ഒരു വായനക്കാരൻ എന്ന നിലയിൽ എനിക്കുള്ളത്. മലയാള വിജ്ഞാന മേഖലയിലെ വലിയൊരു സംഭാവനയായി മാറാൻ അത്തരമൊരു ഗ്രന്ഥത്തിന് നിശ്ചയമായും കഴിയും.

ഈ പുസ്തകത്തിലൂടെ കടന്നുപോകുമ്പോൾ, ഏതൊരു വായനക്കാരിയെയും/ വായനക്കാരനെയും അതിന്റെ വിമോഹകമായ ഭാഷയുടെ ഭംഗികൾ പിടിച്ചു നിർത്താതിരിക്കില്ല. കവിതയെ തൊട്ടുനിൽക്കുന്ന ഭാഷയുടെ ലോകമാണ് ഇതിലുള്ളത്. 'മൂന്നാം പാഠത്തിന്റെ മണം' എന്ന ലേഖനത്തിൽ സ്കൂൾ ബെല്ലിനെക്കുറിച്ചെഴുതുന്ന വേളയിൽ 'പത്തു മണിയുടെ പേടിയും നാലുമണിയുടെ സന്തോഷവും ഉരുക്കിച്ചേർത്തുണ്ടാക്കിയ മണിയുടെ ലോഹവട്ടം' എന്നാണ് രാജശേഖരൻ പറഞ്ഞുപോവുന്നത്. അതുപോലെ, പഴയ പാഠപുസ്തകങ്ങളെക്കുറിച്ച് 'വരയും കുറിയും മഷിപ്പാടുകളും രവിവർമ്മയാകാനുള്ള പരാജിത ശ്രമങ്ങളും നിറഞ്ഞ പാപ്പിറസ്സുകൾ. അവയുടെ മുകളിലെയും താഴത്തെയും വലതുമൂലകളിലെ ഉള്ളിലേക്കു വളഞ്ഞു ചുരുണ്ടു മടങ്ങിയ അഗ്രങ്ങളിൽ കാലം ഖസാക്കിലെപോലെ തളം കെട്ടി നിന്നിരുന്നു' എന്നെഴുതുമ്പോഴും, അമ്മയുടെ സന്ധ്യാനാമ പുസ്തകങ്ങളെ 'കരിപിടിച്ച അടുക്കളച്ചുമരുകൾ പോലുള്ള ജീവിതത്തിന്റെ നീക്കിയിരിപ്പുകൾ' എന്ന് വിവരിക്കുമ്പോഴും പുസ്തകവിചാരത്തെ മനുഷ്യാനുഭവങ്ങളിലേക്ക് ചേർത്തുവെയ്ക്കുന്ന കാവ്യഭാഷയുടെ ലോകം തെളിവാർന്നു നിൽക്കുന്നു. വിവരണ കലയിൽ മലയാള ഭാഷ നേടിയ വലിയ വിജയങ്ങളിലൊന്നാണ് ഈ പുസ്തകം. മലയാള പുസ്തകത്തിന്റെയും വായനയുടെയും ഭൂതഭംഗികളെ ഇത്രമേൽ ഹൃദയാവർജ്ജകമായി നമുക്ക് മുന്നിലെത്തിച്ച പി കെ രാജശേഖരൻ, നിശ്ചയമായും, മലയാള വായനാ സമൂഹത്തിന്റെ അഭിവാദനങ്ങൾ അർഹിക്കുന്നു.

(2015)

# അച്ചുകൂടത്തിലെ കേരളം

ആധുനികതയുടെ ഭൗതികാസ്പദങ്ങളിൽ അതിപ്രധാനമായ ഒന്നായിരുന്നു അച്ചടി എന്ന കാര്യം ഇതിനകം പൊതുവെ മനസ്സിലാക്കപ്പെട്ടു കഴിഞ്ഞതാണ്. ഭാഷയുടെ മാനകീകരണവും അതുവഴിയുള്ള ഭാഷാദേശീയ സമൂഹത്തിന്റെ രൂപീകരണവും മുതൽ രേഖീയമായ യുക്തിബോധത്തിന്റെ സംസ്ഥാപനം വരെയുള്ള കാര്യങ്ങളിൽ അച്ചടി നിർണായകമായ പങ്കുവഹിച്ചിട്ടുണ്ട്. അതോടൊപ്പം പറച്ചിലും കേൾവിയും കേന്ദ്രസ്ഥാനം കയ്യാളിയിരുന്ന ആശയവിനിമയ വ്യവസ്ഥയെ എഴുത്തും വായനയും പ്രധാനമായ മറ്റൊരു വിനിമയ വ്യവസ്ഥയായി അത് രൂപാന്തരപ്പെടുത്തുകയും ചെയ്തു. പറ്റത്തിലൊരാൾ എന്നതിൽ നിന്ന് ഒറ്റയ്ക്കൊരാൾ എന്ന പദവിയിലേക്ക് ആധുനിക സ്വകാര്യവ്യക്തിയെ പുനഃസ്ഥാപിക്കുന്നതിലും അച്ചടിക്ക് വലിയ പങ്കാണുള്ളത്. നിരന്തരം ഏകാന്തവും അഖണ്ഡവുമായ വായനയുടെ വിഭവങ്ങൾ സാർവത്രികമാക്കുക വഴി സ്വകാര്യവും ധ്യാനാത്മകവുമായ വ്യക്തിഭാവനയെ അനുഭവവേദ്യമാക്കുകയും ദൃഢീകരിക്കുകയുമാണ് അച്ചടി ചെയ്തത്. വ്യക്തിപരതയും സ്വകാര്യതയും ആധുനിക മനുഷ്യസമൂഹത്തിന് പ്രാപ്യമായതിന്റെ അടിസ്ഥാനങ്ങളിലൊന്ന് അച്ചടിയാണ് എന്നർഥം.

ഇതോടൊപ്പംതന്നെ അച്ചടി അതിന്റേതായ വായനവിഭവങ്ങൾക്ക് രൂപം നൽകുകയും ചെയ്തു. മുൻകാലങ്ങളിൽ താളിയോലകളിലോ പാപ്പിറസ് ചുരുളുകളിലോ എഴുതി വച്ചിരുന്നവ അച്ചടിക്കുക എന്നതല്ല അച്ചടിയുടെ വരവോടെ സംഭവിച്ച കാര്യം. മുൻകാല എഴുത്തുകളിലൊന്നും ഇല്ലാതിരുന്ന ഒരു പുതിയ ഘടകം അച്ചടിയുടെ വരവോടെ എഴുത്തിൽ ഇടം പിടിച്ചു. വിപണി എന്ന ഘടകം. മുൻകൂട്ടി നിശ്ചയിക്കപ്പെട്ട ഏതെങ്കിലും ഒരാൾക്കുവേണ്ടിയാണ് താളിയോലപ്പകർപ്പുകൾ തയ്യാറാക്കപ്പെട്ടിരു

---

ഏ.ജി. ശ്രീകുമാർ- *അച്ചുകൂടത്തിലെ കേരളം*

ന്നതെങ്കിൽ അജ്ഞാതരായ ആയിരങ്ങൾക്കുവേണ്ടിയാണ് പുസ്തകങ്ങളും പത്രങ്ങളും അച്ചടിക്കപ്പെട്ടത്. അജ്ഞാതരായ ഈ വായനാസമൂഹത്തിന്റെ അഭിരുചികളെ തൃപ്തിപ്പെടുത്തിക്കൊണ്ടല്ലാതെ അച്ചടിക്ക് നിലനിൽക്കാനോ മുന്നോട്ടുപോകാനോ കഴിയില്ലായിരുന്നു. പുതിയ മധ്യവർഗ സമൂഹത്തിന്റെ ആശയാഭിലാഷങ്ങളും സാമൂഹ്യാവശ്യങ്ങളും അച്ചടിയുടെ കേന്ദ്രമായിത്തീർന്നത് അങ്ങനെയാണ്. നോവലുകൾ മുതൽ വർത്തമാനമാനപത്രങ്ങൾ വരെ ഇത്തരം ആശയാവലികളാലും സാമൂഹ്യാഭിലാഷങ്ങളാലും പൂരിതമായി. എഴുത്തിനും വായനയ്ക്കും പുതിയൊരു ക്രമം സൃഷ്ടിച്ചതോടൊപ്പം അച്ചടി അതിന്റെ സ്വന്തം വായനാവിഭവങ്ങൾക്കും ജന്മംനൽകി എന്നർഥം. അച്ചടിയുടെ വരവ് അച്ചടിക്കപ്പെട്ട പുതിയ വിഭവങ്ങളുടെയും വരവായിരുന്നു.

അച്ചടിയുടെ സർവതല സ്പർശിയായ സ്വഭാവസവിശേഷതകളെ അഭിസംബോധന ചെയ്തുകൊണ്ട് ആധുനിക കേരളസമൂഹനിർമിതിയിൽ അത് നിറവേറ്റിയ ദൗത്യങ്ങളെന്തൊക്കെയായിരുന്നു എന്ന് ആരായുന്ന ഗ്രന്ഥമാണ് ശ്രീകുമാർ ഏ ജി യുടെ 'അച്ചുകൂടത്തിലെ കേരളം'. ആധുനിക കേരളത്തിന്റെ സാംസ്കാരിക ചരിത്രത്തിലെ സവിശേഷസ്ഥാനങ്ങളിലൊന്നായി അച്ചടിയെ സ്ഥാനനിർണയം ചെയ്തുകൊണ്ട് അതിന്റെ ബഹുതലസ്പർശിയായ ജീവിതം അനാവരണം ചെയ്യാനാണ് ശ്രീകുമാർ ഈ കൃതിയിൽ പരിശ്രമിക്കുന്നത്. കേവലം ഒരു സാങ്കേതിക വിദ്യയായോ, പ്രസാധനചരിത്രമായോ അച്ചടിയെ ചുരുക്കിക്കാണാതെ കേരള ചരിത്രത്തിലെ ഒരു സവിശേഷ കാലയളവിലെ 'സമഗ്രജീവിതരീതി' യുടെ ഭാഗമെന്ന നിലയിൽ അച്ചടി പ്രവർത്തനക്ഷമമായതെങ്ങനെ എന്നാണ് ശ്രീകുമാർ അന്വേഷിക്കുന്നത്. സാംസ്കാരിക നിർമിതികളുടെ (cultural artefacts) ഒരു ബന്ധവ്യവസ്ഥയ്ക്കകത്ത്, ആ ബന്ധവ്യവസ്ഥയെ രൂപപ്പെടുത്തുകയും നിലനിർത്തുകയും ചെയ്യുന്ന ഇതര ഘടകങ്ങളോട് ബന്ധപ്പെട്ടുക്കൊണ്ട് അച്ചടി നിലവിൽ വരികയും പ്രവർത്തിക്കുകയും ഫലമുളവാക്കുകയും ചെയ്തതെങ്ങനെയെന്നതിന്റെ വിശദീകരണമാണ് ഈ സമാഹാരത്തിലെ പ്രബന്ധങ്ങൾ. അതുവഴി അച്ചടിയെ അധികാരബന്ധങ്ങൾ മുതൽ ലിംഗപദവി വരെ സന്നിഹിതമായ ഒരു സാംസ്കാരിക നിർമ്മിതിയായി സ്ഥാനമായി സ്ഥാനപ്പെടുത്താനും ഈ പഠനങ്ങൾക്ക് കഴിയുന്നു.

ആധുനികീകരണവും അച്ചടിയും തമ്മിലുള്ള വിനിമയങ്ങൾ, സവിശേഷ പ്രമേയങ്ങളെയും പഠനമേഖലകളെയും മുൻനിർത്തി ചർച്ച ചെയ്യുന്ന ആറ് പ്രബന്ധങ്ങളാണ് ഈ കൃതിയുടെ ഉള്ളടക്കം. അതോടൊപ്പം ഗ്രന്ഥവിജ്ഞാനീയ മേഖലയിലെ മലയാള

ത്തിന്റെ ഏറ്റവും വലിയ പ്രതിനിധിയായിരുന്ന കെ. എം. ഗോവിയെക്കുറിച്ചുള്ള ഒരു അനുസ്മരണലേഖനവും ഇതിലുണ്ട്. സവിശേഷ പഠനമേഖലകളിൽ കേരളീയ ആധുനികീകരണത്തിൽ അച്ചടി വഹിച്ച പങ്കും, പത്തൊമ്പതാം നൂറ്റാണ്ടിലെ ശാസ്ത്രമലയാളത്തിന് അച്ചടിയുടെ പ്രകരണവുമായുള്ള ബന്ധവും, സ്ത്രീവിദ്യാഭ്യാസവ്യാപനവും അച്ചടിയും തമ്മിലുള്ള വിനിമയങ്ങളും, സംസ്കാരപരിണാമത്തിന്റെയും വായനാഭിരുചിയുടെയും ചരിത്രരേഖ എന്ന നിലയിലുള്ള പുസ്തകങ്ങളുടെ സവിശേഷ സ്ഥാനവും, അച്ചടി പണിതീർത്തെടുത്ത ഭാഷാചരിത്ര-ദേശചരിത്ര ഭാവനയുടെ സവി75ശഷതകളും, ഐക്യകേരളത്തിന്റെ പ്രസാധന ചരിത്രവും ഉൾപ്പെട്ടിരിക്കുന്നു. ആ നിലയിൽ പത്തൊമ്പതാം ശതകത്തിന്റെ രണ്ടാം പകുതി മുതൽ ഇരുപതാം ശതകത്തിന്റെ മധ്യദശകങ്ങൾ വരെയുള്ള, ഒരു നൂറ്റാണ്ടുകാലത്തെ സംസ്കാരിക ചരിത്രത്തെ അച്ചടിയെയും പ്രസാധന സംരംഭങ്ങളെയും കേന്ദ്രമാക്കിക്കൊണ്ട് വിശകലന വിധേയമാക്കുകയാണ് ഈ പ്രബന്ധങ്ങൾ ചെയ്യുന്നത്. വിഭിന്ന പ്രമേയങ്ങളുടെ വിശകലനമായിരിക്കുമ്പോൾ തന്നെ ഈ പ്രബന്ധങ്ങൾക്ക് ആന്തരികമായ അനുസ്യൂതി നൽകുന്ന ഘടകം ഇതാണ്. കൊളോണിയൽ ആധുനികത മുതൽ ഐക്യകേരള പ്രസ്ഥാനംവരെയുള്ള ചരിത്രഘട്ടങ്ങളിൽ ഭിന്നഭിന്നമാനങ്ങളിൽ പുലരുകയും ഭിന്നദൗത്യങ്ങൾ നിറവേറ്റുകയും ചെയ്യുന്ന മലയാള അച്ചടിയുടെ ജീവചരിത്രം നമുക്ക് ഈ കൃതിയിൽ നിന്ന് വായിച്ചെടുക്കാം. കെ. എം. ഗോവിയെക്കുറിച്ചുള്ള അനുസ്മരണ ലേഖനത്തിലും ഈയൊരു വിചാരരീതി ശ്രീകുമാർ നിലനിർത്തുന്നുണ്ട്. പുസ്തകവിജ്ഞാനീയത്തിന് ഈടുറപ്പ് നൽകിയ പണ്ഡിതൻ എന്ന പദവിയെക്കുറിച്ചുള്ള ചർച്ചകളിൽ നിന്ന് അത്തരമൊരു വിഷയത്തിന്റെ ആന്തരികസ്വരൂപത്തിലേക്കും അതിന്റെ സാംസ്കാരിക-രാഷ്ട്രീയ വിവക്ഷകളിലേക്കും ആ ലേഖനം തുറന്നുകിടക്കുന്നു. അനുസ്മരണത്തെ ഒരു വൈജ്ഞാനിക വൃത്തിയാക്കിക്കൊണ്ടാണ് ശ്രീകുമാർ കെ എം ഗോവിയെക്കുറിച്ച് എഴുതുന്നത്.

'എല്ലാം നിർവഹിച്ചത് വാക്കാണ്, ഞാനല്ല' ( I did nothing; the word did everything') എന്ന മാർട്ടിൻ ലൂഥറിന്റെ വിഖ്യാതമായ പ്രസ്താവന ഉദ്ധരിച്ചുകൊണ്ടാണ് ശ്രീകുമാർ തന്റെ പുസ്തകം ആരംഭിക്കുന്നത്. ആദ്യ അധ്യായമായ 'കേരളീയ ആധുനികീകരണത്തിന്റെ അച്ചടിപാഠങ്ങൾ' വിവിധതരം പ്രസാധനസംരംഭങ്ങൾ കേരളത്തിന്റെ ആധുനികീകരണത്തിന്റെ വ്യത്യസ്തവിതാനങ്ങളെ എങ്ങനെയെല്ലാം പ്രകാശിപ്പിക്കുന്നു എന്നതിന്റെ പരിശോധനയാണ്. കൊളോണിയൽ ഭരണനിർവഹണത്തിന്റെ ഭാഗമായ അച്ചടിസംരംഭങ്ങളും പ്രസാധനങ്ങളും, തിരുവിതാം

കൂറിൽ വികസിച്ചുവന്ന പാഠാവലികളും അുൾക്കൊള്ളുന്ന ആധുനികാവബോധവും, പത്തൊമ്പതാം ശതകത്തിന്റെ രണ്ടാംപകുതിയോടെ പ്രാബല്യമാർജിച്ച തദ്ദേശീയമായ പ്രസാധനസംരംഭങ്ങളും അതിനു പിന്നിലെ പ്രേരണകളും എന്നിങ്ങനെ വിവിധ തലങ്ങളിൽ അരങ്ങേറിയ അച്ചടിയുടെ ചരിത്രം ഈ പ്രബന്ധം പരിശോധിക്കുന്നു. അതോടൊപ്പം ആധുനികതയുടെ വിഭിന്ന മാനങ്ങളെ-ദേശാവബോധം, ഗദ്യവ്യാപനം, യുക്തിപരത, കമ്പോളവത്കരണം തുടങ്ങിയവ - ഈ പ്രസാധനങ്ങൾ ഏതെല്ലാം നിലയിൽ ഉൾക്കൊള്ളുന്നുണ്ട് എന്ന കാര്യവും ശ്രീകുമാറിന്റെ പരിഗണനയിലുണ്ട്. അച്ചടിയുടെ ചരിത്രത്തിൽ നിന്ന് സാംസ്കാരികചരിത്രത്തിലേക്ക് ഈ പുസ്തകം വഴിതിരിയുന്നതും ഇത്തരം പരിശോധനകളിലൂടെയാണ്.

ഈ സമാഹാരത്തിലെ ഏറ്റവും സമഗ്രവും സൂക്ഷ്മവുമായ അന്വേഷണമായി കരുതാവുന്നത് 'അച്ചടിയും ശാസ്ത്രവിജ്ഞാനവും: പത്തൊമ്പതാം നൂറ്റാണ്ടിലെ ശാസ്ത്രമലയാളത്തെക്കുറിച്ചുള്ള പുനരാലോചനകൾ' എന്ന പ്രബന്ധമാണ്. കൊളോണിയൽ ഭരണത്തിന്റെയും ആധുനികതയുടെയും ഭാഗമെന്ന നിലയിൽ കേരളത്തിൽ ഇടംപിടിച്ച ആധുനികശാസ്ത്രം വ്യത്യസ്ത രാഷ്ട്രീയ- പ്രത്യയശാസ്ത്ര പരിപ്രേക്ഷ്യങ്ങളുടെ പ്രവൃത്തിമണ്ഡലമായി പരിണമിക്കുന്നതിന്റെ വിശദമായ ചിത്രം ഈ പ്രബന്ധത്തിലുണ്ട്. ശാസ്ത്രവിജ്ഞാന പ്രചാരണത്തിന്റെ ഭാഗമായി നിലവിൽ വരുന്ന പുതിയ ഗ്രന്ഥങ്ങളും അവ ജന്മം നൽകുന്ന വിജ്ഞാനമലയാളവും പുതിയൊരു ലോകാവബോധത്തിന്റെ വാഹകങ്ങൾ കൂടിയായാണ് പ്രവർത്തിച്ചത്. ഈ പുതിയ ലോകാവബോധത്തിൽ പങ്കുചേരുമ്പോൾ തന്നെ ശാസ്ത്രമെഴുത്തിന്റെ തദ്ദേശീയ മാതൃകയിൽ അടിസ്ഥാനപരമായ ചില എതിർനിലപാടുകൾ പ്രബലമായി തുടരുന്നതും ശ്രീകുമാർ ചൂണ്ടിക്കാണിക്കുന്നുണ്ട്. യുക്തിപരത, വസ്തുനിഷ്ഠത, ഭൗതികത എന്നിവയെ മുൻനിർത്തുന്ന ഒരു വൈജ്ഞാനിക ലോകനിർമിതിക്കായുള്ള ശ്രമങ്ങൾ തന്നെ വ്യത്യസ്തമായ രാഷ്ട്രീയ- പ്രത്യയശാസ്ത്രനിലപാടുകളുടെ ആവിഷ്കാരങ്ങൾ കൂടിയായി പരിണമിക്കുന്നതിന്റെ കേരളീയചരിത്രം നമുക്ക് ഈ അധ്യായത്തിൽ വായിക്കാം.

ഇത്രത്തോളം വിപുലമായല്ലെങ്കിലും ഈ സമാഹാരത്തിലെ ഇതര പ്രബന്ധങ്ങളിലും സാംസ്കാരിക വിശകലനത്തിന്റെ മേൽപറഞ്ഞ രീതിപദ്ധതി ശ്രീകുമാർ വിടാതെ പിന്തുടരുന്നു. കൊളോണിയൽ അച്ചടി പുതിയ പൊതുമണ്ഡലത്തിലേക്ക് വഴി തുറക്കുമ്പോഴും ലിംഗാധികാരം അതിൽ പ്രവർത്തനക്ഷമമായി

രിക്കുന്നതെങ്ങനെയെന്ന് പരിശോധിക്കുമ്പോഴും, മലയാളത്തിലെ ആദ്യ സാഹിത്യചരിത്രമായ പി. ഗോവിന്ദപ്പിള്ളയുടെ മലയാള ഭാഷാചരിത്രം പുതുതായി രൂപംകൊണ്ടുവരുന്ന ദേശീയതാസങ്കൽപത്തിന്റെ ആവിഷ്കാരപ്രകാരമായിത്തീരുന്നതെങ്ങനെ എന്ന് ചർച്ച ചെയ്യുമ്പോഴും, ഭാരതവിലാസം സഭയും അതുവഴി നിലവിൽ വന്ന പ്രസാധനസംരംഭങ്ങളും ഐക്യകേരളം എന്ന രാഷ്ട്രീയകാര്യപരിപാടിയുമായി കണ്ണി ചേർന്നിരിക്കുന്നതെങ്ങനെ എന്ന് വിശദീകരിക്കുമ്പോഴും എല്ലാം ഈ സമീപനരീതിയുടെ സമർഥമായ നിർവഹണം നമുക്ക് കാണാനാവും. മലയാളത്തിൽ താരതമ്യേന വളരെ കുറഞ്ഞ അളവിൽ മാത്രമുള്ള പുസ്തകവിജ്ഞാനീയത്തിന്റെ മേഖലയിലെ മികച്ച സംഭാവന എന്ന നിലയിലും അതോടൊപ്പം പുസ്തകചരിത്രത്തിൽനിന്ന് സംസ്കാര ചരിത്രത്തിലേക്കുള്ള വഴിതിരിയൽ എന്ന നിലയിലും ശ്രീകുമാറിന്റെ 'അച്ചുകൂടത്തിലെ കേരളം' ഏറെ പ്രാധാന്യമർഹിക്കുന്ന ഒന്നായിമാറിയിരിക്കുന്നു.

(2014)

# ആരാച്ചാർ:
# ചരിത്രത്തിന്റെ ഉയർന്ന ശിരസ്സ്

ലോകനോവലിന്റെ ചരിത്രത്തിലെ എക്കാലത്തെയും വലിയ ഈടുവയ്പുകളിലൊന്നായും ഇരുപതാം നൂറ്റാണ്ടിലെ നോവലിലെ മഹാസംഭവമായും പരിഗണിക്കപ്പെട്ടു വരുന്ന 'ഭൂതകാല സ്മരണ'കളുടെ (Remembrance of Things Past) രചയിതാവായ മാഴ്സൽ പ്രൂസ്റ്റ് ആ മഹാഗ്രന്ഥത്തിന്റെ മൂന്നാം ഭാഗത്തിൽ (Guermant's Way) മനുഷ്യജീവിതവും ചരിത്രവും തമ്മിലുള്ള അഗാധവിനിമയങ്ങളെക്കുറിച്ച് അസാധരണമായ ചില നിരീക്ഷണങ്ങൾ അവതരിപ്പിക്കുന്നുണ്ട്. മനുഷ്യാത്മാവിലേക്ക് കടന്നു കയറാൻ വിപുലമായ സാമൂഹ്യ പ്രതിഭാസങ്ങൾ വഴി തുറന്നു തരുമെന്ന് ആളുകൾ വൃഥാ ധരിക്കുന്നുണ്ടെന്നും മറിച്ച്, ഒരോയൊരാളുടെ വ്യക്തിത്വത്തിന്റെ ആഴങ്ങളിലേക്ക് ചുഴിഞ്ഞിറങ്ങുക വഴിയാണ് സാമൂഹ്യ പ്രതിഭാസങ്ങളുടെ ശരിയായ അർഥം ഗ്രഹിക്കാനാവുകയെന്നും പ്രൂസ്റ്റ് അവിടെ എഴുതുന്നു. (" People foolishly imagine that the vast dimensions of social phenomena afford them an excellent opportunity to penetrate farther into the human soul; they ought, on the contrary to realise that it is by plumbing the depths of a single personality that they might get a chance of understanding of those phenomena'). ഓരോ വ്യക്തിയും സാമൂഹ്യക ബന്ധങ്ങളുടെയും ചരിത്രപരമായ പ്രഭാവങ്ങളുടെയും സങ്കീർണ സമുച്ചയമായിരിക്കുന്നതുകൊണ്ട് ഒരാളിലേക്ക് ആഴ്ന്നു ചെല്ലുമ്പോൾ നാം മനുഷ്യവംശചരിത്രത്തിലെ ഒരടരിലേക്കാണ് കടന്നു കയറുന്നതെന്ന് പ്രൂസ്റ്റ് കരുതി. മനുഷ്യാവസ്ഥയെക്കുറിച്ചും അതിന്റെ ചരിത്രപരമായ പ്രകൃതത്തെക്കുറിച്ചുമുള്ള ക്ലാസിക്കൽ റിയലിസ്റ്റ് ധാരണകൾക്കെതിരെ, മാനുഷികതയും ചരിത്രപരതയും തമ്മിലുള്ള ബന്ധത്തെയും വിനിമയങ്ങളെയും പുനർനിർവചിച്ചുകൊണ്ട്, നിലവിൽ വന്ന മോഡേണിസ്റ്റ് ഭാവുകത്വത്തിന്റെ നയരേഖകൂടിയാണ് പ്രൂസ്റ്റിന്റെ ഈ നിരീക്ഷണം. മോഡേണിസ്റ്റ് കല

---

കെ.ആർ. മീര - *ആരാച്ചാർ*

യുടെ രാഷ്ട്രീയാന്തർഗതങ്ങൾ ആദ്യമേ തന്നെ മനസ്സിലാക്കുകയും മോഡേണിസ്റ്റ് പ്രസ്ഥാനങ്ങളായ എക്സ്പ്രഷനിസവും സറിയലിസവും ഫ്യൂച്ചറിസവും ക്യൂബിസവും മറ്റും ഉൾപ്പെടുന്ന ബൃഹദ് പുരോഗമന പ്രസ്ഥാനത്തിനുവേണ്ടി വാദിക്കുകയും ചെയ്ത കേസരി ബാലകൃഷ്ണപിള്ള തന്റെ ജീവചരിത്രത്തിന്റെ ലക്ഷ്യവാചകമായി പരിഗണിക്കേണ്ടത് ഈ പ്രസ്താവന യാണെന്ന് ഭാവി ജീവചരിത്രകാരന്മാരോട് നിർദേശിക്കുക യും ചെയ്തിരുന്നു ("Ala Recherche du Temps Perdu' എന്ന ഫ്രഞ്ച് ശീർഷകത്തിന്റെ ശരിയായ ഇംഗ്ലീഷ് വിവർത്തനം 'In search Lost of Time' എന്നാണെന്നും ഇംഗ്ലീഷ് വിവർത്തകനായ സ്കോട്ട് മോൺക്രീഫ് ഷേക്സ്പിയറുടെ ഗീതങ്ങളിലൊന്നിലെ പ്രയോ ഗമായ "I summon up remembrance of things past' നിന്നും കടം കൊണ്ട "Remembrance of Things past' എന്ന ശീർഷകം പ്രൂസ്റ്റ് മൂലഗ്രന്ഥ ത്തിന് നൽകിയ ശീർഷകത്തോളം അർഥസമ്പുഷ്ടമല്ലെന്നുമാണ് അതേക്കുറിച്ച് അറിവുള്ളവർ പറയുന്നത്.)

ഒരു വ്യക്തിയുടെ ആത്മാവിലേക്കും ജീവിതത്തിലേക്കും ആഴ്ന്നിറങ്ങിക്കൊണ്ട് ചരിത്രത്തിന്റെയും കാലബന്ധങ്ങളുടെ യും ഗതിഭേദങ്ങളെ അഭിസംബോധന ചെയ്യുന്നു എന്നതാണ് കെ.ആർ മീരയുടെ 'ആരാച്ചാർ' എന്ന നോവലിന്റെയും ഭാവന യുടെയും ചരിത്രത്തിലെ വേറിട്ട രചനകളിലൊന്നാക്കി മാറ്റുന്ന ത്. മനുഷ്യന്റെ'ആത്മനിഷ്ഠതയുടെ ചരിത്ര' മായിത്തീരുന്ന സാഹിത്യത്തെ മാത്രമല്ല, ആ ആത്മനിഷ്ഠതയെ നിർണയിക്കുന്ന നാനാതരം പ്രഭവങ്ങളുടെ-ചരിത്രപരവും സാമൂഹികവും അധി കാരപരവും ലിംഗപരവും മറ്റും മറ്റുമായ എണ്ണമറ്റ പ്രഭാവങ്ങളു ടെ-സങ്കീർണമായ കൂടിച്ചേരലുകളെയും ഈ നോവൽ വായന ക്കാർക്ക് മുന്നിൽ തുറന്നു വയ്ക്കുന്നുണ്ട്. ചരിത്രവും സാമൂഹി കബന്ധങ്ങളും വ്യക്തികളുടെ ജീവിതപരിസരമായി നിലകൊണ്ട ക്ലാസിക്കൽ റിയലിസ്റ്റ് ഭാവനയുടെ ലോകമല്ല, ആരാച്ചാരിലുള്ള ത്. ഒട്ടൊക്കെ ഏകമാനമായ ഉദ്വിഗ്നതയോടെ ചരിത്രബന്ധങ്ങ ളുടെ പടപാച്ചിലുകൾക്ക് പുറത്ത് തളം കെട്ടി നിന്ന ആധുനികതാ പ്രസ്ഥാനത്തിന്റെ ഭാവനാക്രമവും ഇതിലില്ല. ഈ രണ്ടു വിഭാവ നക്രമങ്ങളെയും ഒപ്പംതന്നെ ആധുനികാനന്തരകാലത്തെ വലിയ പ്രലോഭനമായിത്തീർന്ന കേവലവർത്തമാനത്തിന്റെ പ്രതലഭംഗി കളെയും മറികടക്കുന്നതിൽ നേടിയ വിജയമാണ് ആരാച്ചാരെ ശ്രദ്ധേയവും സവിശേഷവുമാക്കുന്നതെന്നു പറയാം. പ്രൂസ്റ്റ് നിർദേശിച്ചതുപോലെ അത് ഒരാളുടെ ആത്മാവിലേക്കു മാത്രം നോക്കുകയല്ല ചെയ്യുന്നത്. ചേതനാ മല്ലിക്കിന്റെ ജീവിതവും പാരമ്പര്യവും പരിസരവും ഈ നോവലിൽ നിരന്തരമായും സമൃ ദ്ധമായും കടന്നുവരുന്നുണ്ട്. എങ്കിലും അത് അവളുടെ ആത്മാ

വിന്റെയും അനുഭൂതികളുടെയും അടിപ്പടവായാണ് നോവലിൽ സന്നിഹിതമാവുന്നത്. അതുവഴി മുന്നോട്ടും പിന്നോട്ടും ആഞ്ഞ് നിൽക്കുന്ന ഒരു കാലബിന്ദുവായി -ചരിത്രഖണ്ഡമായി-ചേതനാമല്ലിക്ക് മാറിത്തീരുന്നു.

2013 ലെ വയലാർ അവാർഡ് 'ആരാച്ചാർ' എന്ന നോവലിന് ലഭിച്ചതിന്റെ പശ്ചാത്തലത്തിൽ ആ കൃതിയെക്കുറിച്ചും മലയാള നോവലിന്റെ ചരിത്രത്തിൽ അതിനുള്ള സ്ഥാനത്തെക്കുറിച്ചും ധാരാളം ചർച്ചകൾ നടക്കുകയുണ്ടായി. ഒപ്പം തന്നെ നോവൽ എന്ന സാഹിത്യ ജനുസ്സിന്റെ ചരിത്രജീവിതത്തിലേക്കുള്ള ചില ആലോചനകൾക്കും അത് വഴിതുറന്നു. നമ്മുടെ സാഹിത്യവിചാരങ്ങളെ പൊതുവെ ഊർജ്ജസ്വലമാക്കിക്കൊണ്ടാണ് അവാർഡ് പ്രഖ്യാപനം കടന്നു പോയത്. ആരാച്ചാർ മലയാളനോവലിന് പകർന്നുനൽകിയ ഊർജം ആ കൃതിക്കുള്ള അവാർഡ് പ്രഖ്യാപനത്തിലൂടെ മലയാളവിമർശനവിചാരങ്ങളിലേക്കും പലനിലകളിൽ സംക്രമിക്കുകയുണ്ടായി എന്നർഥം. ഒരു നല്ല കൃതിക്ക് എപ്പോഴും ഒരു പാട് ജീവിതങ്ങളുണ്ട്.

വ്യത്യസ്തവും അപ്പോൾത്തന്നെ പരസ്പര പൂരകവുമായ മൂന്ന് കാര്യങ്ങളെ മുൻനിർത്തിയാണ് ആരാച്ചാർ നമ്മുടെ നോവലിന്റെ ചരിത്രത്തിലെ നിർണായക സ്ഥാനങ്ങളിലൊന്നായിത്തീരുന്നത്. അതിലാദ്യത്തേത് നോവൽ എന്ന ജനുസ്സിന്റെ ബലിഷ്ഠവും ചരിത്രപരവുമായ ബൃഹദ് പാരമ്പര്യത്തെ ഈ കൃതി ഉറപ്പിച്ചുനിർത്തുന്നു എന്നതാണ്. നോവൽ എന്ന ജനുസ്സിൽ സന്നിഹിതമായിരിക്കുന്ന വലിയ സാധ്യതകളെ ഈ കൃതി ധീരമായി അഭിസംബോധന ചെയ്യുന്നു. മറ്റേതെങ്കിലും ഒരു സാഹിത്യജനുസ്സിന് കൈവന്നിട്ടില്ലാത്ത ചരിത്രപരമായ വിശാലത നോവലിനുണ്ട്. സാമൂഹികവും ചരിത്രപരവുമായ വാസനാവേഗങ്ങളുടെ അതിസങ്കീർണമായ കൂടിക്കലരുകളുമായി വ്യക്തികളെ കണ്ടെടുക്കാനും ഒരാളുടെ ജീവിതത്തിൽ നിന്ന് മനുഷ്യവംശ ചരിത്രത്തെ തന്നെ നിർധാരണം ചെയ്യാനും വഴിതുറന്നുതരുന്നു എന്നതാണ് നോവലിനെ ഒരു സാഹിത്യരൂപം എന്ന നിലയിൽ അനന്യമാക്കുന്നത്. ഏതെല്ലാമോ ആഴങ്ങളിൽനിന്നും പുറപ്പെട്ട പ്രവാഹങ്ങൾ, ചരിത്രത്തിന്റെ പല പല പടവുകൾ പിന്നിട്ട്, ഒരാളുടെയോ ഒരുകൂട്ടം ആളുകളുടെയോ ഒരു സ്ഥലരാശിയുടെയോ കഥയായി തെളിയുന്നതുവഴിയാണ് നോവൽ അതിന്റെ അഗാധമായ ചരിത്രമൂല്യത്തെ ആവിഷ്കരിക്കുന്നത്. പുകഴ്പെറ്റ നോവലുകളെല്ലാം ഇങ്ങനെയായിരുന്നു എന്നല്ല. ഭാവഗാനത്തിന്റെ കാതര പ്രതീതിയിലേക്കുവരെ നോവൽ അതിന്റെ ചരിത്രജീവിതത്തിനടിയിൽ ചെന്നുചേർന്നിട്ടുണ്ട്. മലയാളത്തിലും അതിന്റെ മികച്ച മാതൃക

കൾ നാം വായിച്ചിട്ടുണ്ടല്ലോ. എങ്കിലും നോവൽ എന്ന ജനുസ്സിന്റെ സാധ്യത, ചരിത്രം അതിന് നൽകിയ വലിയ ശേഷി, മേൽപ്പറഞ്ഞ വിധത്തിലുള്ള ഒന്നാണെന്ന് പറഞ്ഞാൽ തെറ്റാവില്ല. നോവൽ എന്ന ജനുസ്സിന്റെ സംസ്കാരിക ചരിത്രത്തെയും അതിന്റെ രാഷ്ട്രീയാന്തർഗതങ്ങളെയും ഏറ്റവും സൂക്ഷ്മമായി അഭിസംബോധന ചെയ്ത മിഖായേൽ ബക്തിൻ നോവലിന്റെ ഏറ്റവും വലിയ മികവായി അതിന്റെ ബഹുസ്വരാത്മകതയേയും അടച്ചുപൂട്ടാനാവായ്കയെയും (unfinalizability) എടുത്തുകാണിച്ചതും മറ്റൊന്നുകൊണ്ടല്ല.

ചേതനാ മല്ലിക്ക് എന്ന, അസാധാരണമായ ജീവിതാനുഭവങ്ങളും പാരമ്പര്യത്തുടർച്ചയുമുള്ള ഒരു സ്ത്രീയുടെ ജീവിതത്തിലെ, അത്രതന്നെ അസാധാരണമായ സന്ദർഭമാണ് നോവലിലെ കഥാവസ്തു. നേർക്കുനേരെ എഴുതിയാലും ആകർഷകവും ശ്രദ്ധേയവും ആയിത്തീരാവുന്ന ഒരു പ്രമേയമാണത്. പ്രമേയപരമായ ഈ സാധ്യതയിലും അത് വാഗ്ദാനം ചെയ്യുന്ന കൗതുകമൂല്യത്തിലും ഈ നോവൽ തളഞ്ഞുകിടക്കുന്നില്ല. ആഖ്യാനത്തിന്റെ ശ്രദ്ധാകേന്ദ്രമായി അതിനെ നിലനിർത്തിക്കൊണ്ടുതന്നെ, ചേതനാ മല്ലിക്കിലേക്കും അവളുടെ ജീവിതപ്രാന്തങ്ങളിലേക്കും ഒഴുകിയെത്തുന്ന നാനാവിധ ജീവിത പ്രവാഹങ്ങളെ , ചരിത്രവും മിത്തും ജനിതക പാരമ്പര്യങ്ങളും എല്ലാം കൂടിക്കലരുന്ന ഒരു സമുദ്രവിശാലതയിലേക്ക് തുറന്നിടുന്നു എന്നിടത്താണ് 'ആരാച്ചാർ' അതിന്റെ പ്രമേയപരമായ പ്രലോഭലനങ്ങൾക്കപ്പുറം പോവുന്നത്. അനന്യമായ ഒരു ജീവിതസന്ദർഭത്തെ സൂക്ഷ്മസുന്ദരമായി വിവരിക്കുന്നതിലെ മികവിനപ്പുറം, ആ ജീവിതസന്ദർഭത്തെ ചരിത്രത്തിലെ നാൽക്കൂട്ടപ്പെരുവഴികളിലൊന്നായി പുനർവിഭാവനം ചെയ്യുകയും അവിടേക്കു വന്നു ചേരുന്ന ജീവിത പ്രവാഹങ്ങളുടെ ഗതിഭേദങ്ങളിലേക്ക് വായനക്കാരെ ഈ കൃതി കൂട്ടിക്കൊണ്ടുപോവുകയും ചെയ്യുന്നു. നോവലിന്റെ മഹിത പാരമ്പര്യത്തിലേക്ക് (grand tradition) കടന്നുനിൽക്കാൻ ആരാച്ചാർക്ക് കഴിയുന്നത് പ്രമേയത്തിന്റെ സമകാലികതയെ ആഗാധമായ ഒരു ചരിത്രബന്ധമായി വികസിപ്പിക്കാൻ കഴിയുന്നതിനാലാണ്. ഈ രചനയുടെ പ്രമേയപരമായ പ്രേരണകളെച്ചൊല്ലിയുള്ള എതിർവാദങ്ങൾ അസംഗതമായിത്തീരുന്നതും മറ്റൊന്നുകൊണ്ടല്ല.

ഇതോടൊപ്പം നീതിയെയും നിയമത്തെയും കുറിച്ചുള്ള ആഴമേറിയ ഒരു സംവാദമണ്ഡലം ഈ നോവൽ കഥയുടെ ആഖ്യാനത്തിനുള്ളിൽ നിലനിർത്തുകയും ചെയ്യുന്നുണ്ട്. ഒരു കൊലപാതകത്തിന്റെയും വധശിക്ഷയുടെയും ചരിത്രത്തിനപ്പുറം മനുഷ്യാവസ്ഥയെയും മാനുഷികമായ നിലനിൽപ്പിലെ അടിസ്ഥാന

പരമായ വൈരുധ്യങ്ങളെയുംകുറിച്ചുള്ള തത്വശാസ്ത്രപരമോ ധർമമീമാംസാപരമോ ആയ ചോദ്യങ്ങളിലേക്ക് നോവൽ തുറന്നു കിടക്കുന്നു. ഈ പ്രശ്നം നോവൽ നേരിട്ട് ഏറ്റെടുത്ത് ചർച്ച ചെയ്യുന്നു എന്നല്ല. മറിച്ച് പ്രമേയപരിചരണത്തിന്റെ സവിശേഷത മൂലം നീതിക്കും നിയമത്തിനും ഇടയിലുള്ള ആഴമേറിയ പിളർപ്പുകൾ നോവലിലെ നിർണായക സമസ്യകളിലൊന്നായി അവശേഷിക്കുന്നു. നിയമലംഘന പ്രസ്ഥാനകാലത്ത് ഗാന്ധിജിയും ആനിബസന്റും തമ്മിലുണ്ടായ സംവാദങ്ങളും ന്യൂറംബർഗ് വിചാരണയും മുതൽ, നീതിയാണ് ഒന്നാംപ്രമാണമെന്ന (Ethics as the first principle) തത്വവിചാരംവരെ പടർന്നു കിടക്കുന്ന പ്രമേയമാണത്. നോവൽ അവസാനിച്ചാലും അവസാനമില്ലാത്ത അത് ബാക്കിയുണ്ട്. ആരാച്ചാരുടെ പിൽക്കാല ജീവിതത്തിന് അടിസ്ഥാനമായിത്തീരാവുന്ന ഒന്നാണിത്.

ആരാച്ചാർ എന്ന നോവലിന്റെ മൗലികതയുടെ മറ്റൊരു മാനം അതിന്റെ സ്ത്രീപക്ഷ രാഷ്ട്രീയവും ആ രാഷ്ട്രീയത്തിന്റെ ആഖ്യാനപരമായ നിർവഹണത്തിലുൾച്ചേർന്നിട്ടുള്ള സവിശേഷതകളുമാണ്. പ്രകടവും പ്രത്യക്ഷവുമായി സ്ത്രീവാദ നിലപാടുകൾ പറഞ്ഞുവയ്ക്കാതെ പുരുഷാധികാരപരമായ ജീവിതവ്യവസ്ഥയുടെ ഹിംസാത്മക സ്വരൂപം അനുഭൂതികളിലടക്കം എങ്ങനെ വേരാഴ്ത്തി നിൽക്കുന്നു എന്ന് വെളിവാക്കുകയാണ് ആരാച്ചാർ ചെയ്യുന്നത്. മലയാളനോവലിന്റെ ചരിത്രത്തിലെ ഏറ്റവും ബലിഷ്ഠവും അനന്യവുമായ സ്ത്രീകഥാപാത്രങ്ങളിലൊന്നിനെ അവതരിപ്പിക്കുമ്പോൾ തന്നെ പുരുഷാധികാരത്തിന്റെ ഹിംസാത്മകതയുടെ സൂക്ഷ്മ ജീവിതം ഈ നോവലിലുടനീളം വേരോടിപ്പടർന്നിട്ടുണ്ട്. നിശ്ശബ്ദമായ ഹിംസയുടെ സന്ദിഗ്ധവും വിമോഹകവുമായ ലോകങ്ങളുടെ അനാവരണമാണ് ആരാച്ചാർ എന്ന നോവലിന്റെ സ്ത്രീവാദ രാഷ്ട്രീയത്തെ സവിശേഷമാക്കുന്നത്.

ഇങ്ങനെ ചരിത്രവും നീതിവിചാരവും സ്ത്രീപക്ഷ രാഷ്ട്രീയവും പരസ്പരം പൂരിപ്പിച്ചുകൊണ്ട് സവിശേഷമായ ഒരു പ്രമേയത്തിന്റെ അന്തർധാരയായി വർത്തിക്കുന്നതുവഴി ആരാച്ചാർ അതിന്റെ തന്നെ പ്രമേയപരിസരത്തെ ഭേദിച്ച് ഉന്നതമാനങ്ങളുള്ള ഒരു നോവലായി വളരുന്നു. കർക്കത്താ നഗരത്തിന്റെയും വധശിക്ഷയുടെയും ചേതനാമല്ലിക്കും ശ്യദ്ധാ മല്ലിക്കും ഉൾപ്പെടെയുള്ള അനവധി കഥാപാത്രങ്ങളുടെയും കൂടിക്കുഴയലുകൾക്കിടയിൽ നിന്ന് ജീവിതം എന്ന വലിയ പ്രമേയം പതിയെപ്പതിയെ പുതിയ ചോദ്യങ്ങളുമായി ഉയർന്നുപൊങ്ങുന്നു. ഉത്തരാധുനികത കുഴിച്ചുമൂടാനൊരുങ്ങിയ ചരിത്രം പിന്നെയും ശിരസ്സുയർത്തി

നിൽക്കുന്നു. പ്രമേയപരമായ സവിശേഷതകൾക്കും മാധ്യമലോകത്തിന്റെ ജീർണതകളുടെ നിശിതമായ അനാവരണങ്ങൾക്കും മറ്റും മേൽക്കൈ കിട്ടിയ സമകാലിക വായനകളിൽ ഈയൊരു ഘടകത്തിന് വലിയ പ്രാധാന്യം കൈവന്നിട്ടില്ല. എങ്കിലും ആരാച്ചാരുടെ ഭാവിജീവിതത്തിന്റെ ഉറപ്പുള്ള അടിസ്ഥാനങ്ങളിലൊന്ന് ചരിത്രത്തിന്റെ ഈ ഉയർന്നുനിൽക്കുന്ന ശിരസ്സായിരിക്കാനിടയുണ്ട്

ചരിത്രവസ്തുതകളുടെ സമൃദ്ധിയും വിവരണത്തിലെ അവയുടെ പൂരിതാവസ്ഥയും എടുത്തു നിൽക്കുന്ന ഭാഗങ്ങൾ ആരാച്ചാരിലുണ്ട്. ഇത്രമേൽ അവയെല്ലാം സംഗതമാണോ എന്ന ചോദ്യം ഉന്നയിക്കപ്പെടുകയും ചെയ്യാം. എന്നിരുന്നാലും നോവലിന്റെ ആന്തരിക പ്രകൃതം അതിനെല്ലാം എക്കാലത്തും ഇടം കൊടുത്തിട്ടുണ്ട് എന്നതാണ് വാസ്തവം. ദസ്തയേവ്സ്കിയുടെ മതദ്രോഹ വിചാരകനും തോമസ് മന്നിന്റെ സാനറ്റോറിയവും മുതൽ ഇന്ദുലേഖയുടെ പതിനെട്ടാംമധ്യായം വരെയായി, നോവലിൽ എക്കാലത്തും കഥയല്ലാത്ത ഏറെക്കാര്യങ്ങൾ ഉണ്ടായിരുന്നു. ഒരർഥത്തിൽ അതെല്ലാം പറയാൻ കൂടിയാണ് നോവലിസ്റ്റുകൾ ഒരു കഥകൂടി പറയുന്നത്! ‘എന്തും കുത്തിനിറയ്ക്കാവുന്ന കീറച്ചാക്ക്’ എന്നത് നോവലിനെക്കുറിച്ചുള്ള പൊതുവായ നിന്ദയോ ഏതെങ്കിലും ചില നോവലുകളെക്കുറിച്ചുള്ള പരിഹാസമോ അല്ല. മറിച്ച് നോവൽ എന്ന ജനുസ്സിന്റെ സ്വഭാവ നിർവചനമാണത്.

(2014)

# മരക്കാപ്പിൽനിന്നുള്ള വഴികൾ

## ഒന്ന്

സ്ഥലം ഒരു ചരിത്രബന്ധവും സംസ്കാരബന്ധവുമാണ്, കാലം കയറിക്കിടക്കുന്ന ഇടങ്ങളായി സ്ഥലങ്ങളെ മനസ്സിലാക്കിക്കൊണ്ടാണ്, ചരിത്രത്തിന്റെ പാർപ്പിടങ്ങളായി അവയെ അടയാളപ്പെടുത്തിക്കൊണ്ടാണ്, മിഖായേൽ ബഖ്തിൻ നോവലിനെക്കുറിച്ചുള്ള തന്റെ പുതിയ പരികല്പനകളിലൊന്ന് വികസിപ്പിച്ചെടുത്തത്. ഉത്സവാത്മകത (Carnivalesque)യെയും ബഹുസ്വരത (Polyphony)യെയും പോലെ വ്യാപകമായി പ്രചരിപ്പിക്കപ്പെട്ടിട്ടില്ലെങ്കിലും, സ്ഥലകാലയുഗ്മം (Chronotope)എന്ന ബഖ്തീനിയൻ സങ്കല്പനം അദ്ദേഹത്തിന്റെ സാഹിത്യ/സംസ്കാരപഠനങ്ങളിലെ പ്രമുഖ ആശയങ്ങളിലൊന്നാണ്. ചരിത്രവിചാരത്തിൽ നിന്ന് ഒഴിഞ്ഞുപോയ സ്ഥലകല്പനയെ അവിടേക്ക് പുനരാനയിച്ചുകൊണ്ടും സ്ഥലം/ കാലം എന്ന പരിചിതദ്വന്ദ്വത്തെ മറികടന്നുകൊണ്ടും വികസിപ്പിച്ചുവന്ന ഒരു വിചാരരീതിയുടെ അടിപ്പടവാണ് ആ സങ്കല്പനം. ഒരർത്ഥത്തിൽ, പില്ക്കാലത്ത് ആധുനികാനന്തര ചിന്തയിൽ വികസിപ്പിച്ചുവരുന്ന ഭൂമിശാസ്ത്രപഠനങ്ങളുടെ പ്രാരംഭങ്ങളിലൊന്നായിപ്പോലും അതിനെ പരിഗണിക്കാം.

എന്താണ് ഒരു സ്ഥലകാലയുഗ്മം? സ്ഥലവും കാലവും തമ്മിലുള്ള ചേർച്ചയെക്കുറിച്ചുള്ള ധാരണ മാത്രമല്ല അത്തരമൊരു പരികല്പനയുടെ അവതരണസന്ദർഭത്തിൽ ബഖ്തിൻ വച്ചുപുലർത്തിയിരുന്നത്. വിശാലമായൊരർത്ഥത്തിൽ സംഭവങ്ങളുടെയും പ്രവൃത്തികളുടെയും അർത്ഥം നിർണ്ണയിക്കപ്പെടുന്ന അടിസ്ഥാനഘടനയാണ് അത്. ഈ അടിസ്ഥാനഘടനയ്ക്കുള്ളിലാണ് വികാരങ്ങളുടെയും വിചാരങ്ങളുടെയും എണ്ണമറ്റ സന്ദർഭങ്ങളെ മനുഷ്യർ അഭിമുഖീകരിക്കുന്നതും അവബോധമാർജിക്കുന്നതും. ഈ അടിസ്ഥാനഘടന സ്ഥലകാലങ്ങൾ ഇണങ്ങിനിൽക്കുന്ന ഒരു ആവിഷ്കാരപ്രകാരത്തിലൂടെ ആഖ്യാനങ്ങളിൽ ഇടംപിടി

---

അംബികാസുതൻ മാങ്ങാട് - *മരക്കാപ്പിലെ തെയ്യങ്ങൾ*

ക്കുന്നു. പ്രാചീന ഗ്രീക്ക് രചനകളിൽ മുഖ്യ കഥാപാത്രങ്ങൾ കരയുകയും ചിരിക്കുകയും ചെയ്തത് വീടുകളുടെ അകത്തള ങ്ങളിലിരുന്നല്ലായിരുന്നു എന്ന ബഖ്തിൻ പറയുന്നുണ്ട്. നഗരച ത്വരങ്ങളിൽ നിന്ന് അലറിക്കരഞ്ഞുകൊണ്ടാണ് ആ മഹാരൂ പികൾ തങ്ങളുടെ വികാരക്ഷോഭങ്ങൾ പ്രകാശിപ്പിച്ചത്. പത്തൊമ്പതാം ശതകത്തിലെ ക്ലാസിക്കൽ റിയലിസ്റ്റ് നോവലു കളിൽ എത്തുമ്പോൾ ഈ വികാരങ്ങളെത്രയും സ്വകാര്യവും ഏകാന്തവുമായ ലോകങ്ങളിലേക്ക് പിൻവാങ്ങിക്കഴിഞ്ഞിരുന്നു. വികാരങ്ങളുടെ പ്രദർശനശാലയായ നഗരചത്വരങ്ങൾ 'പൊതു ജീവിത'ത്തിന്റെ ഇടങ്ങളായി. വികാരങ്ങൾ ഗാർഹികതയുടെ സ്വകാര്യതയിലേക്ക് ആനയിക്കപ്പെട്ടു. കിടപ്പുമുറിയിലോ, വീടിന്റെ പിന്നാമ്പുറങ്ങളിലോ ഇരുന്ന് വിതുമ്പിക്കരഞ്ഞും തൊണ്ടയിടറി യുമാണ് റിയലിസ്റ്റ് നായികമാർ വിഷാദമടക്കിയത്. നാൽക്കൂട്ട പ്പെരുവഴികളും നഗരചത്വരങ്ങളും അതോടെ വ്യക്തിഗതമായ വൈകാരികാനുഭൂതികളുടെ ആകരമില്ലാതായി. സ്വീകരണമുറി എന്ന പുതിയൊരു സ്ഥലരാശി അനുഭൂതിഘടനയുടെ സാന്ദ്രസ്വ രൂപമായി ആധുനികതയുടെ ഭാവനാബന്ധങ്ങളിൽ ഇടംകണ്ടെത്തി. സ്വകാര്യവും പൊതുവുമായി വഴിപിരിഞ്ഞ മനുഷ്യാനുഭവത്തിന്റെ ആവിഷ്കാര പ്രകാരം കൂടിയായിരുന്നു അത്. പുതിയ ഒരു ചരി ത്രബന്ധത്തിന്റെ സ്ഥലരാശി. ഏകാന്തവും സ്വയം പര്യാപ്തവു മായ കർത്തൃത്വത്തെക്കുറിച്ചുള്ള ആധുനികമായ ബോധ്യങ്ങളുടെ ആവിഷ്കാരപ്രകാരമായിരുന്നു അത്.

എഴുത്തിൽ ഇടംപിടിക്കുന്ന സ്ഥലങ്ങൾ കാലബന്ധങ്ങൾ കൂടി യാണെന്നു മാത്രമല്ല പറഞ്ഞുവരുന്നതിനർത്ഥം. അതിനപ്പുറം, അവ ചരിത്രപരമായി നിർണ്ണയിക്കപ്പെടുന്ന അനുഭൂതിഘടനയെ സംഗ്രഹിക്കുകൂടി ചെയ്യുന്നുണ്ട്. ചരിത്രത്തിന്റെ മഹാസംഘർ ഷങ്ങൾ, എത്ര അഴിച്ചാലും പിന്നെയും ബാക്കിയാവുന്ന കടും കെട്ടുകൾ. അഖ്യാനത്തിൽ ഇടംപിടിക്കുന്ന സ്ഥാനങ്ങളിലൊന്ന് ഈ സ്ഥലഭാവനയുടേതാണ്. ഒരു സ്ഥലകല്പന, ആ നിലയിൽ, തന്റെ ചരിത്ര- സംസ്കാരസന്ദർഭത്തോട്, ലോക യാഥാർത്ഥ്യ ത്തെക്കുറിച്ചുള്ള തന്റെ ബോധ്യങ്ങളെ മുൻനിർത്തി ഒരു എഴു ത്തുകാരി/ എഴുത്തുകാരൻ നടത്തുന്ന സംവാദമാണെന്ന് പറയാം. ദേശരാഷ്ട്രത്തിന്റെ ലഘുരൂപങ്ങളായ നാടുകളെ ഭാവനചെയ്ത നവോത്ഥാനകഥനത്തിൽ നിന്നും എത്രയോ ഭിന്നമായിരുന്നു ബഷീറിന്റെ സ്ഥലകല്പനകൾ എന്ന ധാരണയോടെ വീണ്ടും ബഷീറിലേക്ക് മടങ്ങിയാൽ, ആധുനികമായ മനുഷ്യമഹാനായക ത്വത്തോടുള്ള വിമർശനമാണ് അതിന്റെ അടിത്തറയെന്ന് വ്യക്ത മാകും. സ്ഥലം കാലവും ചരിത്രബന്ധവും മാത്രമല്ല; ലോകവ ബോധവും അതിന്റെ വിമർശനവുമാണ് എന്നും.

## രണ്ട്

മരക്കാപ്പിലെ തെയ്യങ്ങൾക്കൊപ്പമാണ് മനുഷ്യരും അവിടെ പാർത്തുപോന്നിരുന്നത്. ബ്രഹ്മരക്ഷസ്സുകൾ, കുട്ടിച്ചാത്തന്മാർ, മരിച്ച് തെയ്യങ്ങളായി പുനർജനിച്ചവർ-ഇവരൊക്കെ മരക്കാപ്പിൽ ഒരുമയോടെ പാർത്തു. ആദിമവും ആധുനികേതരവുമായ ബന്ധങ്ങളാൽ ഘടിപ്പിക്കപ്പെട്ട ജീവിതവ്യവസ്ഥയാണ് അവിടെ പുലർന്നുപോന്നത്. ഉമ്പിച്ചിയുടെ നാലര സെന്റിൽ പ്രാചീന ദൈവങ്ങൾ കുടിപാർത്തു. അവളുടെ കാലും പലകയിൽ തെയ്യങ്ങൾ ഉറങ്ങി. മരക്കാപ്പിലെ ജീവിതവ്യവസ്ഥയുടെ അടിസ്ഥാനം ദൈവങ്ങളും രക്ഷസ്സുകളും മനുഷ്യരും തമ്മിലുള്ള ഒത്തിണക്കമാണ്. ഈ ഒത്തിണക്കത്തിന്റെ സ്ഥലമാണ് മരക്കാപ്പ്. യുക്തിയുടെ നേർവിടവിലൂടെയല്ലാതെ ചരിക്കുന്ന ജീവിതം മരക്കാപ്പിന്റെ ആധാരശ്രുതിയാണ്. കടലേറ്റിക്കൊണ്ടുവന്ന ഒരു കുഞ്ഞാണ് ആഖ്യാനത്തിന്റെ കേന്ദ്രമായിത്തീരുന്നത് എന്ന് വരുന്നതിന്റെ താൽപര്യങ്ങളിലൊന്നും ഇതുതന്നെയാവാം. ഉറയ്ക്കാത്ത ഒരു നിലത്താണ് ഉമ്പിച്ചിയുടെ ജീവിതം. പേരിലവൾ താമരയാണ്. ജീവിതത്തിൽ ഉമ്പിച്ചിയും. പഴയ ഒരു നോവൽബുക്കിലെ പാഠങ്ങളിൽ നിന്നും സ്വന്തം ജീവിതത്തിന് അർത്ഥം ഉണ്ടാക്കിയെടുക്കാനുള്ള നിരന്തരമായ ശ്രമങ്ങളിലൂടെയാണ് അവൾ ചരിക്കുന്നത്. ഭാവനകൊണ്ട് യാഥാർത്ഥ്യത്തെ നിർവചിക്കാനുള്ള ശ്രമം എന്ന് ഇതിനെ മനസ്സിലാക്കാം. കറുത്തമ്മയും പളനിയും പരീക്കുട്ടിയും ഒരു പഴയ നോവൽബുക്കിലെ കഥാപാത്രങ്ങളല്ല അവൾക്ക്. തന്റെ ജീവിതത്തിന്റെ അർത്ഥവും അനുഭവവുമായി ഉമ്പിച്ചി നെഞ്ചേറ്റി നടക്കുന്ന ഭാവനാബന്ധങ്ങളാണ്. അവളുടെ നിത്യകാമുകനായ ഭോജൻ വെളിച്ചപ്പാടാണ്. വെളിച്ചപ്പാടിന് അവൾ ഉമ്പിച്ചിയല്ല. അമ്മ മഹാമായയുടെ വെളിപ്പെടലാണ്. ഉമ്പിച്ചിയുടെ പീലിക്കണ്ണുകളിലും താമരപ്പൂനിറമാർന്ന കവിൾത്തട്ടിലും പനങ്കുലസദൃശ്യമായ മുടിക്കാടിലും അരയാലിലയൊത്ത കീഴ്‌വയറിലും പാദപത്മങ്ങളിലും ഭോജൻ സ്വന്തം ഭഗവതിയെ ദർശിച്ചു. 'നോക്കിയിരിക്കെ അവളുടെ തൃക്കൈകളിൽ ശംഖചക്രഗദാപത്മങ്ങൾ തെളിയുന്നതു കണ്ടു.' എന്ന് നോവൽ ഇതിനെ രേഖപ്പെടുത്തിയിരിക്കുന്നു.

വസ്തുബന്ധങ്ങളിൽ നിന്നും വാസ്തവത്തിന്റെ നേർപകർപ്പുകളിൽ നിന്നും ജീവിതത്തെ വലിച്ചുയർത്തുന്ന ഭാവനാബന്ധങ്ങൾ മരക്കാപ്പിൽ ഇനിയും എത്രയുമുണ്ട്. അലന്തന്റെ ബലിഷ്ഠതയിൽ മറഞ്ഞുകിടക്കുന്ന പൗരുഷനഷ്ടം, പരീക്കുട്ടിയുടെ സ്വപ്നസഞ്ചാരങ്ങളിൽ തന്നെത്തന്നെ കണ്ടെത്തുന്ന ബുറ്റുഖന്റെ പ്രണയ വേഗങ്ങൾ, നാരിയമ്പാടിയുടെ നീണ്ടുനീണ്ടു പോയ

മൗനങ്ങൾ.... ഇവയൊക്കെയും മരക്കാപ്പിലെ യാഥാർത്ഥ്യങ്ങളാണ്. ഈ യാഥാർത്ഥ്യങ്ങൾക്കൊന്നും മരക്കാപ്പിൽ പ്രത്യക്ഷ ജീവിതമുണ്ടായില്ല. ഉമ്പിച്ചിയുടെ ജീവിതംപോലെ, അടിയുറപ്പില്ലാത്ത നിലനില്പിന്റെ അവശിഷ്ടങ്ങളായി സന്ദേഹങ്ങളും മൗനങ്ങളുമായി മരക്കാപ്പിൽ ഇടറി നിന്ന വാസ്തവങ്ങൾ. കമ്പല്ലൂർ ക്കോട്ടയുടെ പ്രാചീനമായ ദൃഢതയിൽ പോലും ഈ സന്ദിഗ്ദ്ധതകൾ കുടിപാർത്തു. അതുകൊണ്ട് ചരിത്രത്തിന്റെ വാസ്തവങ്ങളിൽ നിന്ന് മരക്കാപ്പിന്റെ ഭാവനാബന്ധങ്ങളിലേക്ക് അതെപ്പോഴും കവിഞ്ഞുനിന്നു. രക്ഷസ്സുകളും തെയ്യങ്ങളും ഇളവേൽക്കുന്ന അഭയസ്ഥാനമായി, മരക്കാപ്പിലെ അലൗകികതയ്ക്കു മേൽ ശിരസ്സുയർത്തി നിൽക്കുന്ന പ്രാചീനമായ മായികതയായി, കമ്പല്ലൂർകോട്ട കടലിലേക്ക് ഉയർന്നുനിന്നു.

പറഞ്ഞുവരുന്നത് മരക്കാപ്പ് ഒരു സ്ഥലരാശി മാത്രമല്ലെന്നാണ്. സവിശേഷമായ ഒരു സംസ്കാരബന്ധത്തിന്റെ പാർപ്പിടമായി ഭാവനചെയ്യപ്പെട്ട ഇടമാണത്. യുക്തിയുടെ നേർവരയിലൂടെ സഞ്ചരിക്കാൻ ശ്രമിക്കുന്ന വാസ്തവങ്ങളുടെയും വസ്തുബന്ധങ്ങളുടെയും എതിർനിലയായി, അതിനോടുള്ള ഒരു വിമർശന സ്ഥാനമായി, നോവലിൽ ഇടം പിടിച്ച സ്ഥലമായി അതിനെ മനസ്സിലാക്കാം. സ്ഥലകല്പനയിലെ ഈ സവിശേഷതാൽപര്യത്തിന്റെ പൂരണമാണ് ഉമ്പിച്ചി മുതൽ പൊക്കിളിയൻവരെയുള്ള കഥാപാത്രങ്ങൾ. മുറുകിവരുന്ന, ക്രമബദ്ധവും ആധുനികവുമായ, ഒരു ലോകവ്യവസ്ഥയുമായി ഇടഞ്ഞുനിന്നുകൊണ്ടാണ് അവരോരോരുത്തരും സ്വന്തം നിലനില്പിനെ സാധൂകരിക്കുന്നത്. 'നിങ്ങള്ടെ കാര്യം നിങ്ങള് നോക്കും, മരിച്ചോര്ടെ കാര്യം ആരാ നോക്ക്വാ' എന്ന് നോവലിന്റെ തുടക്കത്തിൽ തന്നെ ആഖ്യാതാവായ കൃഷ്ണൻ കുട്ടിയുടെ പിതാവിന്റേതായി ഒരു പ്രസ്താവന കാണാം. മരക്കാപ്പിന്റെ ലോകബോധം ഒരു എതിർനിലയായി ത്തീരുന്നതങ്ങനെയാണ്. മരിച്ചവരും ജീവിക്കുന്നവരും ഒത്തുവാഴുന്ന ഇടമായി, മുഖ്യധാരാസ്ഥലത്തിന്റെയും ഭാവനയുടെയും വിപരീതമോ വിമർശനമോ ആയി നോവലിന്റെ ആഖ്യാന പദ്ധതിയിൽ അത് വേരൂന്നി നിൽക്കുന്നു.

## മൂന്ന്

ലോറൻസിന്റെയും കൃഷ്ണകുട്ടിയുടെയും ലോഹിതാക്ഷന്റെയും കനകരാജന്റെയും മരക്കാപ്പ് മറ്റൊന്നാണ്. കനകരാജന് അത് പുതിയ മൂലധനസംരംഭങ്ങളുടെ പ്രവൃത്തി മേഖലയ്ക്കപ്പുറം മറ്റൊന്നുമല്ല. കമ്പല്ലൂർകോട്ടയിൽ കടക്കാൻ സർക്കാർവകപാസ് വാങ്ങേണ്ടിവരുന്നു. രക്ഷസ്സുകൾക്കും മരണപ്പെട്ടവരുടെ ആത്മാക്കൾക്കും പാർപ്പിടങ്ങളില്ലാതാവുന്നു. പഴയ പാർപ്പിടങ്ങൾ

പുതിയ കാഴ്ചപ്പുരകളാകുന്നു. മരക്കാപ്പിലേക്ക് കുതിച്ചെത്തുന്ന പുതുമൂലധനത്തിന്റെ പ്രഹരശേഷി നാട്ടുജീവിതത്തെ അവിടെ നിന്നും കുടിയിറക്കുന്നു. അമ്പൂങ്ങൻ കാർണോരുടെ വെറ്റില ക്കൊടിയും അയിനിയും അരയാലും നിന്നിടങ്ങളിലേക്ക് ഓർക്കിഡും ബോൺസായിയും നിറയുന്ന ഉദ്യാനങ്ങൾ കടന്നു കയറി. തല പിളർന്ന് വെളിച്ചപ്പെട്ട് ഭോജൻ വെളിച്ചപ്പാട് കടലി ലേക്ക് മറഞ്ഞു. ഒരർത്ഥത്തിൽ പഴയ ലോകത്തിന്റെയും ഭാവ നാബന്ധങ്ങളുടെയും തിരോഭാവത്തിന്റെ സൂചകം കൂടിയാണിത്. തല പിളർന്ന് മരിക്കുന്ന ഒരു ജീവിതക്രമം നോവലിൽ അടയാ ളപ്പെട്ട ഇടം.

പഴയലോകവും അതിന്റെ സ്ഥലരാശിയും തകർക്കപ്പെടുന്ന തിനെതിരെ, പുതിയ അറിവിന്റെ ബലത്തിൽനിന്നുയരുന്ന പ്ര തിഷേധമായാണ് ലോറൻസ് നോവലിലുള്ളത്. നോവലിന്റെ തുട ക്കത്തിൽതന്നെ അയാളുടെ വിശാല ദൗത്യങ്ങളെക്കുറിച്ച് നമ്മെ ബോധ്യപ്പെടുത്തുന്ന ഒരു പ്രസ്താവനയുണ്ട്. ചുറ്റിത്തിരിയൽ നിർത്തി മരുന്നു കടയിൽ സ്ഥിരമായ ജോലി ചെയ്യാൻ ആവ ശ്യപ്പെട്ട കൃഷ്ണൻകുട്ടിയോട് ലോറൻസ് പറയുന്നത്. 'താനും ഒരു മരുന്നുകട നടത്തുക'യാണ് എന്നാണ്. 'ഭൂമിയോളം വലിയ ഒരു മരുന്നകട' അങ്ങോട്ടുചെന്നാൽ കൃഷ്ണൻകുട്ടിക്കും ഒരു പണിതരാമെന്ന് ലോറൻസ് വാഗ്ദാനം ചെയ്യുന്നുമുണ്ട്. ഒരു നിലയ്ക്ക് ലോറൻസിന്റെ മുൻഗാമിയായി കരുതാവുന്ന ഒരു കഥാപാത്രം നോവലിൽ വേറെയുമുണ്ടെന്ന് കാണാം. സ്വാതന്ത്ര്യ സമരസേനാനിയായ പൊക്കിളിയൻ. ദേശീയ പ്രസ്ഥാനത്തി നായി പണിപ്പെട്ടിറങ്ങിയ, ഗാന്ധിജിയെ ദൈവമായി ഹൃദയത്തി ലേറ്റിയ, സ്വാതന്ത്ര്യപ്രാപ്തിയോടെ മൗനത്തിലേക്കും ഉന്മാദത്തി ലേക്കും പിൻവാങ്ങിയ, ഒടുവിൽ പുത്തൻ മൂലധനത്തിന്റെ വിക സനക്കുതിപ്പിൽ മരക്കാപ്പിലെ മറ്റു പലരെയും പോലെ വേട്ടയാടപ്പെട്ട, പൊക്കിളിയൻ. ആധുനികമായ ലോകബോധത്തിലെ വലിയ ശരികളെ അടയാളപ്പെടുത്തുന്ന കഥാപാത്രമാണയാൾ. എങ്കിലും മരക്കാപ്പിൽ ഭ്രാന്തനായി ബാക്കിയാവുകയാണ് പെക്കി ളിയൻ. ലോറൻസ് ഇങ്ങനെ ബാക്കിയാവുന്നുപോലുമില്ല. പുതിയ അറിവിന്റെ ബലത്തിൽ, പാരിസ്ഥിതികതയെയും സാമൂഹികനീ തിയെയും മുൻനിർത്തി പൊരുതാനിറങ്ങിയ ലോറൻസിനെ, ഭരണാധികാരവും മൂലധനവും ചേർന്ന് കൊന്ന് കടലിലെറിയു കയാണ് ചെയ്യുന്നത്. പൊക്കിളിയന്റെ ഉന്മാദത്തിന്റെയോ മൗന ത്തിന്റെയോ ആനുകൂല്യം പോലും പുതിയ മൂലധനം ആർക്കും വേണ്ടി നീക്കിവയ്ക്കുന്നില്ല.

പുതിയ ലോകത്തിന്റെ അറിവും അനുഭവവുമായി, ലോ

റൻസിന്റെ മരണകാരണം തേടി പുറപ്പെട്ട കൃഷ്ണൻകുട്ടി എന്ന ആഖ്യാതാവിലാണ് നോവലിന്റെ തുടക്കവും ഒടുക്കവും. മേല്പറഞ്ഞ ഇരുലോകങ്ങൾക്കുമിടയിലൂടെ സഞ്ചരിച്ച് അതിന്റെ വൈരുധ്യങ്ങളെ അടയാളപ്പെടുത്തുന്ന കഥാപാത്രമാണയാൾ. രണ്ട് ചരിത്രസന്ദർഭങ്ങളെയും സംസ്കാരബന്ധങ്ങളെയുമാണ് മരക്കാപ്പ് അടയാളപ്പെടുത്തുന്നതെന്ന്, മാറിനിന്ന് മനസ്സിലാക്കുന്ന അഖ്യാനസ്ഥാനം. ആ അർത്ഥത്തിൽ നോവലിന്റെ കാഴ്ചവട്ടം തെളിയുന്നതും അയാളിലൂടെയാണ്. നോവലിൽ വൃഥാസ്ഥൂലമായി അനുഭവപ്പെടുന്ന ചുരുക്കം ചില ഭാഗങ്ങൾ കൃഷ്ണൻകുട്ടിയുടെ ചർച്ചകളാണ് എന്നു വരുന്നതിന്റെ കാരണവും മറ്റൊന്നല്ല. ഈ ഇരുലോകങ്ങളിലും ഒരു പോലെ കടന്നുകയറുന്നതിന്റെ വൈരുധ്യങ്ങളിൽ നിന്നും ആഖ്യാനം തീർത്തും വിടുതി നേടിയിട്ടില്ല. രണ്ട് ലോകബന്ധങ്ങൾക്കിടയിൽ ഊയലാടി നിൽക്കാൻ പോന്ന വിശ്ലഥത്വം, വാസ്തവത്തിൽ, കൃഷ്ണൻകുട്ടി എന്ന കഥാപാത്രത്തിനില്ല. ഏറെക്കുറെ അയാൾ പുതിയലോകത്തിലെ പാർപ്പുകാരനാണ്. പഴയ ലോകത്തിലേക്ക് അയാൾക്കൊരു കണ്ണുണ്ട് എന്നേയുള്ളൂ. മിക്കവാറും പുതിയ നാഗരികതയുടെ നിർമ്മമത്വം നിറഞ്ഞ കണ്ണ്. 'സാഹസക്കുഴികളിൽ ചെന്നുചാടാത്ത' മധ്യവർഗസുരക്ഷിതത്ത്വം കൃഷ്ണൻകുട്ടി എപ്പോഴും കാത്തുപോരുന്നുണ്ട്. ഈ നോവലിന്റെ അടിപ്പാടവായി, അതിനെ രൂപപ്പെടുത്തുന്ന ഭാവുകത്വ ഘടനയുടെ സ്രോതസ്സുകളിലൊന്നായി, ഈ മനോഭാവത്തെയും കാണാം.

ഇങ്ങനെ 'മരക്കാപ്പിലെ തെയ്യങ്ങളി'ൽ പലതരം ലോകങ്ങൾ ഇടഞ്ഞും ഇണങ്ങിയും നിലകൊള്ളുന്നു. പ്രത്യക്ഷത്തിൽ മൂലധനത്തിന്റെ ധാർത്തരാഷ്ട്ര പ്രതാപം ചവിട്ടയരയ്ക്കുന്ന നാട്ടുജീവിതത്തിന്റെ വാങ്മയമാണത്. എന്നാൽ അതിനപ്പുറം പോകുന്ന താൽപര്യങ്ങളെയും നോവൽ ഉൾക്കൊള്ളുന്നുണ്ട്. തുടക്കത്തിൽ പറഞ്ഞതുപോലെ ഒരേ ഇടത്തിൽ രണ്ട് ലോകങ്ങളെ മുഖാമുഖം നിർത്തുന്നതിലൂടെ സ്ഥലത്തിന്റെ ധ്വനിമൂല്യത്തെ പിന്നെയും പിന്നെയും ക്ഷണിച്ചുവരുത്തുന്ന ഒന്നാണിതിലെ ആഖ്യാനം. ഈ ഇരുലോകങ്ങളും തമ്മിലുള്ള മുഖാമുഖത്തിൽ അഖ്യാനത്തിന്റെ പ്രത്യക്ഷതാത്പര്യം മൂലധനത്തിന്റെ കൈയേറ്റങ്ങളോട് ഇടയലാണ്. നോവലിന്റെ വായനയിൽ നിന്നും നമുക്ക് കൂടുതൽ തെളിഞ്ഞു കിട്ടാവുന്നതും അതുതന്നെയാണ്. ഒരു പക്ഷേ, ആഖ്യാനത്തെ നിയന്ത്രിച്ചുപോന്ന താത്പര്യവും അതുതന്നെയാവാം. എന്നാൽ ഈ പ്രത്യക്ഷതാത്പര്യത്തെ മറികടന്നുപോകുന്ന നിലയിൽ നോവലിൽ ഇടംപിടിക്കുന്ന ഘടകങ്ങളാണ് മരക്കാപ്പിനെ സവിശേഷസ്വഭാവങ്ങളുള്ള ഒരു നോവലാക്കിത്തീർക്കുന്നത്. ആധുനികപൂർവമെന്ന്

വിവരിക്കാവുന്ന ഒരു സ്ഥലം/സംസ്കാരം പുതുമൂലധനത്തിന്റെ അധിനിവേശത്തിന് കീഴ്പ്പെടുന്നതിനെ ആധുനികമായ ഒരു യുക്തിബന്ധത്തിലൂടെ അടയാളപ്പെടുത്തുകയാണ് നോവൽ ചെയ്യുന്നത്. മേല്പറഞ്ഞതുപോലെ, കൃഷ്ണൻകുട്ടി എന്ന ആഖ്യാതാവിന്റെ ദൗത്യം ഈ കാഴ്ചക്കോണിനെ രൂപപ്പെടുത്തലാണ്. ഒരർത്ഥത്തിൽ നാമെല്ലാം പങ്കുവയ്ക്കുന്ന വീക്ഷണസ്ഥാനം കൂടിയാണിത്. ആധുനിക മധ്യവർഗനാഗരികതയുടെ സുരക്ഷിതത്വങ്ങൾക്കുള്ളിൽ നിന്നുകൊണ്ട്, അധിനിവേശിത സമൂഹങ്ങളോട് പുലർത്തുന്ന അനുതാപം. വായനയിൽ നാം ചെന്നുനിൽക്കുന്നതിവിടെയാണ്. അവിടെ നമുക്ക് നില്ക്കാനാവുന്നു എന്നതാണ്, അവിടെ നിലയുറപ്പിക്കാൻ നമ്മെ പ്രേരിപ്പിക്കുന്നു, എന്നതാണ് നോവലിന്റെ വിജയമായിത്തീരുന്നതെന്നും പറയാം.

ഈ വിജയസ്ഥാനത്തുനിന്ന് തിരിഞ്ഞുനോക്കാനും അതിനെ പ്രശ്നവത്കരിക്കാനുള്ള സാധ്യതയെക്കൂടി നിലനിർത്തിക്കൊണ്ടാണ് 'മരക്കാപ്പിലെ തെയ്യങ്ങൾ' പിൻവാങ്ങുന്നത്. ആഖ്യാനത്തിന്റെ പ്രത്യക്ഷതാൽപര്യം അതല്ല എന്നത് വ്യക്തമാണ്. പക്ഷേ, ആഖ്യാനത്തിന് ഒരു അബോധഘടനയുണ്ടെന്നും അത് നമ്മുടെ വായനാരീതികളെ നിർണ്ണയിച്ചുപോരുന്നുണ്ടെന്നും മനസ്സിലാക്കിയാൽ, എവിടെ നിന്നുകൊണ്ടാണ് നാം ഈ കൃതിയുമായി ഐക്യപ്പെടുന്നതെന്ന് തെളിഞ്ഞുവരും. അതാകട്ടെ നമ്മുടെ വിമർശനധാരണകളുടെ ആന്തരികസന്ദിഗ്ധതകളിലേക്ക് വഴിതുറന്നുതരുകയും ചെയ്യും. മരക്കാപ്പിൽ ഇങ്ങനെയൊരു വഴിയും ബാക്കിയുണ്ട്. ഏറെപ്പേരൊന്നും അതിലൂടെ പോകാനിടയില്ലെങ്കിലും.

(2009)

●

# ചരിത്രത്തിലെ ഇരുട്ട്

അന്ധകാരനഴി ചരിത്രവുമായുള്ള ഒരു മുഖാമുഖമാണ്. സമീപ ഭൂതകാലത്തെ ചൂഴ്ന്നു നിൽക്കുന്ന ഇരുട്ടിലേക്ക് കടന്നുവരാനും വിപ്ലവ സ്വപ്നങ്ങളെ ഹതാശമാക്കിയ ചരിത്ര പരിണാമങ്ങളുടെ ഉള്ളറകളിലേക്ക് വെളിച്ചം വീശാനുമുള്ള മലയാള ഭാവനയുടെ പരിശ്രമമാണ് ഈ നോവൽ. ചരിത്രം എന്ന് നാം മനസ്സിലാക്കി വരുന്ന വിജ്ഞാന വ്യവസ്ഥയുടെ പിന്നാമ്പുറത്ത് അവ്യക്തമായ ഇരുട്ടായി പരന്നു പടരുന്ന ജീവിത പ്രവാഹങ്ങളെ കണ്ടെടുത്ത് പുറമെ തെളിഞ്ഞുകാണുന്ന ജീവിതക്രമത്തിന്റെ ആന്തര വൈരുധ്യങ്ങളെ പ്രകാശിപ്പിക്കാനാണ്. ഇ. സന്തോഷ്കുമാർ ഈ നോവലിൽ ശ്രമിക്കുന്നത്. ചരിത്രത്തിന്റെ ഇരുട്ട് എന്നതുപോലെ അതിലെ പങ്കാളികളും ഇരകളുമായി ജീവിച്ചവരുടെ ജീവിതത്തെയും മനോഗതികളെയും ചൂഴ്ന്നു നിൽക്കുന്ന ഇരുട്ടും നോവലിന്റെ പ്രമേയ ലോകത്തെ നിർണയിക്കുന്നുണ്ട്. അങ്ങനെ അന്ധകാര നിബിഡമായ ചരിത്രവും ജീവിതവും ചേർന്ന് പണിതീർത്ത ഒരു കാലയളവിന്റെ കഥയായി ഈ നോവൽ മാറിത്തീർന്നിരിക്കുന്നു.

ചരിത്രത്തെ നോവലിലെഴുതുമ്പോൾ എഴുത്തുകാർക്ക് പതിവിൽക്കവിഞ്ഞ ബാധ്യതകൾ വന്നുപെടും. ഒരർഥത്തിൽ ഏതു നോവലും ചരിത്രത്തെ നോവലിലെഴുതുക തന്നെയാണ് ചെയ്യുന്നത്. ഭൂതകാലത്തിന്റെ ഏതോ ഒരടരിലെ ജീവിത യാഥാർഥ്യങ്ങളെക്കുറിച്ച് വായനാസമൂഹം വെച്ചുപുലർത്തുന്ന ധാരണകളോടും അവരുടെ ചരിത്രബോധത്തോടും വിശ്വസനീയമായ വിധത്തിൽ സംവദിക്കാൻ ചരിത്രത്തിലേക്ക് ചാഞ്ഞു നിൽക്കുന്ന നോവലുകൾക്ക് ബാധ്യതയുണ്ട്. അതേസമയം തന്നെ ചരിത്രം എന്ന ജ്ഞാനവിഷയം പണിതീർത്തുവെച്ചിട്ടുള്ള അറിവുകളുടെ ആവർത്തനമാകാതിരിക്കാൻ ആ നോവലുകൾക്ക് കഴിയുകയും

---

ഇ. സന്തോഷ്കുമാർ - *അന്ധകാരനഴി*

വേണം. ഭൂതപ്രതീതികളെ ഉണർത്തിക്കൊണ്ടുതന്നെ ഭൂതകാലത്തെ മറ്റൊരു യാഥാർഥ്യമായി യാഥാർത്ഥ്യത്തിന്റെ അനന്തഭേദങ്ങളുടെ ശൃംഖലാബന്ധങ്ങളിലൊന്നായി പണിതീർക്കാൻ കഴിയുമ്പോഴാണ് നോവലിലെ ചരിത്രമെഴുത്ത് വിജയിക്കുക. അത് ചരിത്രത്തെക്കുറിച്ചുള്ള വർത്തമാനകാലവബോധത്തെ നിലനിർത്തിക്കൊണ്ടുതന്നെ അതിനെ പുതുക്കിപ്പണിയും. എണ്ണമറ്റ പരിണതികളുടെ സമകാലികതയെ തുടർച്ചകളായി വിന്യസിക്കലാണ് ചരിത്രം എന്ന് ദെല്യൂസ് ഒരിടത്ത് പറയുന്നുണ്ട്. ചരിത്രാവബോധം എന്ന് നാം സാധാരണയായി പറഞ്ഞുവരുന്നത് ഈ തുടർച്ചകളെക്കുറിച്ചുള്ള ബോധത്തെയാണ്. ഈ തുടർച്ചയ്ക്കുള്ളിലെ അനന്തഭേതങ്ങളെ വെളിപ്പെടുത്തുകയാണ് മികച്ച എഴുത്തിന്റെ എക്കാലത്തെയും ദൗത്യം. വായനക്കാരുടെ ചരിത്രവബോധത്തിന്റെ ചട്ടക്കൂടിനെ മാനിച്ചുകൊണ്ടുതന്നെ ഈ അനന്തഭേദങ്ങളിലേക്ക് അവരെ ആനയിക്കലാണ് ചരിത്രം നോവലിലെഴുതാൻ മുതിർന്നവർ നേരിടുന്ന വെല്ലുവിളി.

ദുരധികാരത്തിന്റെ ഇരുൾക്കയങ്ങളിലേക്ക് എണ്ണമറ്റ മനുഷ്യരെ വലിച്ചെറിഞ്ഞുകൊണ്ട് ഉയർന്നു വന്ന അടിയന്തരാവസ്ഥയുടെ ചരിത്ര സന്ദർഭമാണ് അന്ധകാരനഴിയുടെ പ്രമേയലോകത്തിന്റെ ആധാരങ്ങളിലൊന്ന്. അധികാരഗർവിനോടും അതിന്റെ നൃശംസതയോടും ഏറ്റുമുട്ടാൻ പുറപ്പെട്ട തീവ്ര ഇടതുപക്ഷ രാഷ്ട്രീയത്തിന്റെ ഗതിഭേദങ്ങളാണ് നോവലിന്റെ മറ്റൊരു ആധാരസ്വരം. അങ്ങനെ അധികാരത്തിന്റെ പടയോട്ടങ്ങൾ നിസ്സഹായമായ മനുഷ്യജീവിതത്തെ ചവിട്ടിയരച്ചു കടന്നുപോയ ഒരു സവിശേഷ കാലയളവിന്റെ, ഒരു പക്ഷേ എല്ലാ കാലങ്ങളുടെയും ഓർമകളെ നമ്മുടെ ഭാവനയുടെ ചരിത്രത്തിൽ ഏറ്റവും വിശദമായി രേഖപ്പെടുത്താനുള്ള ശ്രമമായി അന്ധകാരനഴി മാറിത്തീരുന്നു. മുഴുവൻ മനുഷ്യരും ഏതോ അജ്ഞാതഭീതിയുടെ ഇരകളായിത്തീരുകയും സംശയങ്ങളുടെയും ഒറ്റുകൊടുക്കലിന്റെയും ഏകാന്തതയുടെയും വഴികളിലൂടെ ഇടറിനീങ്ങുകയും ചെയ്ത ഒരു കാലയളവിന്റെ ഇരുട്ട് നോവലിൽ നിറഞ്ഞുനിൽക്കുന്നുണ്ട്. അതോടൊപ്പംതന്നെ ദുരധികാരത്തിന്റെ തമോഗർത്തങ്ങൾ പിളർക്കാനാവുമെന്ന ഉത്തമബോധ്യത്തോടെ ആദർശതീക്ഷ്ണതയുടെയും സൈദ്ധാന്തിക ധാരണകളുടെയും പിൻബലത്തോടെ പടയ്ക്കിറങ്ങിയ ഒരുകൂട്ടം മനുഷ്യരുടെയും പ്രസ്ഥാനത്തിന്റെയും അന്തഃസംഘർഷങ്ങളിലൂടെയും നോവൽ സഞ്ചരിക്കുന്നു.

സമാന്തരമായി നീങ്ങുന്ന രണ്ട് ധാരകളാണ് നോവലിന്റെ പ്രമേയതലത്തിലുള്ളത്. ഒരു ഭാഗത്ത് തീവ്രവിപ്ലവ രാഷ്ട്രീയത്തിന്റെ നേതാവും സൈദ്ധാന്തികനും സംഘാടകനുമായ ശിവന്റെ ഒളിവുജീവിതത്തിന്റെയും അതിനിടയിൽ അയാളിലരങ്ങേറുന്ന ആന്ത

രിക പരിവർത്തനങ്ങളുടെയും ആഖ്യാനം. കരടിയച്ചാച്ചന്റെ തുരുത്ത് എന്ന് ഇപ്പോഴറിയുന്ന, കൽക്കത്താ തീസിസിന്റെ കാലത്ത് സഖാക്കൾ പാതാളം എന്ന് വിളിച്ചിരുന്ന, അജ്ഞാത രഹസ്യങ്ങളുടെ ഇരുൾക്കയം പോലെ നിലകൊള്ളുന്ന തുരുത്തിലേക്കാണ് ശിവൻ ഷെൽട്ടറിനായി എത്തിച്ചേരുന്നത്. ലോകബന്ധങ്ങളിൽ നിന്നെല്ലാം അകന്നുമാറി നിലകൊള്ളുന്ന ഈ തുരുത്ത് വന്യവും പ്രാചീനവുമായ അനുഭവങ്ങളുടെ ആകരമാണ്. അവിടെ അരങ്ങേറുന്നത് പലതും യുക്തിപരമായി വിശദീകരിക്കാൻ കഴിയുന്നതല്ല. പരിഷ്കൃതിയുടെ അടിയരിലെ വന്യവേഗങ്ങളെയും ഘനാന്ധകാരത്തെയും ഓർമിപ്പിക്കും വിധം എല്ലാം കുഴഞ്ഞു നിൽക്കുന്ന തമോഗർത്തം പോലെയാണ് കരടിയച്ചാച്ചന്റെ തുരുത്ത് നിലകൊള്ളുന്നത്. അച്ചാച്ചൻ, അയ്യക്കുരു എന്ന പണിയൻ, തേച്ചപ്പൻ, അയാളുടെ ഭാര്യയായ മേരിപ്പെണ്ണ് അവർ വളർത്തുന്ന അയ്യപ്പൻ എന്ന കിഴവൻ കുരങ്ങ്, മലമുകളിലെ പണിയന്മാർ എന്നിവരെല്ലാം ചേർന്ന് പുറത്തെ നാഗരിക ബന്ധങ്ങളെല്ലാം അപ്രസക്തമായി അനുഭവപ്പെടുന്ന നിഗൂഢസ്ഥലമായി തുരുത്തിനെ മാറ്റിനിർത്തുന്നുണ്ട്. ഇവിടേക്ക് എത്തിപ്പെടുന്ന ശിവൻ പതിയെപ്പതിയെ ഈ ഇരുട്ടിലേക്ക് സ്വയം കടന്നുകയറുന്നു. വിപ്ലവ സ്വപ്നങ്ങളുടെ ഇടിമുഴക്കങ്ങൾ അകന്നു തുടങ്ങുകയും അധികാരത്തിന്റെയും കാമവേഗങ്ങളുടെയും ഉൾപ്പുളകങ്ങൾ അറിഞ്ഞും ആസ്വദിച്ചും ജീവിക്കുന്ന ഒരാളായി അയാൾ പരിണമിക്കുകയും ചെയ്യുന്നു. മുൻപൊരിക്കൽ സംഘാടന വൈഭവത്തിന്റെ കണിശതയും സൈദ്ധാന്തിക വിശകലനത്തിന്റെ കാർക്കശ്യവുമായി അയാളിൽ തെളിഞ്ഞുകണ്ട ഭാവരാശികൾ ഇപ്പോൾ അധികാര പ്രമത്തമയുടെയും സ്വേച്ഛാപരതയുടെയും ഉപാധികളായി തുരുത്തിലെ ജീവിതത്തിൽ ഇരുട്ടു പടർത്തുന്നു. ഇങ്ങനെ വിപ്ലവത്തിന്റെ ആന്തരിക വിപര്യയങ്ങളെയും ഗതിഭേദങ്ങളെയും പ്രതീകവത്കരിക്കുന്ന ഇടമായി തുരുത്തും അവിടെയെത്തിപ്പെടുന്ന ശിവനും മാറിത്തീരുന്നു.

ഇതിന് സമാന്തരമായി നോവലിൽ വികസിച്ചുവരുന്ന മറ്റൊരു പ്രമേയലോകം കവിയായ ശ്രീനിവാസന്റെ തിരോധാനവും അയാളെത്തേടിയുള്ള ഭാര്യ ശകുന്തളയുടെ അലച്ചിലുകളുമാണ്. വിപ്ലവസ്വപ്നങ്ങളിൽ വ്യാമുഗ്ധനായ, കാല്പനികതയുടെ ചിറകേറിപ്പറക്കുന്ന ഭാവനാലോകങ്ങളുടെ ഉടമയായ ഒരാളായിരുന്നു ശ്രീനിവാസൻ. വിപ്ലവകാരികളുടെ മാസികയിൽ കവിതയെഴുതാൻ തുടങ്ങിയതോടെ അയാളുടെ കവിത പൊട്ടിത്തെറിക്കുന്ന ഊർജം പ്രസരിപ്പിക്കുന്ന ഒന്നായി. കവിതയെന്നപോലെ അയാളുടെ ജീവിതവും അതോടെ പുതുക്കിപ്പണിയപ്പെട്ടു. വിപ്ലവകാരിയായ ശിവന് അഭയം നൽകാനായി ഭാര്യയെയും മകനെയും അയാൾ

അവരുടെ വീട്ടിലേക്ക് പറഞ്ഞയച്ചു. കളവ് പറഞ്ഞാണ് അയാൾ അവരെ അതിന് നിർബന്ധിച്ചത്. ശിവന് അഭയം നൽകിയതിന്റെ പേരിൽ മറ്റു പലരെയും പോലെ ശ്രീനിവാസനും പോലീസ് കസ്റ്റഡിയിലായി. പിന്നെ അയാൾ അപ്രത്യക്ഷനായി. ശ്രീനിവാസനെ ത്തേടിയുള്ള ഹതാശമായ അലച്ചിലുകൾക്കിടയിലാണ് ശകുന്തള അയാളുടെ ഈ മറുജീവിതത്തെ പടിപടിയായി തിരിച്ചറിയുന്നത്. ഉത്തരമില്ലാത്ത ഒരുപാട് ചോദ്യങ്ങളിലൊന്നായി ശ്രീനിവാസന്റെ തിരോധാനം നോവലിൽ ബാക്കിനിൽക്കുന്നു.

ജന്മിത്വത്തിനും ബൂർഷ്വാ അധികാര വ്യവസ്ഥയ്ക്കുമെതിരായ കലാപത്തിന്റ കേന്ദ്രമായി വിഭാവനം ചെയ്യപ്പെട്ട ആക്ഷനാണ്. നോവലിന്റെ പ്രമേയകേന്ദ്രം. ഉന്മൂലനം ചെയ്യപ്പെടേണ്ടത് ജന്മിയായിരുന്നുവെങ്കിലും യാദൃച്ഛികമായി മറ്റൊരാളാണ് കൊലചെയ്യപ്പെട്ടത്. വിപ്ലവകാരിയായ ശിവന്, പക്ഷേ അതിൽ അപാകമൊന്നും തോന്നിയില്ല. ഈ പിഴവിനും താത്ത്വികമായ വിശദീകരണം നല്കാൻ അയാൾക്കു കഴിയുന്നുണ്ട്. ഒരർഥത്തിൽ ഇത്തരം വിശദീകരണശേഷികൾ തന്നെയാണ് കരടിയച്ചാച്ചന്റെ തുരുത്തിൽവെച്ച് എല്ലാ വിപ്ലവസ്വപ്നങ്ങളെയും കൈയൊഴിഞ്ഞ് അധികാരപ്രമത്തതയുടെ ആൾരൂപംപോലെ ജീവിക്കാൻ അയാളെ പ്രാപ്തനാക്കിയതും. ഇങ്ങനെ ശിവന്റെയും ശ്രീനിവാസന്റെയും ജീവിതം വിപ്ലവത്തിന്റെ ആന്തരവൈരുധ്യങ്ങളുടെ ഒരു പ്രകാശനം കൂടിയായി മാറിത്തീരുന്നു. പിഴവില്ലാത്ത സംഘടനാവൈഭവവും സൈദ്ധാന്തിക ജാഗ്രതയും ഒരു ഭാഗത്ത്, കലർപ്പറ്റ കാല്പനികസ്വപ്നങ്ങളുടെ ചിറകടിയൊച്ചകൾ മറുഭാഗത്ത് ഈ വിദഗ്ധലോകങ്ങൾക്കിടയിൽ ഇടറിനീങ്ങുന്ന മനുഷ്യരുടെ സന്ദിഗ്ധവും ഒട്ടൊക്കെ ഹതാശവുമായ ജീവിതമാണ് അന്ധകാരനഴി അവതരിപ്പിക്കുന്നത്.

ഈ നിലയിൽ കേരള രാഷ്ട്രീയ ചരിത്രത്തിലെ നിർണായക സന്ധികളിലൊന്നിനെ മുൻനിർത്തി മനുഷ്യ ജീവിതത്തിന്റെ പരിണാമവേഗങ്ങളെ ആഖ്യാനം ചെയ്യാനുള്ള അർഥവത്തായ പരിശ്രമമായി ഈ നോവൽ മാറിത്തീരുന്നുണ്ട്. അപ്പോൾത്തന്നെ രണ്ട് പരാധീനതകൾ ഈ നോവലിനെ ദുർബലമാക്കുന്നുണ്ട്. സവിശേഷമായ ഒരു ചരിത്രഘട്ടത്തെ പ്രമേയമാക്കുന്നതിന് പര്യാപ്തമായ വിവരണകലയല്ല പലപ്പോഴും സന്തോഷ്കുമാർ പിന്തുടരുന്നത്. പ്രമേയ ബന്ധങ്ങളെ കൂട്ടിവിളക്കി കഥാശരീരത്തിന് ജീവിതം നൽകുക മാത്രമല്ല ഇത്തരമൊരു നോവലിലെ വിവരണ കലയുടെ ദൗത്യം. മറിച്ച് പരന്നുപടർന്നും ഇടതൂർന്നും നിലകൊണ്ട് ഒരു ചരിത്രഘട്ടത്തിന്റെ നാനാവിധ വേഗങ്ങളെയും പ്രഭാവങ്ങളെയും ആവിഷ്ക്കരിക്കുകയാണ്. ഇരമ്പിമറിയുന്ന കാലത്തെ അതിലെ ചെറുതും വലുതുമായ പ്രഭാവങ്ങളുടെ ആകെ

ത്തുകയായി അവതരിപ്പിക്കുന്നതാണ്. ഇങ്ങനെയൊരു വിവരണ കലയുടെ സാന്നിധ്യം നോവലിൽ പലപ്പോഴും കാണാനാവില്ല. തനിക്ക് നന്നായി വഴങ്ങിയ ചെറുകഥയുടെ വടിവുകളാണ് നോവലിന്റെ ആഖ്യാനത്തിൽ സന്തോഷ്കുമാർ ഏറിയകൂറും പിൻപറ്റുന്നത്. ഇതുപോലെത്തന്നെയാണ് ശിവന്റെ ആന്തര പരിണാമത്തിന്റെ കഥയും. കറകളഞ്ഞ വിപ്ലവബോധത്തിൽ നിന്നും സുഖാസക്തിയിലേക്കും അധികാരപ്രമത്തതയിലേക്കു മുള്ള അയാളുടെ പതനം പ്രമേയപരമായല്ലാതെ, അനുഭൂതിത ലത്തിൽ ആഖ്യാനം ചെയ്യപ്പെട്ടിട്ടില്ല. യാഥാർഥ്യങ്ങളുടെ ആ പരലോകങ്ങൾ ഉയർന്നുവന്ന്. പുതിയൊരനുഭവ മേഖലയ്ക്ക് ജന്മം നൽകുന്ന നിലയിൽ ഈ പരിവർത്തനം നോവലിൽ അവ തരിപ്പിക്കപ്പെടുന്നില്ല. നോവലിന്റെ വിവരണകല പ്രമേയതല ത്തിൽ ഒതുങ്ങിപ്പോയതിന്റെ അനന്തരഫലങ്ങളിലൊന്നാണിത്.

ഈ പരമിതികൾക്കുള്ളിലും അന്ധകാരനഴി മലയാള നോവലിന്റെ ചരിത്രത്തിൽ പ്രധാനപ്പെട്ട ഒരിടം കൈയാളുമെന്ന് തന്നെയാണ് കരുതേണ്ടത്. കേരളത്തിന്റെ രാഷ്ട്രീയചരിത്ര ത്തിലെ നിർണായക സന്ദർഭങ്ങളിലൊന്നിനെ മുൻനിർത്തി മനു ഷ്യാനുഭവങ്ങളുടെ സങ്കീർണതകളെ ആവിഷ്ക്കരിക്കാനുള്ള സന്തോഷ്കുമാറിന്റെ ഉദ്യമം പരിമിതികൾക്കുള്ളിലും മലയാള നോവൽ നേടിയ വിജയങ്ങളിലൊന്നുതന്നെയായി ബാക്കി നിൽക്കുന്നു.

(2011)

# ഗുണ്ടർട്ട് ധൈഷണികതയുടെ സാംസ്കാരിക ചരിത്രം

പ്രൊഫ. സ്കറിയാ സക്കറിയ എഡിറ്റ് ചെയ്ത് മലയാളം സർവ്വകലാശാല പ്രസിദ്ധീകരിച്ച 'മലയാളവും ഹെർമൻ ഗുണ്ടർട്ടും' എന്ന ബൃഹദ്ഗ്രന്ഥം മലയാളത്തിന്റെ വൈജ്ഞാനിക ചരിത്രത്തിലെ സുപ്രധാന സന്ദർഭങ്ങളിലൊന്നാണ്. 'മലയാള ഭാഷയുടെ വളർത്തച്ഛനായി പരിഗണിക്കപ്പെടേണ്ട ആൾ' എന്ന് പ്രമുഖ ചരിത്ര പണ്ഡിതനായ എം.ജി.എസ്. നാരായണൻ വിശേഷിപ്പിക്കുന്ന ഹെർമൻ ഗുണ്ടർട്ടിന്റെ ജീവിതവും ധൈഷണിക സംഭാവനകളും സമഗ്രമായി വിലയിരുത്തപ്പെടുന്നു എന്നതുകൊണ്ടു മാത്രമല്ല ഈ ഗ്രന്ഥം മേൽപ്പറഞ്ഞ സ്ഥാനം കൈവരിക്കുന്നത്. ഗുണ്ടർട്ടിന്റെ ജീവിതവും ഭാഷാപരിശ്രമങ്ങളും മതപരിശ്രമങ്ങളും മതപരമായ ആലോചനകളുമെല്ലാം അനാവരണം ചെയ്യുന്നതോടൊപ്പം, കേരളീയ ധൈഷണികതയുടെ പരിണാമത്തെയും ഗതിഭേദങ്ങളെയും അതുമായി കൂട്ടിയിണക്കാനും ഈ പുസ്തകം പരിശ്രമിക്കുന്നുണ്ട്. ഒരു വ്യക്തിയുടെ ധൈഷണിക ശ്രമങ്ങളെ സവിശേഷമായ ഒരു സാംസ്കാരിക വിനിമയ ശൃംഖലയുടെ ഭാഗമായി പരിഗണിക്കാനും വിലയിരുത്താനുമുള്ള ശ്രമം എന്നും പറയാം. ആ നിലയിൽ 'ഗുണ്ടർട്ട് ധൈഷണികതയുടെ സാംസ്കാരിക ചരിത്രം' എന്ന പ്രകൃതം കൈവന്ന രചനയാണ് ഇത്.

ഇത്തരമൊരു സവിശേഷ സ്വരൂപം ഈ ഗ്രന്ഥത്തിനു കൈവന്നത്, ഒരർത്ഥത്തിൽ വളരെ സ്വാഭാവികമാണെന്നു പറയാം. സംസ്കാരിക പഠനത്തിന്റെ വെളിച്ചം ഉപയോഗപ്പെടുത്തിക്കൊണ്ട് നാനാതരം വിജ്ഞാനമേഖലകളെക്കുറിച്ചും പുതിയ ആലോചനകൾ അവതരിപ്പിക്കുകയാണ് പ്രൊഫ. സ്കറിയ സക്കറിയ കഴിഞ്ഞ രണ്ടു മൂന്നു പതിറ്റാണ്ടുകളായി ചെയ്തുകൊണ്ടിരിക്കുന്നത്. വ്യാകരണവും ഭാഷാവിജ്ഞാനവും മുതൽ മതപഠനം വരെയും, ചരിത്രവും ഫോക്ലോറും മുതൽ പൈതൃകപഠനം

---

പൊഫ. സ്കറിയ സക്കറിയ (എഡി.) - *മലയാളവും ഹെർമൻ ഗുണ്ടർട്ടും*

വരെയുമുള്ള മേഖലകളിൽ പ്രൊഫ. സ്കറിയാ സക്കറിയ നടത്തിയ ഇടപെടലുകൾ ഈ ജ്ഞാനമേഖലകളെ സംസ്കാര പഠനപരമായി പുനർവിഭാവനം ചെയ്യുന്നവ കൂടിയായിരുന്നു. സാഹിത്യ ചരിത്ര വിജ്ഞാനവും വിവർത്തന പഠനങ്ങളും പോലുള്ള പഠനമേഖലകളിൽ ഇടപെടുമ്പോഴും ഈ സമീപനം അദ്ദേഹം കൈവെടിഞ്ഞിരുന്നില്ല. അതുവഴി മലയാള പഠനങ്ങളുടെ ലോകത്തെ സാംസ്കാരികമായ വഴിത്തിരിവിനു പ്രേരണയാകാനും പ്രൊഫ. സ്കറിയാ സക്കറിയയ്ക്കു കഴിഞ്ഞിട്ടുണ്ട്. തന്റെ വൈജ്ഞാനിക പരിപ്രേക്ഷ്യത്തിന്റെ അടിപ്പടവായി മാറിയ സംസ്കാര വിശകലനത്തിന്റെ വഴികളും വെളിച്ചങ്ങളും ഉപയോഗപ്പെടുത്തിക്കൊണ്ടാണ് പ്രൊഫ. സക്റിയാ സക്കറിയ 'മലയാളവും ഹെർമൻ ഗുണ്ടർട്ടും' എന്ന ഗ്രന്ഥം തയാറാക്കിയിരിക്കുന്നത്. ധൈഷണികതയുടെ സാംസ്കാരിക ചരിത്രം എന്ന പദവിയിലേക്ക് അതു സ്വാഭാവികമായി ചെന്നുചേരുന്നതും ഇതുകൊണ്ടാണ്.

''ഗുണ്ടർട്ടറിവുകളെക്കുറിച്ചുള്ള ഒരു വിജ്ഞാന ഗ്രന്ഥമാണ് മലയാളവും ഹെർമൻ ഗുണ്ടർട്ടും'' എന്ന് ഈ ഗ്രന്ഥത്തിന്റെ ആമുഖത്തിൽ പ്രൊഫ. സ്കറിയാ സക്കറിയ രേഖപ്പെടുത്തുന്നുണ്ട്. ഗുണ്ടർട്ടിന്റെ ഇരുന്നൂറാം ജന്മദിനത്തോടനുബന്ധിച്ച് മലയാള സർവകലാശാല നടത്തിയ സെമിനാറിൽ നിന്നാണ് ഇതിന്റെ തുടക്കമെന്നും അദ്ദേഹം രേഖപ്പെടുത്തുന്നു. ആ സെമിനാറിലെ പ്രബന്ധങ്ങൾ മുതൽ ഗുണ്ടർട്ടിനെക്കുറിച്ച് എഴുതപ്പെട്ട മിക്കവാറും എല്ല പഠനങ്ങളും ഉൾപ്പെടുന്ന ബൃഹദ്ഗ്രന്ഥമായി ഈ പുസ്തകം മാറിത്തീർന്നിട്ടുണ്ട്. ഗുണ്ടർട്ട് എന്ന വ്യവഹാര മണ്ഡലത്തെയാണ്, ഗുണ്ടർട്ട് എന്ന വ്യക്തിയെ അല്ല, ഈ ഗ്രന്ഥം ഇപ്പോൾ പ്രതിനിധാനം ചെയ്യുന്നത്.

ഇവിടെ'അറിവ് എന്നാലെന്താണ്?' എന്ന മൗലികമായ ഒരു പ്രശ്നത്തെ നാം അഭിസംബോധന ചെയ്യേണ്ടതുണ്ട്. ആധുനികത (Modernity എന്ന അർത്ഥത്തിൽ) ജന്മം നൽകിയ ധ്യാനാത്മക ധാരണയിൽ ഒരു വസ്തുവിനെക്കുറിച്ചുള്ള അറിവ് ഒന്നുകിൽ ആ അറിവിനു രൂപം നൽകുന്ന വ്യക്തിയുടെ ബോധത്തിലോ അല്ലെങ്കിൽ ജ്ഞാനവിഷയമായ വസ്തുവിലോ (യഥാർത്ഥ്യത്തിലോ) സന്നിഹിതമായിരിക്കുന്ന ഒന്നാണ്. പുറമേയ്ക്കു പരസ്പര വിരുദ്ധമായി തോന്നാമെങ്കിലും അടിസ്ഥാനപരമായി അറിവിനെക്കുറിച്ചുള്ള അതിഭൗതികമായ ധാരണയെയാണ് ഈ ഇരു സമീപനങ്ങളും പങ്കുവെയ്ക്കുന്നത്. എന്നാൽ, അറിവ് യഥാർത്ഥ വസ്തുവിൽ നിന്ന് അമൂർത്തവൽക്കരണത്തിലൂടെ ഊറ്റിയെടുക്കാവുന്ന ഒന്നല്ല. അത്തരത്തിൽ യഥാർത്ഥ വസ്തുവിന്റെ സത്താ

പരമായ ഉള്ളടക്കത്തെ ഉൾക്കൊള്ളുന്ന നിലയിൽ അറിവു നിലനിൽക്കുന്നുമില്ല. യഥാർത്ഥ ലോകത്തിലെ യഥാർത്ഥ വസ്തു എന്നതിലുപരി, ആലോചനകളുടെയും ആരായലുകളുടെയും ലോകത്തു നിലകൊള്ളുന്ന, ചിന്തയുടെ ഒരു സന്ദർഭത്തിനറ്റത്ത് ഉൽഭൂതമാകുന്ന, ചിന്താപരമായ മൂർത്തത (Thought conerete) എന്നു വിശേഷിപ്പിക്കാവുന്ന, ജ്ഞാനവസ്തുവാണ് അറിവിന്റെ പ്രഭവം, അങ്ങനെ വരുമ്പോൾ ഓരോ കാലഘട്ടത്തിലെയും അറിവ് അതതു കാലത്തെ സൈദ്ധാന്തിക പ്രയോഗവുമായി ബന്ധപ്പെട്ടിരിക്കും എന്ന് പറയാം. ഈ സൈദ്ധാന്തിക പ്രയോഗങ്ങളെ നിർണയിക്കുന്നതു ജ്ഞാനോല്പാദനരീതികളും ബന്ധങ്ങളുമാണ്. ഇവ അതതു കാലത്തെ സാമ്പത്തിക-രാഷ്ട്രീയ-പ്രത്യയ ശാസ്ത്ര താല്പര്യങ്ങളിൽ നിന്നു വേറിട്ടുനിൽക്കുന്നവയല്ലതാനും, അങ്ങനെ മനസ്സിലാക്കുമ്പോൾ അറിവ് എന്നതു സത്താപരം എന്നതിലുപരി, പ്രക്രിയാപരമായ ഒന്നാണെന്നു വ്യക്തമാകും, ഏതുതരം അറിവും ചരിത്രപരമായിത്തീരുന്നത് അങ്ങനെയാണ്. ഒരു പ്രശ്നത്തെക്കുറിച്ച്, യഥാർത്ഥ്യത്തെക്കുറിച്ച് നിലവിലുള്ള ധാരണകളെ അഥവാ അറിവിനെ പ്രശ്നവൽക്കരിച്ചുകൊണ്ട് പുതിയ പ്രശ്നപരിസരവും അതിന്റെ സംജ്ഞാവലികളും രൂപപ്പെടുത്തുകയാണ് പുതിയ അന്വേഷണങ്ങൾ ചെയ്യുന്നത്. ഇങ്ങനെ ജ്ഞാനവിഷയം ചരിത്രത്തിൽ നിരന്തരം രൂപം മാറിക്കൊണ്ടിരിക്കുന്നു.

ചരിത്രത്തിൽ രൂപം മാറിക്കൊണ്ടേയിരിക്കുന്ന ഗുണ്ടർട്ട് എന്ന ജ്ഞാനവിഷയത്തെ, കേരളീയ വായനാ സമൂഹത്തിനു മുന്നിലെത്തിക്കുകയാണ് 'മലയാളവും ഹെർമൻ ഗുണ്ടർട്ടും' എന്ന കൃതി ചെയ്യുന്നത്. മിഷണറി വ്യവഹാരങ്ങൾ മുതൽ കോളനിയാനന്തരചിന്തയും പൈതൃക പഠനവും വരെയുള്ള വ്യത്യസ്ത വൈജ്ഞാനിക സമീക്ഷകൾ ഗുണ്ടർട്ട് എന്ന ജ്ഞാനവിഷയത്തെ അഭിസംബോധന ചെയ്തതിന്റെ ചരിത്രം കൂടി ഈ കൃതി അബോധാത്മകമായി പങ്കുവെയ്ക്കുന്നുണ്ട്. അതുവഴി വിഭിന്ന ചരിത്ര സന്ദർഭങ്ങളുടെയും പ്രത്യയ ശാസ്ത്രധാരണകളുടെയും വ്യവഹാര മണ്ഡലങ്ങളുടെയും പ്രവൃത്തി ലോകം എന്ന നിലയിൽ ഗുണ്ടർട്ട് കേരളത്തിന്റെ വൈജ്ഞാനിക ചരിത്രത്തിലൂടെ സഞ്ചരിച്ചതിന്റെ ചിത്രം നമുക്കു ലഭിക്കുന്നു. ഗുണ്ടർട്ട് എന്തു ചെയ്തു എന്നു മാത്രമല്ല, ഗുണ്ടർട്ടിന്റെ ചെയ്തികൾ എന്തു ചെയ്തു എന്നു കൂടി (What, what one does, does എന്നതാണ് പ്രശ്നമെന്ന് ഫൂക്കോ) ഈ ഗ്രന്ഥം നമ്മോടു പറയുന്നുണ്ട്. അതിന്റെ മൗലികതയുടെ അടിസ്ഥാനവും മറ്റൊന്നല്ല.

ഇത്തരമൊരു സമീപനത്തിനിണങ്ങുന്ന വിധത്തിൽ കർത്തൃകേന്ദ്രിതമായല്ലാതെ സംവിധാനം ചെയ്യപ്പെട്ടിരിക്കുന്നു എന്നത്

'മലയാളവും ഹെർമൻ ഗുണ്ടർട്ടും' എന്ന ഗ്രന്ഥത്തിന്റെ മികവാണ്. ഒരാളുടെയോ ഒരു കൂട്ടം ആളുകളുടെയോ അറിവിന്റെ അവതരണം എന്നതിലുപരി, അത്തരം അറിവുകളുടെ സംവാദാത്മകവും സംഘർഷാത്മകവുമായ നിലനിൽപിനേയും വിനിമയങ്ങളേയും അനാവരണം ചെയ്യാൻ പോന്ന വിധത്തിലാണ് ഈ ഗ്രന്ഥത്തിന്റെ ആസൂത്രണം. എഡിറ്ററുടെ ആമുഖക്കുറിപ്പുകൾക്കു പിന്നാലെ വരുന്ന രചനകൾ, ഒന്നു മറ്റൊന്നിനെ വികസിപ്പിക്കുകയോ പൂരിപ്പിക്കുകയോ (ചിലപ്പോഴൊക്കെ ഇടയുകയോ) ചെയ്തുകൊണ്ട് ഒരു സംവാദ മണ്ഡലമായി വികസിക്കുന്നു. എഡിറ്ററുടെ ആമുഖക്കുറിപ്പുകളാകട്ടെ, ഈ രചനകളുടെ സന്ദർഭവും സാംഗത്യവും വ്യക്തമാക്കിക്കൊണ്ട്, നമ്മുടെ വിജ്ഞാനചരിത്രത്തിൽ ഇത്തരമൊരു സംവാദമണ്ഡലം ഉടലെടുത്ത സന്ദർഭത്തിലേക്കു വിരൽ ചൂണ്ടുന്നവയാണ്. ഗ്രന്ഥകർത്താവിനും വിഷയത്തിനും മുകളിലേക്ക് വിഷയപരിചരണത്തിന്റെയും ജ്ഞാനോല്പാദനത്തിന്റെയും സ്വരൂപത്തിലേക്ക് നമ്മുടെ ശ്രദ്ധയെ ആകർഷിക്കാൻ ഇതിനു കഴിയുന്നു. മലയാളത്തിൽ ഏറെ പ്രയോഗിക്കപ്പെട്ടിട്ടില്ലാത്ത വിശകലന സമ്പ്രദായമാണ് ഇത്.

## രണ്ട്

ഗുണ്ടർട്ടിനെ ഒരു വ്യക്തി എന്നതിലുപരി വൈജ്ഞാനിക വിനിമയങ്ങളുടെയും സംവാദങ്ങളുടെയും സംഗമസ്ഥാനമായി (Convergence point) വിലയിരുത്താൻ കഴിയുന്ന വിധത്തിലാണ് ഈ ഗ്രന്ഥം സംവിധാനം ചെയ്തിരിക്കുന്നത്. ഈ വിനിമയങ്ങളും സംവാദങ്ങളും രണ്ടുതരത്തിലുള്ളവയാണെന്ന കാര്യവും ഇവിടെ പ്രത്യേകം പരിഗണിക്കണം. ഒരു ഭാഗത്ത് അത് ഗുണ്ടർട്ട് ഉൾക്കൊള്ളുകയും ആവിഷ്കരിക്കുകയും ചെയ്ത നാനാതരം ആശയാവലികളേയും ചിന്താപദ്ധതികളേയും പിൻതുടരുന്നു. മറുഭാഗത്ത് ഗുണ്ടർട്ടിനെ മുൻനിർത്തിക്കൊണ്ട്, മലയാള ചിന്തയിലെ സംവാദങ്ങളെയും വിനിമയങ്ങളെയും പ്രകാശിപ്പിക്കുന്നു. ഇങ്ങനെ ഒരേ സമയം ഗുണ്ടർട്ടിന്റെയും മലയാള ചിന്തയുടെയും ബഹുസ്വരാത്മക ജീവിതത്തെ പ്രകാശിപ്പിക്കുന്ന ഗ്രന്ഥസ്വരൂപമാണ് ഇതിനുള്ളത്. കർത്താവ് എന്ന നിലയിൽ നിന്നു വ്യവഹാരം എന്ന നിലയിലേക്കു പരിണമിച്ചെത്തിയ ഗുണ്ടർട്ടിനെയും, ഭാഷ എന്നതിൽ നിന്നും സവിശേഷമായ ഉള്ളടക്കവും സ്വരൂപവുമുള്ള സാമൂഹ്യ-നൈതിക-വൈജ്ഞാനിക വ്യവസ്ഥ എന്ന പദവിയിലേക്കു നീങ്ങിയ മലയാളത്തെയുമാണ് നാമീ ഗ്രന്ഥത്തിൽ അഭിസംബോധന ചെയ്യുന്നത്. 'മലയാളവും ഹെർമൻ ഗുണ്ടർട്ടും' എന്ന ഗ്രന്ഥശീർഷകം കൂടുതൽ സാർത്ഥകമായിത്തീരുന്നത് ഈ നിലയിൽ കൂടിയാണ്.

രണ്ടു വാല്യങ്ങളിൽ, എട്ടുഭാഗങ്ങളായാണ് ഈ ബൃഹദ്ഗ്രന്ഥം സജ്ജീകരിക്കപ്പെട്ടിരിക്കുന്നത്. ഒന്നാം വാല്യം മൂന്ന് ഭാഗങ്ങളായും രണ്ടാം വാല്യം അഞ്ചു ഭാഗങ്ങളായും വേർതിരിച്ചിരിക്കുന്നു. 721 പുറങ്ങളുള്ള ഒന്നാം വാല്യത്തിലെ മൂന്നു ഭാഗങ്ങളിലായി 27 അദ്ധ്യായങ്ങൾ (ഉപവിഭാഗങ്ങൾ) ഉണ്ട്. രണ്ടാം വാല്യത്തിൽ 28 മുതൽ 71 വരെയുള്ള അദ്ധ്യായങ്ങളും (ഉപവിഭാഗങ്ങളും) അഞ്ച് പുറങ്ങൾ മാത്രമുള്ള ലേഖനങ്ങൾ മുതൽ ('ഗുണ്ടർട്ട് സംസ്കൃത പണ്ഡിതൻ': കെ. വിജയൻ, പുറം 1176-1181) 161 പേജുകൾ ദൈർഘ്യമുള്ള വിശദപഠനം വരെ ('പറുദീസയിലെ ഭാഷാ പണ്ഡിതൻ' ആൽബ്രെഷ്ട് ഫ്രാൻസ്, സ്കറിയാ സക്കറിയാ പുറം 117-278) ഈ ഉപവിഭാഗങ്ങളിൽ (അദ്ധ്യായങ്ങളിൽ) ഉൾപ്പെട്ടിട്ടുണ്ട്. സാങ്കേതികമായ ആന്തരിക ക്രമീകരണം എന്നതിലുപരി ഈ ഗ്രന്ഥത്തിന്റെ വിഷയപരിചരണരീതിയുടെ ഭാഗമായിക്കൂടി നിലകൊള്ളുന്നതിനാലാണ് അദ്ധ്യായങ്ങളുടെ/ ഉപവിഭാഗങ്ങളുടെ സംവിധാനം ഈ നിലയിലായിരിക്കുന്നത്.

'പ്രവേശകം' എന്ന ശീർഷകത്തിലുള്ള ഒന്നാം ഭാഗത്തിലെ അഞ്ച് ലേഖനങ്ങൾ ഈ ഗ്രന്ഥത്തിന്റെ എഡിറ്റർ കൂടിയായ പ്രൊഫ. സക്റിയാ സക്കറിയ തന്നെയാണ് രചിച്ചിരിക്കുന്നത്. അർണോസ് പാതിരി, ഹെർമൻഗുണ്ടർട്ട് എന്നിവരിലൂടെ കേരളവും ജർമ്മനിയും തമ്മിൽ നടന്ന വിനിമയങ്ങളെ പരിചയപ്പെടുത്തുന്ന ലേഖനങ്ങളാണവ. അതോടൊപ്പം ട്യൂബിങ്ങൻ സർവ്വകലാശാലയിലെ ഗുണ്ടർട്ട് ഗ്രന്ഥശേഖരവും ബാസലിലെ രേഖാശേഖരവും ഈ ലേഖനങ്ങളിൽ ചർച്ച ചെയ്യപ്പെടുന്നുണ്ട്. ഒരു വൈജ്ഞാനിക സന്ദർഭം എന്ന നിലയിൽ ഗുണ്ടർട്ടിനെ സ്ഥാനനിർണയം ചെയ്യുകയാണ് ഈ ലേഖനങ്ങളുടെ താല്പര്യം എന്നു പറയാം. രണ്ടാം ഭാഗത്തിൽ ഉൾപ്പെടുത്തിയിരിക്കുന്നത് ഗുണ്ടർട്ടിന്റെ രണ്ട് ജീവചരിത്രങ്ങളാണ്. ഗുണ്ടർട്ട് മരണമടഞ്ഞതിനു തൊട്ടു പിന്നാലെ മംഗലാപുരത്തെ ബാസൽമിഷൻ ബുക്ക് ഡിപ്പോയിൽനിന്നും മിഷണറിമാർ തന്നെ പ്രസിദ്ധീകരിച്ച 'ഗുണ്ടർട്ട് പണ്ഡിതരുടെ ജീവചരിത്രം' (1893) ആണ് ഇതിലൊന്ന്. ഏകദേശം ഒരു നൂറ്റാണ്ടിനുശേഷം പ്രൊഫ. സക്റിയാ സക്കറിയാ, ജർമ്മൻ വിജ്ഞാനിയായ ഡോ. ആൽബ്രെഷ്ട് ഫ്രാൻസ് എന്നിവർ ചേർന്നു രചിച്ച 'പറുദീസയിലെ ഭാഷാപണ്ഡിതൻ' എന്ന ജീവചരിത്രഗ്രന്ഥമാണ് (1991) മറ്റൊന്ന്. ഗുണ്ടർട്ടിന്റെ ഡയറിക്കുറിപ്പുകളും കത്തുകളും ഗ്രന്ഥ ശേഖരവും എല്ലാം ഉപയോഗപ്പെടുത്തി ജർമ്മൻ ഭാഷയിലും ഇംഗ്ലീഷിലും മലയാളത്തിലും പ്രസിദ്ധീകരിക്കപ്പെട്ട ഗ്രന്ഥമാണിത്. ആമുഖ പ്രസ്താവനയിൽ പ്രൊഫ. സ്കറിയാ സക്കറിയാ സൂചിപ്പിക്കുന്നതുപോലെ ഗുണ്ടർട്ടിന്റെ സമകാലിക ജീവചരിത്രം എന്ന് ഇതിനെ വിശേഷി

പ്പിക്കാം. ഈ രണ്ടു ജീവചരിത്രങ്ങളും ചേർത്തുവച്ചു വായിക്കുമ്പോൾ, ഒരു നൂറ്റാണ്ട് അകലത്തിനിടയിൽ ഗുണ്ടർട്ട് എങ്ങനെയെല്ലാം മനസ്സിലാക്കപ്പെട്ടു എന്നതോടൊപ്പം മലയാള വൈജ്ഞാനികതയുടെ സഞ്ചാരപഥം കൂടി നമുക്കു മുന്നിൽ തെളിഞ്ഞുവരും. രണ്ടാം ഭാഗത്തിലെ അവസാന രചനയായി നൽകിയിട്ടുള്ളത് ഗുണ്ടർട്ടിന്റെ ചെറുമകനായ ഹെർമൻ ഹെസ്സെയും ഗുണ്ടർട്ടും തമ്മിലുള്ള ബന്ധം വെളിവാക്കുന്ന പ്രൊഫ. സക്റിയാ സക്കറിയയുടെ ലേഖനമാണ്. ഇതുപതാം നൂറ്റാണ്ടിന്റെ രണ്ടാം പകുതിയിൽ മലയാളഭാവനയെയും ഭാവുകത്വത്തെയും കാര്യമായി സ്വാധീനിച്ച രചനകളിലൊന്നാണല്ലോ ഹെർമൻ ഹെസ്സെയുടെ 'സിദ്ധാർത്ഥ' എന്ന നോവൽ. നോബൽ പുരസ്കാര ജേതാവായ ഹെസ്സെയുടെ മുത്തച്ഛനായി ജർമ്മനിയിൽ അറിയപ്പെട്ടിരുന്ന ഗുണ്ടർട്ട് സ്വന്തം വൈജ്ഞാനികതയുടെ തന്നെ പിൻബലത്തിൽ ജർമ്മനിയുടെ സാംസ്കാരിക ചരിത്രത്തിൽ ഇടം പിടിക്കുന്നതിന്റെ ചിത്രം ആ ലേഖനം പകർന്നുതരുന്നുണ്ട്.

ഗുണ്ടർട്ടിന്റെ രചനാലോകമാണ് മൂന്നാം ഭാഗത്തിന്റെ വിഷയം. ഗുണ്ടർട്ട് നിഘണ്ടു, വ്യാകരണങ്ങൾ, കേരളോല്പത്തി, പഴഞ്ചൊൽമാല, പാഠപുസ്തകങ്ങൾ, ബൈബിൾ തർജമ എന്നിവയെല്ലാം വിശദമായി പരിചയപ്പെടുത്തുകയും വിശകലന വിധേയമാക്കുകയും ചെയ്യുന്ന ലേഖനങ്ങളാണ് ഈ ഭാഗത്തിലുള്ളത്. ദൈർഘ്യം കൊണ്ടും ഗവേഷണസ്വഭാവം കൊണ്ടും ഈ ബൃഹദ്ഗ്രന്ഥത്തിലെ ഏറ്റവും ശ്രദ്ധേയമായ ഭാഗവും ഇതുതന്നെയാണെന്നു പറയാം. 380 പുറങ്ങളും പതിനെട്ട് അദ്ധ്യായങ്ങളുമുള്ള ഈ ഭാഗത്തിൽ പ്രൊഫ. സി.എൽ. ആന്റണിയും പ്രൊഫ.എസ് ഗുപ്തൻനായരും മുതൽ ഡോ. പി.എം. ഗിരീഷും ഡോ.കെ എം. അനിലും വരെയുള്ളവരുടെ പ്രബന്ധങ്ങൾ ഉൾപ്പെടുത്തിയിട്ടുണ്ട്. എൻ.ആർ ഗോപിനാഥപിള്ള, ടി.ബി. വേണുഗോപാലപ്പണിക്കർ, ബി.സി ബാലകൃഷ്ണൻ, നടുവട്ടം ഗോപാലകൃഷ്ണൻ, ദേശമംഗലം രാമകൃഷ്ണൻ, പി.ടി. എബ്രഹാം, ടി. മാധവമേനോൻ, ജോസഫ് കോയിപ്പള്ളി, സക്റിയാ സക്കറിയാ എന്നിവരുടെ പഠനങ്ങളും ഇതിനിടയിലുണ്ട്. പല കാലങ്ങളിൽ പലയിടങ്ങളിലായി പ്രസിദ്ധീകരിക്കപ്പെട്ട പഠനങ്ങളാണ് ഇവിടെ ഒരുമിച്ച് അവതരിപ്പിക്കുന്നത്. ഗുണ്ടർട്ട് വിജ്ഞാനം ഒരു സംവാദമണ്ഡലമായി വികസിച്ചുവരുന്നതിന്റെ ചിത്രം ഈ ഭാഗത്തു കാണാനാവും.

ഗുണ്ടർട്ട് ഗ്രന്ഥശേഖരത്തിലേക്കുള്ള പഠനപര്യടനം എന്ന നിലയിലാണ് നാലാം ഭാഗം സംവിധാനം ചെയ്തിരിക്കുന്നത്. ഈ ഗ്രന്ഥത്തിന്റെ രണ്ടാം വാല്യത്തിലെ ആദ്യഭാഗമാണ് ഇത്. ട്യൂബിങ്ങൻ സർവകലാശാല, ലൈബ്രറി മലയാളം ഹസ്തലി

ഖിതപരമ്പര (Tubingen University Library Malayalam Manuscript Serieses TULMMS) എന്ന പേരിൽ പ്രസിദ്ധീകരിക്കപ്പെട്ട പയ്യന്നൂർ പ്പാട്ട്, തച്ചോളിപ്പാട്ടുകൾ, തലശ്ശേരി രേഖകൾ, അഞ്ചടി ജ്ഞാന പ്പാന, ഓണപ്പാട്ട് തുടങ്ങിയവയെക്കുറിച്ചുള്ള വിലയിരുത്തലു കളും പഠനങ്ങളും ഇവിടെ കാണാം. മലയാള ഭാഷയുടെയും കേരള ചരിത്രത്തിന്റെയും പഠനത്തിലെ നിർണായകമായ കുതി ച്ചുച്ചാട്ടങ്ങളായി പരിഗണിക്കപ്പെടുന്നവയാണ് പയ്യന്നൂർ പാട്ട്, പഴശ്ശിരേഖകൾ, തലശ്ശേരി രേഖകൾ തുടങ്ങിയ രചനകൾ. ട്യൂബിങ്ങൻ സർവകലാശാലയിലെ ഗുണ്ടർട്ടിന്റെ ഗ്രന്ഥശേഖര ത്തിൽ നിന്ന് പ്രൊഫ. സ്കറിയാ സക്കറിയ അവ കണ്ടെടുത്ത് 1993-96 കാലയളവിൽ പ്രസിദ്ധീകരിച്ചത് മലയാള പഠനത്തിനും കേരള വിജ്ഞാനത്തിനും പകർന്ന ഊർജവും ഉന്മേഷവും ചെറു തല്ല. ഈ ഗ്രന്ഥങ്ങളെയും അവയുടെ പ്രാധാന്യത്തെയും കുറിച്ചും കേവലസൂചനകൾ മാത്രം ഉണ്ടായിരുന്ന കാലത്ത് മലയാളത്തി ലെ പ്രാമാണിക പണ്ഡിതർ നടത്തിയ ചർച്ചകൾ മുതൽ ഇവ അച്ചടിയിൽ എത്തിയതിനെത്തുടർന്നുണ്ടായ ആവേശജനകമായ നാനാതരം വൈജ്ഞാനിക ചർച്ചകൾ വരെ നാലാം ഭാഗത്തിലെ ലേഖനങ്ങളിലുണ്ട്. പയ്യന്നൂർ പാട്ടിനെക്കുറിച്ചുള്ള ഗുണ്ടർട്ടിന്റെ പരാമർശനങ്ങളെ മുൻനിർത്തി ഉള്ളൂർ നടത്തുന്ന നിരീക്ഷണ ങ്ങളും എസ്. ഗുപ്തൻനായർ, എം.ജി.എസ്., ഡോ. ലീലാവതി തുടങ്ങിയ മുതിർന്ന പണ്ഡിതർ അതേക്കുറിച്ചു നടത്തിയ പഠനങ്ങളും ഇവിടെ കാണാം. തലശ്ശേരി രേഖകൾ, തച്ചോളിപ്പാ ട്ടുകളൾ, അഞ്ചടി ജ്ഞാനപ്പാന, ഓണപ്പാട്ട് എന്നിവയെക്കുറിച്ച് അവയുടെ പ്രസാധന സന്ദർഭത്തിലെ പഠനങ്ങളാണ് മുഖ്യമാ യും നൽകിയിട്ടുള്ളത്.

ഗുണ്ടർട്ട് എന്ന ജ്ഞാന സന്ദർഭത്തിലേക്കു പല വഴികളിലൂടെ വന്ന ചേർന്ന പഠനങ്ങളാണ് അഞ്ചാം ഭാഗത്തിലേത്. ഗുണ്ടർട്ടിന്റെ ജീവിതവും അതിന്റെ വിവിധ വിതാനങ്ങളും പഴയവരും പുതി യവരുമായ പണ്ഡിതരും ഗവേഷകരും നോക്കിക്കാണുന്ന ഇടം. മൂർക്കോത്ത് രാമുണ്ണിയും കെ.എൻ എഴുത്തച്ഛനും സുകുമാർ അഴീക്കോടും എം.ആർ രാഘവവാര്യരും മുതൽ കെ. ബാലകൃ ഷ്ണനും ബാബു ചെറിയാനനും വരെയുള്ളവർ ഈ ഭാഗത്തു പ്രത്യക്ഷപ്പെടുന്നു. ഗുണ്ടർട്ടിന്റെ ഗദ്യത്തിന്റെ സവിശേഷതകൾ മുതൽ തലശ്ശേരിയും ഗുണ്ടർട്ടും തമ്മിലുള്ള ബന്ധം വരെ ചർച്ച യിൽ ഇടം പിടിക്കുകയും ചെയ്യുന്നു. തുടർന്നുള്ള രണ്ടു ഭാഗങ്ങ ളിൽ ഗുണ്ടർട്ടിന്റെ കൃതികളുടെ പട്ടികയും ചിത്രങ്ങളുമാണ്. പൈതൃക പഠനം, കോളനിയനന്തരപഠനം എന്നീ സമകാലിക സമീക്ഷകളുടെ വെളിച്ചത്തിൽ ഗുണ്ടർട്ടിനെ നോക്കിക്കാണുന്ന പഠനങ്ങളാണ് അവസാന ഭാഗത്തുള്ളത്. ട്യൂബിങ്ങൻ സർവക

ലാശാലയിൽ സ്ഥാപിതമായ ഗുണ്ടർട്ട് ചെയറിന്റെ സാധ്യതക ളും പരിമിതികളും ചർച്ച ചെയ്യുന്ന പ്രൊഫ. ഹൈക്കേ ഓബർലീനിന്റെ ലേഖനമാണ് അവസാന ഭാഗത്തിലെ വിഭവങ്ങളിലൊന്ന്. ഇരുപത്തിയൊന്നാം നൂറ്റാണ്ടിന്റെ വൈജ്ഞാനിക സന്ദർഭത്തിൽ ഭാവിയുടെ ചരിത്രം എന്ന നിലയിൽ ഗുണ്ടർട്ട് എന്തു സാധ്യതകൾ അവശേഷിപ്പിക്കുന്നു എന്നാണ് അവസാന ഭാഗത്തെ പ്രബന്ധങ്ങൾ അന്വേഷിക്കുന്നത്.

1884 മുതൽ 2014 വരെയുള്ള ഒന്നര നൂറ്റാണ്ടിലധികം വരുന്ന കാലയളവിലെഴുതപ്പെട്ട പഠനങ്ങളും പ്രബന്ധങ്ങളും സമാഹരിക്കപ്പെട്ട ഗ്രന്ഥമാണിത്. നാല്പതിലധികം വരുന്ന പണ്ഡിതരുടെയയും ഗവേഷകരുടെയും വിശകലനങ്ങൾ. 43 പുറങ്ങൾ വരുന്ന അതിവിശദമായ പദസൂചി 192 ചിത്രങ്ങൾ, രണ്ട് വാല്യങ്ങളായി 1463 പുറങ്ങൾ- മലയാളപഠനത്തിന്റെ ചരിത്രത്തിലെ നിർണായക സന്ദർഭങ്ങളിലൊന്നായി 'മലയാളവും ഹെർമൻ ഗുണ്ടർട്ടും' എന്ന ഗ്രന്ഥം വിലയിരുത്തപ്പെടാൻ പോകുന്നത് ഈ വ്യാപ്തിയെയും സാങ്കേതിക മികവിനെയും മുൻനിർത്തി മാത്രമായിരിക്കില്ല. ഈ ഘടകങ്ങളെല്ലാം പ്രധാനമായിരിക്കുമ്പോൾത്തന്നെ, ഗുണ്ടർട്ടിനെ സംവാദാത്മകമായ ഒരു ജ്ഞാന സന്ദർഭമായി പരഗണിച്ചുകൊണ്ട് മലയാള ബൗദ്ധിക ജീവിതത്തിന്റെ സഞ്ചാരപഥത്തെ അടയാളപ്പെടുത്തുന്ന ഗ്രന്ഥം എന്ന നിലയിലായിരിക്കും ഈ കൃതി കൂടുതൽ പ്രാധാന്യം കൈവരിക്കുക എന്നാണ് ഞാൻ കരുതുന്നത്. ആധുനിക ലോകബോധം കർത്തൃ കേന്ദ്രിതമായി ഉറപ്പിച്ചെടുത്ത ജ്ഞാനസങ്കല്പത്തെ വ്യവഹാരനിഷ്ഠമായി പുനർവിഭാവനം ചെയ്യാനുള്ള ഈ ശ്രമം മലയാളത്തിന്റെ വൈജ്ഞാനിക ചരിത്രത്തിലെ വിചാരമാതൃകാപരമായ വഴിതിരിയലിനെക്കൂടി ഉൾക്കൊള്ളുന്നുണ്ട്. മലയാള സർവ്വകലാശാലയെ സംബന്ധിച്ചിടത്തോളം അങ്ങേയറ്റം അഭിമാനാർഹമായ ഒന്നാണ് ഈ ഗ്രന്ഥത്തിന്റെ പ്രസാധനം. മലയാള വിജ്ഞാനത്തിന്റെ വ്യാവഹാരിക ചരിത്രം ഇത്തരം ഗ്രന്ഥങ്ങളിലൂടെ പുറത്തുകൊണ്ടുവരാൻ മലയാള സർവകലാശാല ഇനിയും മുൻകൈ എടുക്കുമെന്നു പ്രതീക്ഷിക്കട്ടെ.

(2015)

# മാതൃഭാഷയും സ്വാധികാരവും

മലയാളത്തിനായുള്ള സമരമുഖങ്ങളിൽ നിന്ന് പിറവിയെടുത്ത പുസ്തകമാണ് ഡോ. പി. പവിത്രന്റെ 'മാതൃഭാഷയ്ക്കു വേണ്ടിയുള്ള സമരം'. സമഗ്രമായ മാതൃഭാഷാനിയമത്തിനുവേണ്ടിയുള്ള സത്യഗ്രഹ സമരവേദിയിൽ വച്ച് പ്രതിപക്ഷ നേതാവ് വി എസ് അച്യുതാനന്ദനാണ് ഈ ഗ്രന്ഥം പ്രകാശനം ചെയ്തത്. പുസ്തക പ്രകാശനത്തിന്റെ വിഭിന്നവേദികളും സന്ദർഭങ്ങളും നമുക്ക് പരിചിതമാണെങ്കിലും ഒരു സമരമുഖത്തു വച്ച്, ആ സമരത്തിൽ ഉന്നയിക്കപ്പെടുന്ന കാര്യങ്ങളെ ചരിത്രപരമായും താത്വികമായും വിശകലനവിധേയമാക്കുന്ന ഒരു ഗ്രന്ഥം പ്രകാശനം ചെയ്യപ്പെടുക എന്നത് അത്രമേൽ സാധാരണമല്ല. ആ നിലയിൽ, മലയാള ഐക്യവേദി പ്രസാധനവും വിതരണവും നിർവഹിക്കുന്ന ഈ ഗ്രന്ഥത്തിന്റെ പ്രഭവങ്ങളിലേക്കും ദൗത്യങ്ങളിലേക്കും വെളിച്ചം വീശുന്ന ഒന്നു കൂടിയായിരുന്നു ഇതിന്റെ പ്രകാശനം എന്നുപറയാം.

മാതൃഭാഷ എന്ന ആശയത്തെ അതിന്റെ വിവിധ വിതാനങ്ങളിൽ അഭിസംബോധന ചെയ്തുകൊണ്ട് മലയാളത്തിന്റെ അതിജീവിനത്തിന്റെ വഴികൾ ആരായുകയാണ് ഈ ഗ്രന്ഥം ചെയ്യുന്നത്. ആറ് ഭാഗങ്ങളിലായി ഇരുപത്തിമൂന്ന് പ്രബന്ധങ്ങളും അനുബന്ധവും ഉൾപ്പെടുന്നതാണ് ഗ്രന്ഥം. തുടക്കത്തിൽ പറഞ്ഞതുപോലെ, മലയാള ഭാഷയുടെ സംരക്ഷണത്തിനായുള്ള വിവിധ സമരങ്ങളുടെ സന്ദർഭത്തിൽ എഴുതപ്പെട്ട രചനകളാണ് ഇവയിൽ ചിലത്. മറ്റു ചിലവയാകട്ടെ ഭാഷയെക്കുറിച്ചുള്ള വിവിധ തത്വശാസ്ത്ര സമീപനങ്ങളെയും അവയുടെ രീതിഭേദങ്ങളെയും കുറിച്ച് ചർച്ച ചെയ്യുന്നവയാണ്. ഇങ്ങനെ വ്യത്യസ്തമായ സന്ദർഭങ്ങളെ മുൻനിർത്തി എഴുതിയതായിരിക്കുമ്പോഴും മാതൃഭാഷ, മലയാളം എന്നിവയെക്കുറിച്ച് അടിസ്ഥാനപരമായ ചില നില

---

ഡോ. പി പവിത്രൻ - *മാതൃഭാഷയ്ക്കു വേണ്ടിയുള്ള സമരം*

പാടുകളുടെ നൈരന്തര്യം ഇതിലെ ലേഖനങ്ങളിലുടനീളമുണ്ട്. ഭാഷയെ ഉപകരണവാദപരമായി വീക്ഷിക്കുന്ന നിലപാടുകളോട് കണക്കുതീർക്കുന്ന സൈദ്ധാന്തിക വിചാരങ്ങളിലും ആസന്നമായ സമരമുഹൂർത്തത്തെ മുൻനിർത്തി നടത്തുന്ന പ്രചരണപരമായ എഴുത്തുകളിലും പവിത്രൻ ഈ നിലപാടുകൾ ഒരുപോലെ ഉയർത്തിപ്പിടിക്കുന്നതു കാണാം. ചരിത്രബദ്ധവും സാമൂഹികവുമായ സൂക്ഷ്മ വിവേകത്തോടെ ഭാഷാവിചാരങ്ങളെ വികസിപ്പിക്കാനും അവയ്ക്ക് പ്രയോഗികാവിഷ്കാരങ്ങൾ നൽകാനുമുള്ള കഴിവാണ് പലവഴികളിലൂടെ നീങ്ങുമ്പോഴും ഈ ഗ്രന്ഥത്തെ മലയാളത്തിന്റെ മാനിഫെസ്റ്റോ ആയി മാറ്റിത്തീർക്കുന്നത്.

ഭാഷയെക്കുറിച്ചുള്ള പ്രബലമായ രണ്ട് വീക്ഷണങ്ങളെ വിമർശനാത്മകമായി സമീപിക്കുന്നതു വഴിയാണ് ഡോ. പി പവിത്രൻ തന്റെ അടിസ്ഥാന സമീപനം വികസിപ്പിച്ചെടുക്കുന്നത്. അതിലാദ്യത്തേത് ഭാഷയെ ഉപകരണവാദമായി സമീപിക്കുന്ന ആധുനിക വീക്ഷണമാണ്. ആശയവിനിമയത്തിനുള്ള ഉപകരണമാണ് ഭാഷ എന്ന യാന്ത്രികമായ അടിത്തറയിൽ പണിതുയർത്തപ്പെട്ടിരിക്കുന്ന ഈ സമീപനം ഭാഷയുടെ സാമൂഹികവും ചരിത്രപരവും നൈതികവുമായ മാനങ്ങളെ നിരസിക്കുകയും ഏതു ഭാഷയും മനുഷ്യർക്ക് തങ്ങളുടെ ആവശ്യങ്ങൾക്കനുസരിച്ച് ഉപയോഗിക്കാവുന്നതാണ് എന്ന് കരുതുകയും ചെയ്യുന്നു. തരാതരം പോലെ മാറിമാറി ഉപയോഗിക്കാവുന്ന യാന്ത്രികമായ ഉപകരണമായി ഭാഷയെ സമീപിക്കുന്നതോടെ അതിന്റെ സാമൂഹികമാനം പൂർണമായും നഷ്ടമാവുന്നു. അതോടെ മാതൃഭാഷ എന്ന ആശയം അസംഗതവും അപ്രസക്തവുമായിത്തീരുകയും ചെയ്യുന്നു. ഇരുപതാം നൂറ്റാണ്ടിൽ ആധുനിക കേരളത്തിന്റെ രൂപപ്പെടലിനോടൊപ്പം കേരളീയ ജീവിതത്തിൽ വേരു പിടിച്ചുവളർന്നത്. ഇപ്പോഴും പൊതു ബോധത്തിൽ അതിശക്തമായി തുടരുന്നതുമായ ഈ സാമാന്യബോധത്തിന്റെ നിശിതവിമർശനമാണ് പവിത്രൻ തന്റെ ലേഖനങ്ങളിൽ വിടാതെ പിന്തുടരുന്ന ഒരു സമീക്ഷ. മാനുഷികമായ ഉൺമയുടെ പാർപ്പിടമായി ഭാഷയെ നോക്കിക്കാണാനും (Language is the house of being എന്ന് മാർട്ടിൻ ഹൈദഗർ) മാതൃഭാഷയും സ്വാധികാരവും തമ്മിലുള്ള ബന്ധങ്ങളെ വിശദീകരിക്കാനും ശ്രമിച്ചുകൊണ്ട് ഭാഷയെക്കുറിച്ചുള്ള ഉപകരണവാദപരമായ നിലപാടുകളുടെ രാഷ്ട്രീയ വിവക്ഷകൾ സൂക്ഷ്മതലത്തിൽ അനാവരണം ചെയ്യാൻ പവിത്രൻ ഈ സമാഹാരത്തിലെ പ്രബന്ധങ്ങളിലുടനീളം ശ്രമിക്കുന്നുണ്ട്. ഒരർഥത്തിൽ, ഈ പുസ്തകത്തിന്റെ ഏറ്റവും സാർഥകമായ രാഷ്ട്രീയദൗത്യം മേൽപറഞ്ഞ ഉപകരണവാദ സമീപനത്തിന്റെ വിമർശനമാണെന്നു പറയാം.

ഈ സമീപനത്തിന്റെ സ്വാഭാവികമായ തുടർച്ചയെന്ന നിലയിലാണ് സൗന്ദര്യാത്മക വിദ്യാഭ്യാസത്തെയും അതിന്റെ അനിവാര്യതയേയും കുറിച്ചുള്ള ആലോചനകളിലേക്ക് പവിത്രൻ കടക്കുന്നത്. കേരളത്തിലെ ബിരുദ വിദ്യാഭ്യാസ പരിഷ്കരണത്തിന്റെ ഭാഗമായി ഉയർന്നുവന്ന നിലപാടുകളുടെയും സർവകലാശാല തലത്തിൽ നടപ്പിലാക്കിയ പരിഷ്കാര നടപടികളുടെയും വിമർശനമെന്ന നിലയിൽ എഴുതിയ ലേഖനങ്ങളാണവ. പക്ഷേ ആസന്നമായ ഈ സന്ദർഭത്തതിനപ്പുറം പോകുന്ന ഗൗരവമേറിയ ആലോചനകളിലേക്ക് ഈ ലേഖനങ്ങളെല്ലാം കടന്നുപോകുന്നുണ്ട്, സാഹിത്യപഠനത്തെയും സൗന്ദര്യാത്മക വിദ്യാഭ്യാസത്തെയും തള്ളിക്കളയുകയും, ഭാഷയെ കേവലം ആശയവിനിമയോപാധിയായി ചുരുക്കികാണുകയും ചെയ്ത ഒരു കാഴ്ചപ്പാടിന് മേൽക്കൈ കിട്ടിയ സന്ദർഭമായിരുന്നു കേരളത്തിലെ ബിരുദ വിദ്യാഭ്യാസ പരിഷ്കരണത്തിന്റേത്. അങ്ങനെ ഇംഗ്ലീഷ് സാഹിത്യപഠനം കമ്യൂണിക്കേറ്റീവ് ഇംഗ്ലീഷിലേക്കും മലയാള ഭാഷാ-സാഹിത്യപഠനം കമ്യൂണിക്കേറ്റീവ് - വൊക്കേഷണൽ മലയാളത്തിലേക്കും വഴിമാറി. മനുഷ്യവംശത്തിന്റെ ആത്മനിഷ്ഠതയുടെയും അനുഭൂതിയുടെയും ചരിത്രമായ സാഹിത്യത്തെ (സൗന്ദര്യാവിഷ്കാരങ്ങളെ) പഠനപദ്ധതിയിൽ നിന്ന് പുറന്തള്ളുന്നതിന്റെയും സാമൂഹ്യശാസ്ത്രത്തിന്റെ അനുബന്ധ പദവിയിൽ അതിനെ പ്രതിഷ്ഠിക്കുന്നതിന്റേയും അപകടകരമായ വിവക്ഷകൾ പവിത്രൻ ഇവിടെ വിശദമായ പരിശോധനയ്ക്ക് വിധേയമാക്കുന്നുണ്ട്. അനുഭൂതിയുടെയും ലോകാവബോധത്തിന്റെയും തലങ്ങളിൽ ആധുനീകരിക്കപ്പെടാതെ, സാങ്കേതികവും ഉപകരണപരവുമായി മാത്രം ആധുനീകരിക്കപ്പെട്ട ഒരു കാലയളവിന്റെയും തലമുറയുടെയും നടുവിൽ എത്തിപ്പെട്ട കേരളീയ സമൂഹത്തെ സംബന്ധിച്ചിടത്തോളം ഇത് എത്രയോ പ്രധാന്യമർഹിക്കുന്ന കാര്യമാണ്. അവബോധപരമായ ഈ നവീകരണത്തിന്റെ പ്രാധാന ഉപാധികളിലൊന്ന്, സംശയരഹിതമായും, സൗന്ദര്യാത്മക വിദ്യാഭ്യാസമാണ്. അതിന്റെ മൗലികപ്രധാന്യം ഇവിടെ വിശദീകരിക്കപ്പെടുന്നു.

സാഹിതീയതയെയും സൗന്ദര്യാത്മകതയെയും മുൻനിർത്തിക്കൊണ്ടുള്ള ഈ വാദഗതി സ്വാഭാവികമായി ചെന്നുപെടാവുന്ന അപകടസ്ഥാനം ഭാഷയെ സാഹിത്യകേന്ദ്രിതമായി മാത്രം പരിഗണിക്കുക എന്നതാണ്. ഏതൊരു ഭാഷയുടെയും സൂക്ഷ്മ ജീവിതം ആവിഷ്കൃതമാവുന്നത് സാഹിത്യത്തിലാണ് എന്നത് തർക്കമറ്റ കാര്യമാണ്. (പരാമർശിതങ്ങളുടെ നിയന്ത്രണങ്ങൾക്കു പുറത്തുകടന്ന് ഭാഷ സ്വന്തം ജീവിതം ജിവിക്കുന്നത് സാഹിത്യത്തിലാണെന്ന് ബ്ലാങ്ഷൊ). എന്നാൽ ഭാഷയുടെ നിത്യജീവിത

ത്തിന്റെ കേന്ദ്രം സാഹിത്യമല്ല. മനുഷ്യവംശത്തിന്റെ ജീവിതായോധനത്തിന്റെ സമസ്ത വിതാനങ്ങളോടും വിവിധ അനുപാതങ്ങളിൽ ബന്ധപ്പെട്ടു നിൽക്കുന്ന ഒന്നാണ് ഭാഷ. ഈ സമസ്ത തലങ്ങളെയും അഭിസംബോധന ചെയ്യാനും അവിടെയൊക്കെ നിലയുറപ്പിക്കാനും കഴിയുമ്പോൾ മാത്രമേ ഏതൊരു ഭാഷയെ സാഹിത്യകേന്ദ്രിതമായി പരിഗണിക്കുന്ന ഭാഷാദർശനം ഭാഷയുടെ അതിജീവിത സാധ്യതയെ ചുരുക്കികളയുകയാണ് ചെയ്യുക.

ഉപകരണവാദ സമീപനത്തിന്റെ എതിർദിശയിൽ നീങ്ങുമ്പോൾ ത്തന്നെ ഭാഷയുടെ സ്വജീവിതത്തെ വളരെയേറെ ദുർബലപ്പെടുത്തുന്ന കാൽപനികവും സാഹിത്യകേന്ദ്രിതവുമായ ഭാഷാ സമീപനത്തെ, ഉപകരണവാദ സമീപനത്തെപ്പോലെ തന്നെ വിമർശനവിധേയമാക്കാനും മറികടക്കാനും കഴിയുന്നു എന്നതാണ് ഈ പുസ്തകത്തിന്റെ അനന്യതയുടെ മറ്റൊരു അടിസ്ഥാനം. 'മലയാള സർവകലാശാല' എന്ന നാലാം ഭാഗത്തിലെ വിവിധ ലേഖനങ്ങൾ ഇത്തരമൊരു ജാഗ്രതയുടെ ഉൽപന്നങ്ങളാണ്. പൊതുവിൽ നമ്മുടെ ഭാഷാസംരക്ഷണവാദങ്ങളെ ആവേശിച്ചിട്ടുള്ള കാൽപനികതയുടെയും അതിവൈകാരികതയുടെയും പിടിയിൽ പെടാതെ ഭാഷയെ മനുഷ്യജീവിതത്തിന്റെ സമസ്ത തലങ്ങളുമായി ചേർത്തുവച്ച് വിശദീകരിക്കാനും അത്തരമൊരു സമീപനത്തിന്റെ അനിവാര്യത വ്യക്തമാക്കാനും പവിത്രൻ ഇവിടെ ശ്രമിക്കുന്നുണ്ട്. വികസനപ്രക്രിയ അടക്കമുള്ള കാര്യങ്ങളെ മാതൃഭാഷയുമായി ചേർത്തുവച്ചുകൊണ്ടുള്ള ഈ വിശകലനരീതി മാത്രമേ മലയാളത്തിന്റെ ഭാവി ജീവിതത്തിന് ഉപയുക്തമാവൂ എന്ന സുദൃഢമായ ബോധ്യം പവിത്രന്റെ വാദങ്ങളിലുണ്ട്. ഉപകരണവാദ സമീപനത്തിനെതിരായ വിമർശനം ഭാഷയെക്കുറിച്ചുള്ള കാൽപനികമായ സാഹിത്യകേന്ദ്രിത സമീപനമാകരുതെന്നും, ചരിത്രപരവും സാമൂഹികവുമായ മനുഷ്യാനുഭവങ്ങളുടെ ആകരമായി മാതൃഭാഷ എന്ന ആശയത്തെ മനസ്സിലാക്കേണ്ടതുണ്ട് എന്നുമുള്ള തിരിച്ചറിവ് പകർന്നുനൽകിക്കൊണ്ടാണ് ഈ പുസ്തകം നിലകൊള്ളുന്നത്. അതുകൊണ്ടുതന്നെ അനുഭൂതിയുടെ എന്നതുപോലെ അറിവിന്റെയും ഭരണത്തിന്റെയും നിയമത്തിന്റെയും ഭാഷയായിത്തീരേണ്ട മലയാളത്തെക്കുറിച്ചുള്ള ഗഹനവും ഗൗരവപൂർണവുമായ ആലോചനകൾ ഈ ഗ്രന്ഥം മുന്നോട്ടുവയ്ക്കുന്നുമുണ്ട്. ഇങ്ങനെ, ഭാഷാജീവിതത്തിന്റെ സമസ്ത തലങ്ങളെയും അഭിസംബോധന ചെയ്യുന്ന ഒരു മാതൃഭാഷാദർശനം അവതരിപ്പിക്കുന്നു എന്നിടത്താണ് ഭാഷാസംരക്ഷണം മുൻനിർത്തി എഴുതപ്പെട്ട ഇതര ഗ്രന്ഥങ്ങളിൽ നിന്ന് 'മാതൃഭാഷയ്ക്കായുള്ള സമരം' വ്യത്യസ്തമാകുന്നത്.

ആറ് ഭാഗങ്ങളും അവയ്ക്കു പുറമെ ഒരു ആമുഖവും അനുബന്ധവുമായാണ് ഈ ഗ്രന്ഥം സംവിധാനം ചെയ്തിരിക്കുന്നത്. 'മാതൃഭാഷയ്ക്കുവേണ്ടിയുള്ള സമരം' എന്ന ഒന്നാം ഭാഗത്തിലെ ലേഖനങ്ങളിൽ കേരള ചരിത്രത്തിന്റെ വിഭിന്ന സന്ദർഭങ്ങളിൽ മലയാള ഭാഷയ്ക്കായി നടന്ന ഇടപെടലുകളെയും സമരങ്ങളെയും കുറിച്ചാണ് ചർച്ച ചെയ്തിരിക്കുന്നത്. നവോത്ഥാനത്തിന്റെ ഭാഷാദർശനവും മക്തി തങ്ങൾ മലയാളത്തിനു വേണ്ടി ഉയർത്തിയ വാദങ്ങളും മുതൽ ഐക്യമലയാള പ്രസ്ഥാനത്തിന്റെ നേതൃത്വത്തിൽ സമീപകാലത്തുനടന്ന സമരങ്ങൾവരെ ഈ ഭാഗത്ത് പരമാർശവിധേയമാവുന്നുണ്ട്. 'മാതൃഭാഷയുടെ ദേശീയ- അന്തർദേശീയ മാനങ്ങൾ' എന്ന രണ്ടാംഭാഗത്തിലെ നാല് ലേഖനങ്ങളിൽ ഹീബ്രുവിന്റെ ആധുനികീകരണവും ലോക മാതൃഭാഷാദിനവും ഭാഷാമരണം എന്ന ആശയത്തെക്കുറിച്ചുള്ള പുനരാലോചനകളും മൂന്നാംലോക സമൂഹങ്ങളെ സംബന്ധിച്ചിടത്തോളം മാതൃഭാഷ എന്ന പരികൽപനയുടെ വ്യത്യസ്ത മാനങ്ങളുമെല്ലാം ചർച്ചാവിഷയമാവുന്നു. മൂന്നാം ഭാഗത്തിലെ രണ്ട് ലേഖനങ്ങൾ മാതൃഭാഷയെക്കുറിച്ചുള്ള ഭരണഘടനാപരമായ വിവക്ഷകളെക്കുറിച്ചാണ്. നാലാം ഭാഗത്തിലെ ലേഖനങ്ങൾ, മുകളിൽ സൂചിപ്പിച്ചതുപോലെ, മലയാളം സർവകലാശാലയെക്കുറിച്ചും അഞ്ചാം ഭാഗത്തിലെ ലേഖനങ്ങൾ സൗന്ദര്യാത്മക വിദ്യാഭ്യാസത്തിന്റെ ആവശ്യകതയെക്കുറിച്ചും ചർച്ച ചെയ്യുന്നു. 'ഭാഷയും തത്വചിന്തയും' എന്ന ശീർഷകത്തിലുള്ള അവസാന അധ്യായം ഭാഷയെക്കുറിച്ചുള്ള തത്വചിന്താപരമായ വിശകലനമാണ്. അനുബന്ധമായി വിവിധ വിദശീകരണവും കേരളത്തിൽ പ്രവർത്തിച്ചുവരുന്ന വിവിധ മാതൃഭാഷാ സംഘടനകളുടെ വിവരണവും മലയാളം ഒന്നാം ഭാഷയാക്കുന്നതുമായി ബന്ധപ്പെട്ട് പുറത്തുവന്ന പഠനങ്ങളും ഉത്തരവുകളും പ്രധാനപ്പെട്ട സങ്കൽപനങ്ങളുടെ വിശദീകരണവും നൽകിയിരിക്കുന്നു. ഈ നിലയിൽ മാതൃഭാഷ എന്ന ആശയത്തെ ചരിത്രപരവും സൈദ്ധാന്തികവും പ്രയോഗികവുമായ തലങ്ങളെ മുൻനിർത്തി സമഗ്രമായി അഭിസംബോധന ചെയ്യുന്ന ഗ്രന്ഥമാണ് 'മാതൃഭാഷയ്ക്കു വേണ്ടിയുള്ള സമരം' മലയാളത്തെക്കുറിച്ചുള്ള ആലോചനകൾക്ക് ഇനി ഈ പുസ്തകത്തെ സ്പർശിക്കാതെ കടന്നുപോകാവുമെന്ന് തോന്നുന്നില്ല.

(2015)

●

# കാലം മുറുകുന്ന ജാതിക്കെതിരെ

അസാധാരണമായ ഒരു പുസ്തകത്തെക്കുറിച്ചാണിത്. 'തിമിലയിലെ ജാതിക്കാലം' എഴുതിയത് ഡി.വൈ.എഫ്.ഐയുടെ എറണാകുളം ജില്ലാ പ്രസിഡന്റു കൂടിയായ പി. വാസുദേവൻ. തിമിലയിലെ ഉന്നത പ്രതിഭകളിലൊരാളായ പെരിങ്ങോട് ചന്ദ്രന്റെ ജീവിതകഥ എന്ന് പ്രാഥമികമായി 'തിമിലയുടെ ജാതിക്കാലം' എന്ന പുസ്തകത്തെക്കുറിച്ച് പറയാം. ഉന്നതമായ പ്രതിഭാവിലാസത്തിന്റെയും വാദനവൈഭവത്തിന്റെയും ഉടമയായിരുന്നിട്ടും ജാതി വിവേചനത്തിന് നിരന്തരം ഇരയാക്കപ്പെട്ട്, പലവട്ടം അകറ്റി നിർത്തപ്പെട്ട ഒരു കലാകാരൻ തന്റെ ആത്മബലം കൊണ്ട് ചെറുത്തുനിൽക്കുന്നതിന്റെ കഥകൂടിയാണിത്. ആ നിലയിൽ വർത്തമാനകാല കേരളത്തിന്റെ നിശിതമായ ആത്മവിമർശനമാണ് ഈ ചെറിയ പുസ്തകം. ഒരു കലാകാരൻെറ ജീവചരിത്രം എന്നതിനപ്പുറം ഈ ഗ്രന്ഥത്തിന്റെ മൗലിക പ്രധാന്യവും മറ്റൊന്നല്ല.

പുറമേക്ക് ശുഭസുന്ദരമായിരിക്കുമ്പോഴും നമ്മുടെ കലാലോകം എത്രയോ വിവേചനങ്ങളുടെ അരങ്ങായാണ് ഇപ്പോഴും തുടരുന്നത്. ഇരുപതാം നൂറ്റാണ്ടിന്റെ ആദ്യപകുതിയിൽ നമ്മുടെ ക്ഷേത്രകലകളെല്ലാം ആധുനികീകരണത്തിന്റെ വഴിയിലൂടെ കടന്നുപോയി. എങ്കിലും ആധുനികമായ മൂല്യബോധവും ജീവിതസങ്കൽപവും ഇന്നും നമ്മുടെ കലാവേദിയുടെ ആന്തരിക പ്രകൃതമായി മാറിയിട്ടില്ല. നാടുവാഴിത്തത്തിന്റെ ഉടമസ്ഥാധികാരവും മറ്റും പിൻവാങ്ങുകയും കലകൾ പൊതുസമൂഹത്തിന്റെ സമ്പത്താണ് എന്ന് മനസ്സിലാക്കപ്പെടുകയും പൊതു സ്ഥാപനങ്ങളുടെ രക്ഷാകർതൃത്വം ഉയർന്നുവരുകയും ചെയ്തു എന്നത് ശരിയാണ്. എന്നാൽ അതോടൊപ്പം പ്രബലമാകേണ്ടിയിരുന്ന ആധുനികമായ ജീവിതവീക്ഷണവും സമഭാവനയും മേൽപറഞ്ഞ

---

പി. വാസുദേവൻ - *തിമിലയിലെ ജാതിക്കാലം*

കലാമേഖലകളിൽ നടപ്പിലായി എന്നു പറയാനാവില്ല. ജാതിമേധാവിത്വവും പുരുഷാധികാരവും മുതൽ വർഗീയമായ വകതിരിക്കലുകൾ വരെ നമ്മുടെ കലാജീവിതത്തിന്റെ ഉൾത്തളങ്ങളിലുണ്ട്. അത്തരമൊരവസ്ഥയെ നിശിതമായ വിചാരണയ്ക്ക് വിധേയമാക്കുന്നു എന്നതാണ് പി. വാസുദേവന്റെ ഈ പുസ്തകത്തെ വേറിട്ടുനിർത്തുന്നത്. അസാധരണമായ ഒരു പുസ്തകം എന്ന് തുടക്കത്തിൽ പറഞ്ഞതിന്റെ കാരണവും മറ്റൊന്നല്ല.

2014 സെപ്തംബർ 14ന് തൃപ്പൂണിത്തുറയിലെ ലായം ഗ്രൗണ്ടിൽ വച്ച് കല്ലൂർ ബാബുവിന് ആദ്യ പ്രതി കൈമാറിക്കൊണ്ട് വി.എസ് അച്യുതാനന്ദനാണ് ഈ പുസ്തകം പ്രകാശനം ചെയ്തത്. കീഴ്ജാതിക്കാരനായതിനാൽ ഗുരുവായൂർ ക്ഷേത്രവളപ്പിൽ ഇലത്താളം വായിക്കുന്നതിൽ നിന്ന് വിലക്കപ്പെട്ട കലാകാരനാണ് കല്ലൂർ ബാബു. ആചാരങ്ങളും ആൾദൈവങ്ങളും ചേർന്ന് പങ്കുവെച്ചടുക്കുന്ന കേരളത്തെക്കുറിച്ച് വി എസ് അന്നുപറഞ്ഞ കാര്യങ്ങൾ തുടർന്ന് കുറെ ചർച്ചകൾക്ക് വഴിതുറക്കുകയും ചെയ്തു. പെരിങ്ങോട് ചന്ദ്രനെക്കുറിച്ചും 'കീഴ്ജാതി' എന്ന് വിവരിക്കപ്പെട്ടു വരുന്ന സമുദായങ്ങളിൽ അംഗമായിരിക്കുന്നതുകൊണ്ട് അവഗണനയനുഭവിക്കേണ്ടിവരുന്ന നിരവധി കലാകാരന്മാരെക്കുറിച്ചും താൻ എഴുതിപ്പോരുന്ന പത്രപംക്തിയിൽ ചർച്ച ചെയ്യുകയും വാസുദേവന് ഈ പുസ്തകരചനയുടെ പ്രേരണയാവുകയയും ചെയ്ത അശോകൻ ചരുവിലും പ്രമുഖ കവി. എസ് രമേശനും ഉൾപ്പെടെ ധാരാളം പേർ സംബന്ധിച്ച പ്രൗഢമായ ചടങ്ങായിരുന്നു ആ പുസ്തകപ്രകാശനം. അതേത്തുടർന്ന് പെരിങ്ങോട്ട് ചന്ദ്രന്റെ പ്രമാണത്തിൽ നടന്ന പഞ്ചവാദ്യവും.

പെരിങ്ങോട്ട് ചന്ദ്രൻ വെറുമൊരു തിമിലവാദകനല്ല. തന്റെ കലയിൽ കേരളത്തിലെ മികവുറ്റ ഏതു തിമിലവാദകനോടും ഒപ്പം നിൽക്കാനുള്ള വൈഭവം ആർജ്ജിച്ച ഒരാളാണ് അദ്ദേഹം. എത്രയോ സന്ദർഭങ്ങളിൽ അദ്ദേഹം അത് തെളിയിക്കുകയും ചെയ്തിട്ടുണ്ട്. എങ്കിലും കേരളീയ കലാലോകത്ത് അദൃശ്യമായും അതിശക്തമായും നിലനിൽക്കുന്ന ജാതിവിവേചനം പെരിങ്ങോട്ട് ചന്ദ്രൻ എന്ന കലാകാരനെ പതിറ്റാണ്ടുകളായി അവഗണിക്കുകയും തമസ്കരിക്കുകയും ചെയ്തുകൊണ്ടിരിക്കുന്നു. ഇത്തരത്തിൽ ജാതീയമായ വിവേചനങ്ങൾക്ക് ഇരയായി കലയുടെ പ്രവൃത്തി മണ്ഡലത്തിനു പുറത്തായിപ്പോയവർ എത്രയോ പേരുണ്ട്. അവരുടെയെല്ലാം ജീവചരിത്രമാണ് ഈ പുസ്തകം. നമ്മുടെയെല്ലാം കൺമുമ്പിൽ പല പതിറ്റാണ്ടുകളായി അരങ്ങേറിക്കൊണ്ടിരിക്കുന്നതും നാം കാണാതെ പോവുകയോ, കണ്ടതായി കരുതാതിരിക്കുകയോ ചെയ്യുന്ന ഹിംസാത്മകമായ ജാതിവിവേ

ചനത്തിന്റെ സമകാലികമായ പ്രയോഗസ്ഥാനങ്ങളിലൊന്നിൽവച്ച്, താൻ ഉയർത്തിപ്പിടിക്കുന്ന രാഷ്ട്രീയ ബോധ്യത്തിന്റെ ഉറച്ച പിൻബലത്തോടെ അതിനെ തുറന്നു കാട്ടുകയാണ് പി. വാസുദേവൻ ഈ പുസ്തകത്തിൽ ചെയ്തിരിക്കുന്നത്. രാഷ്ട്രീയമെന്നത് സംഘടനാപരമായ ചിട്ടവട്ടങ്ങൾക്കപ്പുറം ഏറെയൊന്നും ബാക്കിവയ്ക്കുന്നില്ല എന്ന് പലപ്പോഴും തോന്നിപ്പോവുന്ന ഇക്കാലത്ത് വാസുദേവന്റെ ഈ ഇടപെടൽ, യുവജന രാഷ്ട്രീയത്തെ തന്നെ അർഥപൂർണമാക്കുന്ന വലിയൊരു ദൗത്യമായിത്തീരുന്നുമുണ്ട്.

രണ്ട് ധാരകളെ കൂട്ടിയിണക്കുന്ന ഒരു ആഖ്യാനരീതിയാണ് വാസുദേവൻ ഈ കൃതിയിൽ സ്വീകരിച്ചിട്ടുള്ളത്. ഒരു ഭാഗത്ത് അത് പെരിങ്ങോട്ട് ചന്ദ്രന്റെ ജീവിതചരിത്രത്തിലേക്കും അദ്ദേഹത്തിന്റെ വാദനകലയിലേക്കും അദ്ദേഹത്തിന്റെ അതിന്റെ സവിശേഷതകളിലേക്കുമെല്ലാം വെളിച്ചം വീശുന്നു. പൊതുവെ പറഞ്ഞാൽ പഞ്ചവാദ്യം എന്ന കലയുടെയും അതിന്റെ ആവിഷ്കാര ക്രമത്തിന്റെയും ഒരു ദിങ്മാത്ര ദർശനം ഈ വിവരണങ്ങളിൽനിന്ന് നമുക്ക് കൈവരുന്നുണ്ട്. ഈ വിവരണങ്ങളിൽ നിന്ന് നമുക്ക് കൈവരുന്നുണ്ട്. ഈ ചരിത്രത്തിനും അതിലെ നായകബിംബങ്ങൾക്കുമുള്ളിൽ വച്ച് പെരിങ്ങോട് ചന്ദ്രന്റെ തിമിലവാദനത്തിന്റെ തികവിനേയും പ്രയോഗശുദ്ധിയേയും വിശദീകരിക്കുകയാണ് വാസുദേവൻ ചെയ്യുന്നത്. ഇങ്ങനെ കലാചരിത്രത്തിന്റെ സവിശേഷമായ ഒരു സ്ഥാനത്ത് പെരിങ്ങോട് ചന്ദ്രനെ പ്രതിഷ്ഠിച്ചുകൊണ്ടുതന്നെ തന്റെ കലാജീവിതത്തിൽ ജാതി വിവേചനത്തിന്റെ ഫലമായി അദ്ദേഹം അനുഭവിക്കേണ്ടി വന്ന വേദനകളുടെയും ഒഴിച്ചുനിർത്തലുകളുടെയും ചരിത്രവും വാസുദേവൻ വിശദീകരിക്കുന്നു. ഇങ്ങനെ, കലാചരിത്രവും ജീവചരിത്രവും സാമൂഹ്യവിമർശനവും പരസ്പരം പൂരിപ്പിക്കുന്ന ഒരു ആഖ്യാനരീതിയാണ് വാസുദേവൻ ഈ ഗ്രന്ഥത്തിൽ പിൻതുടർന്നിരിക്കുന്നത്. വ്യത്യസ്തമായ ആഭിമുഖ്യങ്ങൾ പങ്കുവെയ്ക്കുന്നവർക്ക് താന്താങ്ങളുടേതായ രീതിയിൽ പങ്കുചേരാൻ കഴിയുന്ന ഒരു രചനാരീതിയാണത്. മദ്ദളവാദനത്തിന്റെ കുലപതിയായ തിരുവില്വാമല വെങ്കിച്ചൻ സ്വാമിയുടെ ചെറുമകൻ ലക്ഷ്മണയ്യരിൽ നിന്നും കലാമണ്ഡലം ശശിയിൽനിന്നും മദ്ദളം അഭ്യസിച്ച ആളാണ് പി.വാസുദേവൻ. പഞ്ചവാദ്യത്തിന്റെ പ്രവൃത്തിലോകത്തെക്കുറിച്ചുള്ള തന്റെ അറിവിനെയും പ്രയോഗധാരണകളെയും ഈ പുസ്തകത്തിന്റെ രചനയിൽ വാസുദേവൻ സമർഥമായി വിളക്കിച്ചേർത്തിട്ടുണ്ട്.

ഇതിന് സമാന്തരമായി പഞ്ചവാദ്യത്തിലെയും തിമിലയിലെയും ഒരു കീഴാളധാരയുടെ ചരിത്രം കൂടി വാസുദേവൻ ഈ

കൃതിയിൽ അവതരിപ്പിക്കുന്നുണ്ട്. ഒരർഥത്തിൽ ഈ ചെറിയ പുസ്തകത്തെ നമ്മുടെ കാലത്തെ വലിയ പുസ്തകങ്ങളിലൊന്നാക്കി മാറ്റുന്നത് ഈ ബദൽ പാരമ്പര്യത്തിന്റെയും ചരിത്രത്തിന്റെയും പിൻബലമാണ്. മാടവാക്കര അപ്പുക്കുട്ടൻ, കടവല്ലൂർ താമി, ചൂണ്ടൻ ശിവരാമൻ, തിരുവത്ര താമി, തൃപ്പൂണിത്തുറ സജീവൻ എന്നിങ്ങനെയുള്ള പേരുകൾ നമ്മുടെ കലാചരിത്രം ആഘോഷിക്കുകയോ അറിയുക പോലുമോ ചെയ്യുന്നില്ല. ജാതി വിവേചനത്തിന്റെയും ഒഴിച്ചുനിർത്തലിന്റെയും ഇരകളായി ത്തീർന്നപ്പോഴും പഞ്ചവാദ്യത്തിൽ പ്രവർത്തിക്കുകയും തിമില യിലും മദ്ദളത്തിലുമെല്ലാം തങ്ങളുടെ കഴിവും പ്രാഗത്ഭ്യവും തെളിയിക്കുകയും ചെയ്ത ഇവരുടെ ജീവിതത്തിലേക്കും കല യിലേക്കും വാസുദേവന്റെ വിവരണം അവസരോചിതമായി കട ന്നുപോകുന്നുണ്ട്. അതുപോലെ കൊരത്തൂർ കുഞ്ഞുമോനാശാൻ, നായരമ്പലം തമ്പാണുണ്ണി, ഉണ്ണിദായനന്ദൻ. പള്ളിപ്പുറം വേലാ യുധനാശാൻ, ചെറായി ദേവപ്പൻ എന്നിങ്ങനെ 1970-കൾ മുതൽ മേളകലയിൽ പ്രവർത്തിക്കുകയും അതിൽ തങ്ങളുടെ സവിശേഷ മുദ്രകൾ പതിപ്പിക്കുകയും ചെയ്ത ഒരു കീഴാളധാരയെ വാസു ദേവന്റെ ആഖ്യാനം പുറത്തുകൊണ്ടുവരുന്നുണ്ട്. നമ്മുടെ പുക ഴ്പെറ്റ മേള പ്രമാണിമാരുടെ പേരുകൾക്കൊപ്പം ഇവരിൽ ചില രുടെയും പേരുകൾകൂടി ഉയർന്നു കേൾക്കാൻ തുടങ്ങുമ്പോഴേ ജനാധിപത്യം അർഥപൂർണ്ണമായ ഒരു പദമായി നമ്മുടെ ജീവിത ത്തിൽ ഇടം പിടിക്കൂ എന്നാണ് വാസുദേവൻ വിനീതമായി ന മ്മെ ഓർമിപ്പിക്കുന്നത്.

ക്ഷേത്രകലകളായും അനുഷ്ഠാന കലകളായും ക്ലാസിക്കൽ കലകളായും പിൻക്കാലത്ത് പ്രതിഷ്ഠനേടിയ ആവിഷ്കാര രൂപ ങ്ങളുടെയും അവതരണ ക്രമങ്ങളുടെയും പൂർവചരിത്രം തിര ഞ്ഞുപോയാൽ നാം ചെന്നെത്തുക വിവിധ സാമൂഹ്യ വിഭാഗങ്ങ ളുടെ കൂട്ടായ്മയിലും അവരുടെ സംഘടിതമായ ജീവിതപ്രയോഗ ങ്ങളിലുമായിരിക്കും. എല്ലാ രാഗങ്ങളുടെയും വേരുകൾ നാടൻ പാട്ടിലാണ് എന്നതുപോലെയാണ് ഇക്കാര്യത്തിന്റെയും സ്ഥിതി. പിൽക്കാല പരിണാമങ്ങളുടെയും അതിന്റെ ഭാഗമായ ശൈലീവ ത്കരണത്തിന്റെയും സന്ദർഭത്തിൽ ഈ പൂർവരൂപങ്ങൾ കലയു ടെയും അനുഷ്ഠാനവിദ്യയുടെയും രൂപമാർജിക്കുകയും അവ യുടെ ഉത്സവ സന്ദർഭത്തിൽ നിന്ന് തീർത്തും വേറിട്ട മറ്റൊരു ജീവിതത്തിലേക്ക് കടന്നുനിൽക്കുകയും ചെയ്യുന്നു. അപ്പോൾ അവയുടെ സ്രഷ്ടാക്കൾ തന്നെ അവയുടെ പ്രയോഗത്തിൽ നിന്നും ചിലപ്പോൾ പ്രയോഗസ്ഥാനങ്ങളിൽ നിന്നുപോലും പുറത്താക്കപ്പെടുന്നു. മൃഗങ്ങളുടെ തോൽ സംസ്കരിച്ചെടുത്ത് കൊട്ടാൻ പാകത്തിലുള്ള വാദ്യവും വാദനരീതികളും വികസി

പ്പിച്ചെടുത്തത് ഇന്ന് ക്ഷേത്രമതിലിനുള്ളിൽ അതിന്റെ പ്രയോക്താക്കളായി നിലകൊള്ളുന്നവർ ആയിരിക്കില്ല എന്ന് വ്യക്തമാണല്ലോ. ചരിത്രപരിണാമത്തിന്റെ പടവുകളിലെവിടെയോ വച്ച് പുറത്താക്കപ്പെട്ടവരുടെ ജീവിതം കൂടി ഈ കലയുടെ അവതരണക്രമങ്ങളിൽ നിലീനമായിട്ടുണ്ട് എന്നു നമ്മെ ഓർമപ്പെടുത്തുന്നിടത്താണ് വാസുദേവന്റെ പുസ്തകം വിപുലമായ രാഷ്ട്രീയമാനം ആർജിക്കുന്നനത്.

ഒരർഥത്തിൽ നമ്മുടെ പാരമ്പര്യ കലകളുടെ ആധുനികീകരണത്തിലുടനീളം ഇത്തരം ഒഴിച്ചുനിർത്തലുകൾ അരങ്ങേറുന്നുണ്ട്. അതിന്റെ ഏറ്റവും മികച്ച മാതൃക ദേശീയ നൃത്തരൂപമായി ഉയർന്നുവന്ന ഭരതനാട്യമാണ്. രുഗ്മിണീദേവി അരുണ്ഡേലിന്റെയും ഇ.കൃഷ്ണയ്യരുടെയും വി.രാഘവന്റെയും മറ്റും നാനാവിധത്തിലുള്ള പരിശ്രമങ്ങളിലൂടെ അഭിജാതമായ ഭാരതീയ ക്ലാസിക്കൽ നൃത്തമായിത്തീർന്ന ഭരതനാട്യം അതിന്റെ ഭൂതകാലത്തെയും ഭൂതകാല പ്രയോക്താക്കളെയും സമ്പൂർണമായി തമസ്കരിക്കുകയാണ് ചെയ്തത്. ദേവദാസികളും സദിരാട്ടവുമെല്ലാം ഭരതനാട്യത്തിന്റെ ഭൂതകാലമായല്ല, ഭൂതകാലത്തിലെ ചില വഴിതെറ്റലുകളായി മനസ്സിലാക്കപ്പെടുകയും ചെയ്തു. നാട്യശാസ്ത്രത്തിൽ നിന്നും പിറവികൊണ്ട്, ചരിത്രത്തിന്റെ പല പടവുകൾ പിന്നിട്ടെത്തിയ ഭാരതീയ നാട്യവേദിയുടെ ഇങ്ങേത്തലപ്പിലാണ് ഭരതനാട്യം നിലകൊള്ളുന്നതെന്ന് വ്യാഖ്യാനിപ്പിക്കപ്പെട്ടതോടെ, പല നൂറ്റാണ്ടുകൾ നിരവധി തലമുറകളിലൂടെ അതിനെ കൊണ്ടുനടക്കുകയും പരിപാലിക്കുകയും ചെയ്ത ദേവദാസികൾ പടിക്കുപറത്തായി. മദ്രാസിലെ കുലീന ബ്രാഹ്മണയുവതികൾ അഭ്യസിക്കുകയും അവതരിപ്പിക്കുകയും ചെയ്യുന്ന ഭരതനാട്യത്തിന്റെ ചരിത്രത്തിലെ കളങ്കം മാത്രമായി ദേവദാസികൾ മനസ്സിലാക്കപ്പെടാൻ തുടങ്ങി. ആധുനികീകരിക്കപ്പെട്ട്, ഉന്നതമായ ദേശീയ നൃത്തപദവിയിൽ ഭരതനാട്യം പ്രതിഷ്ഠിക്കപ്പെട്ടപ്പോഴേക്കും ദേവദാസികളും അവരുടെ കുലപാരമ്പര്യവും തൊഴിലും അശ്ലീലത്തിനപ്പുറം യാതൊന്നുമില്ലാത്തതായി.

നവോത്ഥാന പാരമ്പര്യത്തിന്റെ പിന്തുടർച്ചയിൽ പഞ്ചവാദ്യത്തിലും ക്ഷേത്രസങ്കേതങ്ങളിലെ ഇതര കലകളിലും നിന്ന് ജാതിവിവേചനത്തെ ഒഴിവാക്കാനുള്ള ശ്രമങ്ങൾ ഏറെമുമ്പ് നടന്നിരുന്നു. 1988 ജൂലൈയിൽ അന്നമനടപരമേശ്വരമാരാരുടെ പ്രമാണത്തിൽ ഗുരുവായൂരിൽ നടന്ന പഞ്ചവാദ്യസേവയാണ് ഈ ശ്രമങ്ങളുടെ ചരിത്രത്തിലെ പ്രധാന സംഭവം. പരമേശ്വരമാരാരോടൊപ്പം വെള്ളിത്തുരുത്തി കുട്ടിക്കൃഷ്ണൻ നായരും കടമല്ലൂർ താമിയും ചൂണ്ടൽ ശിവരാമനും മടവാക്കര അപ്പുക്കുട്ടനും എല്ലാം

പങ്കെടുത്ത ആ അവതരണം ഗുരുവായൂരിൽ അക്കാലംവരെ നിയമം പോലെ നിലനിന്ന ജാതിവിലക്കിനെതിരായ മുന്നേറ്റമായിരുന്നു. പക്ഷേ, ഈ സംഭവത്തിൽ നിന്ന് തുടർന്നിങ്ങോട്ട് നിർണായകമായ ചുവടുവയ്പുകൾ ഒന്നുമുണ്ടായില്ല. കാൽ നൂറ്റാണ്ടിനു ശേഷവും പെരിങ്ങോട് ചന്ദ്രനെയും കല്ലൂർ ബാബുവിനെയും പോലുമുള്ളവരെ ഒഴിവാക്കുന്ന പ്രവണത ഗുരുവായൂരിൽ മാത്രമല്ല മറ്റു പലയിടങ്ങളിലും പ്രബലമായിത്തന്നെ തുടരുന്നു. പ്രത്യക്ഷത്തിൽ ആരും ജാതിക്കായി വാദിക്കുന്നില്ല. എന്നാൽ ജാതി അദൃശ്യമായി പ്രവർത്തിച്ചുകൊണ്ടേയിരിക്കുന്നു. വാസുദേവന്റെ പുസ്തകത്തിൻെറ അവതാരികയിൽ പ്രമുഖ കവിയും പുരോഗമന കലാസാഹിത്യ സംഘത്തിന്റെ മുൻ സെക്രട്ടറിയുമായ എസ് രമേശൻ പറയുന്നതുപോലെ പ്രത്യക്ഷമായ ജാതിയേക്കാൾ ഭീകരമാണ് പ്രച്ഛന്നമായ ജാതി, ആദ്യത്തേതിനോട് നമുക്ക് എതിരിടുകയെങ്കിലും ചെയ്യാം. പ്രച്ഛന്നമായ ജാതി എതിർപ്പുകളൊന്നുമില്ലാതെ പ്രവർത്തിക്കുക മാത്രം ചെയ്യുന്നു. കേരളീയ ജീവിതത്തിന്റെ പല തലങ്ങളിലും ഇന്ന് മുറുകിക്കൊണ്ടേയിരിക്കുന്ന ഈ ജാതിയന്ത്രത്തിന്റെ പ്രബലരൂപങ്ങളിലൊന്നിനെയാണ് വാസുദേവൻ നമുക്കു മുന്നിൽ അനാവരണം ചെയ്യുന്നത്.

ഇത്തരമൊരു ഗ്രന്ഥം രചിക്കുക വഴി സമകാലിക കേരളത്തിലെ ഇടതുപക്ഷ രാഷ്ട്രീയത്തിന്റെ ദിശ എന്തായിരിക്കണം എന്നതിനെക്കുറിച്ചുള്ള ചില സൂചനകൾകൂടി വാസുദേവൻ നൽകുന്നുണ്ട്. നവോത്ഥാന മൂല്യങ്ങളുടെ തകർച്ചയെക്കുറിച്ചും നവോത്ഥാന പാരമ്പര്യം തിരിച്ചുപിടിക്കേണ്ടതിനെക്കുറിച്ചുമുള്ള ചർച്ചകൾ കൊണ്ട് മുഖരിതമാണ് നമ്മുടെ ജീവിത പരിസരം. പഴയ ഏതോ സുവർണ യുഗത്തെക്കുറിച്ചുള്ള വാഴ്ത്തുപാട്ടുകളായാണ് അവയിൽ ഏറിയപങ്കും ഇപ്പോൾ അരങ്ങേറുന്നത്. വാസ്തവത്തിൽ നവോത്ഥാനത്തിന്റെയും ആധുനികീകരണത്തിന്റെയും ഗുണഫലങ്ങൾ അനുഭവിക്കുന്ന മധ്യവർഗം തന്നെയാണ് ഇന്ന് കേരളത്തിലെ വലതുപക്ഷ ജീവിതബോധത്തിന്റെ പ്രതിനിധികളും പ്രയോക്താക്കളും. ജാതിബോധത്തിന്റെയും ജാതിവാദത്തിന്റെയും പ്രതിനിധികളും അവർ തന്നെയാണ്. അവരുടെ മേൽക്കൈയിലാണ് പുതിയതരം പ്രച്ഛന്നജാതി പ്രവർത്തിച്ചുകൊണ്ടിരിക്കുന്നത്. ഇത് തിരിച്ചറിഞ്ഞ് ഓരോ സവിശേഷ ജീവിതമേഖലയിലെയും ജാതി വിവേചനത്തിനെതിരായ സമരമുഖങ്ങൾ തുറക്കുക എന്നത് കേരളത്തിലെ ഇടതുപക്ഷ രാഷ്ട്രീയത്തിന്റെ പ്രധാന ഇടപെടലുകളിലൊന്നായിത്തീരേണ്ടതാണ്. തന്റെ സവിശേഷമായ അറിവിന്റെയും പ്രയോഗജ്ഞാനത്തിന്റെയും മേഖലയിൽ അത്തരത്തിലുള്ള അർഥപൂർണമായ ഒരു ഇടപെടലാണ് ഈ പുസ്ത

കത്തിന്റെ രചനയിലൂടെ പി. വാസുദേവൻ നിർവഹിച്ചിരിക്കുന്നത്. ഡി.വൈ.എഫ്.ഐ യുടെ നേതാക്കളിലൊരാൾ ഇത്തരമൊരു കാര്യം ഏറ്റെടുത്തത് യുവജന പ്രസ്ഥാനത്തിനാകെ അഭിമാനകരമാണ്. ഈ പുസ്തകം പ്രചരിപ്പിക്കാനും ചർച്ച ചെയ്യാനും, ഈ മാതൃകയിൽ ഇനിയും പുസ്തകങ്ങളും പ്രവർത്തനങ്ങളും ഉണ്ടാവാനുള്ള പ്രേരണയായി വാസുദേവന്റെ ഈ ഇടപെടലിനെ വികസിപ്പിക്കാനും കേരളത്തിലെ യുവജന പ്രസ്ഥാനങ്ങൾ ശ്രമിക്കേണ്ടതുണ്ട്.

(2014)

# സാഹിത്യവിമർശനം സാംസ്കാരികവിമർശനമാവുമ്പോൾ

സാംസ്കാരിക വിമർശനം എന്ന സങ്കൽപ്പനം വ്യാപകമായി ഉപയോഗിക്കപ്പെട്ടു തുടങ്ങിയിട്ട് രണ്ട് പതിറ്റാണ്ടിലധികമായിരിക്കുന്നു. സംസ്കാരപഠനത്തിന്റെ ആശയാവലികളെയും രീതിപദ്ധതികളെയും മുൻനിർത്തിക്കൊണ്ടുള്ള സാഹിത്യ-കലാപഠനങ്ങളെയാണ് പൊതുവെ അങ്ങനെ വിശേഷിപ്പിച്ചുവരുന്നത്. താരതമ്യേന ദീർഘമായ ഈ കാലയളവിനു ശേഷവും, ഒരു വിമർശനപദ്ധതി എന്ന നിലയിൽ സാംസ്കാരികവിമർശനം പലതരം പരിമിതികളോടെയാണ് മലയാളത്തിൽ നിലനിൽക്കുന്നത്. ഒരുഭാഗത്ത് പഴയ സാമൂഹ്യശാസ്ത്ര വിമർശനത്തിന്റെ ദുർബലമായ അനുകരണങ്ങൾ സാംസ്കാരികവിമർശനം എന്ന പേരിൽ രംഗത്തെത്തുകയും ഈ സമീപന രീതിയെയപ്പാടെ വിലകെട്ടതാക്കിത്തീർക്കുകയും ചെയ്യുന്ന സ്ഥിതി. മറുഭാഗത്ത് സാഹിത്യ, കലാ നിർമിതികളുടെ ഭാവശക്തിയെയും അവയുടെ ആഴമേറിയ ചരിത്രപരതയേയും വിശദീകരിക്കാൻ പര്യാപ്തമല്ലാത്ത യാന്ത്രിക ഭൗതികത്തിന്റെ പിടിമുറുക്കങ്ങൾ.

സംസ്കാരപഠനമോ സാംസ്കാരിക വിമർശനമോ ഇത്തരത്തിൽ പരിമിതസ്വഭാവമുള്ള ഒന്നല്ല എന്നതാണ് വാസ്തവം. കലാ- സാംസ്കാരിക നിർമിതികളെ അതിവിപുലമായ ഒരു ബന്ധവ്യവസ്ഥയുടെ ഭാഗമായി കാണുകയും, ഈ ബന്ധവ്യവസ്ഥ സൗന്ദര്യാനുഭവത്തിന്റെ നിർമിതിയിൽ എങ്ങനെയെല്ലാം പങ്കുചേരുന്നു എന്ന് വിശദീകരിക്കുകയുമാണ് യഥാർഥത്തിൽ അത് ചെയ്യുന്നത്. സൗന്ദര്യാനുഭൂതിയുടെ ചരിത്രവത്ക്കരണമാണ് സാംസ്കാരികവിമർശനത്തിന്റെ താല്പര്യം. കേവല ലാവണ്യവാദത്തിലും കലയുടെ അതിഭൗതികമൂല്യത്തിലും ശ്രദ്ധാലുക്കളായവർക്ക് ഇത് സ്വീകാര്യമാവില്ല എന്നത് വ്യക്തമാണ്.

ഇ.വി. രാമകൃഷ്ണൻ - *അനുഭവങ്ങളെ ആർക്കാണ് പേടി?*

എന്നാൽ, മലയാളത്തിൽ പലപ്പോഴും കാണുന്ന സ്ഥിതി ഇതല്ല. സംസ്കാരം എന്ന ബന്ധവ്യവസ്ഥയുടെയും ഭാഗമായി നില കൊണ്ട്, കലാവസ്തു ലാവണ്യാനുഭവത്തിന് ജന്മം നൽകുന്ന തെങ്ങനെ എന്ന് വിശദീകരിക്കുന്നതിനുപകരം ഈ ബന്ധ വ്യവസ്ഥയിലെ ഏതെങ്കിലുമൊരു ഘടകത്തിലേക്ക് കല യെയും സാഹിത്യത്തെയും വെട്ടിയൊതുക്കുകയാണ് സാം സ്കാരികവിമർശനം എന്ന പേരിൽ പ്രത്യക്ഷപ്പെടുന്ന പഠന ങ്ങൾ പലപ്പോഴും ചെയ്യുന്നത്. അതുകൊണ്ട് ഒരു സാംസ്കാരിക നിർമിതിയുടെ ബഹുമുഖജീവിതവും അതിന്റെ ആന്തരിക വൈ രുദ്ധ്യങ്ങളും എല്ലാം വലിയൊരളവോളം തമസ്കരിക്കപ്പെടുക യും ഏകമുഖമായ മൂല്യനിർണയത്തിന് അവ വിധേയമാക്കപ്പെ ടുകയും ചെയ്യുന്നു. ചരിത്രവത്ക്കരണമെന്നതിനു പകരം വിഭാ ഗീയമായ സത്താവത്ക്കരണത്തിലേക്കാണ് ഇത് ചെന്നെത്തുക. ഈ പരാധീനതയുടെ പിടിമുറുക്കത്തിൽ നിന്ന് മലയാളം ഇപ്പോ ഴും പുറത്തുകടന്നിട്ടില്ലതാനും.

ഇ.വി. രാമകൃഷ്ണന്റെ വിമർശന പഠനങ്ങളുടെ മൗലിക പ്രാധാന്യം അവ സാംസ്കാരികവിമർശനത്തെ സാമൂഹ്യശാസ്ത്ര വിമർശനത്തിന്റെ തൊഴുത്തിൽ കൊണ്ടുചെന്നു കെട്ടുന്നില്ല എന്നതാണ്. അതേസമയം സാംസ്കാരികവിമർശനം എന്ന സമീ ക്ഷയെത്തന്നെ കൈയൊഴിയാൻ വെമ്പുന്ന, പുത്തൻ യാഥാസ്ഥി തികത്വത്തിന്റെ ലാവണ്യവാദത്തോടും അദ്ദേഹം രാജിയാവുന്നില്ല. 1990- കളിൽ പുറത്തുവന്ന 'അക്ഷരവും ആധുനികതയും' എന്ന ഗ്രന്ഥം മുതൽ തന്നെ സംസ്കാരപഠനത്തിന്റെ ആശയാവലിക ളേയും രീതിപദ്ധതികളേയും അർഥപൂർണമായി അദ്ദേഹം ഉപ യോഗപ്പെടുത്തിവരുന്നുണ്ട്. പിന്നീട് പുറത്തുവന്ന 'വാക്കിലെ സമൂഹം', 'ദേശീയതകളും സാഹിത്യവും' എന്നീ ഗ്രന്ഥങ്ങളിലും ഈ സമീപനം അദ്ദേഹം സൂക്ഷ്മതയോടെ അവതരിപ്പിക്കുക യും വികസിപ്പിക്കുകയും ചെയ്തു. ആ നിലയിൽ മനസ്സിലാക്കി യാൽ സാഹിത്യപഠനത്തെ സംസ്കാരപഠനമായി വികസിപ്പിച്ചെ ടുക്കാൻ, കഴിഞ്ഞ രണ്ട് പതിറ്റാണ്ടിനിടയിൽ, മലയാളത്തിൽ ന ടന്ന ഏറ്റവും അർഥവത്തായ പരിശ്രമങ്ങളിൽ ചിലത് ഇ.വി. രാമകൃഷ്ണന്റേതാണ് എന്ന് പറയാം. സൗന്ദര്യാനുഭവത്തെ ഭൗതി കബന്ധങ്ങളുടെ വിപുലമായ ഒരു വ്യവസ്ഥയെന്ന നിലയിൽ വിശദീകരിക്കാനും അപ്പോൾതന്നെ അവയുടെ അനുഭവപരമായ സങ്കീർണതകളെ യാന്ത്രികമായി വെട്ടിച്ചുരുക്കാതിരിക്കാനും അദ്ദേഹം ശ്രദ്ധചെലുത്തിയിരുന്നു. സാംസ്കാരികവിമർശനത്തെ സംബന്ധിച്ചിടത്തോളം ഈ കരുതൽ പരമപ്രധാനമാണ്.

തന്റെ മുൻകാല രചനകളിൽ പുലർത്തിയ ഈ കരുതലും സൂക്ഷ്മതയും നിലനിർത്തിക്കൊണ്ട്, സാംസ്കാരികവിമർശന

ത്തിന്റെ മേഖലയെ ശക്തിപ്പെടുത്തുന്ന പുതിയ പഠനസമാഹാരമാണ് ഇ. വി. രാമകൃഷ്ണന്റെ 'അനുഭവങ്ങളെ ആർക്കാണ് പേടി' എന്ന ഗ്രന്ഥം. പ്രമേയപരമായി സാഹിത്യകേന്ദ്രിതമായ പഠനങ്ങളാണ് ഈ സമാഹാരത്തിലുള്ളത്. സാംസ്കാരികവിമർശനത്തെ സംബന്ധിച്ചിടത്തോളം സാഹിത്യം വിപുലമായ ഒരു ബന്ധവ്യവസ്ഥയിൽ പങ്കുചേർന്ന് അർത്ഥവും അനുഭവവും ഉളവാക്കുന്ന ഒന്നായതിനാൽ, സാഹിത്യകേന്ദ്രിതത്വം എന്നത് വലിയൊരളവോളം പ്രമേയപരമായ ഒന്നായി മാത്രമേ നിലനിൽക്കുകയുള്ളൂ. ഈ സമാഹാരത്തെ സംബന്ധിച്ചും ഇത് ശരിയാണ്. സാഹിത്യത്തിന്റെ നാനാതരത്തിലുള്ള ആവിഷ്കാരമാതൃകകളെ മുൻനിർത്തി സമൂഹബന്ധങ്ങളുടെയും അതിലരങ്ങേറുന്ന അർത്ഥോല്പാദനത്തിന്റെയും ചരിത്രം വിശദീകരിക്കാനാണ് ഇ. വി. രാമകൃഷ്ണൻ ഇതിൽ ശ്രമിക്കുന്നത്. സാഹിത്യപഠനം സാംസ്കാരികവിമർശനത്തിന്റെ പദവിയിലേക്ക് എത്തപ്പെടുന്നതും ഇങ്ങനെയാണ്.

നാല് ഭാഗങ്ങളിലായി ക്രമീകരിക്കപ്പെട്ടിരിക്കുന്ന ഇരുപത്തിയൊന്ന് പ്രബന്ധങ്ങളാണ് ഈ സമാഹാരത്തിലുള്ളത്. ആദ്യഭാഗത്ത് സാഹിത്യപഠനത്തിന്റെ പരിപ്രേക്ഷ്യത്തിൽ വന്ന മാറ്റങ്ങളാണ് ചർച്ച ചെയ്യപ്പെടുന്നത്. ചില സവിശേഷപ്രമേയങ്ങൾ ചർച്ചാവിഷയമാകുന്നുണ്ടെങ്കിൽ പോലും ഈ ഭാഗത്തിലുൾപ്പെട്ട പഠനങ്ങൾ സാഹിത്യസ്വരൂപത്തിലും സാഹിതീയത എന്ന സങ്കല്പത്തിലും ഉളവായ പരിവർത്തനങ്ങളെ സാംസ്കാരിക വിമർശനത്തിന്റെ കാഴ്ചവട്ടത്തിലൂടെ നോക്കിക്കാണാനാണ് ശ്രമിക്കുന്നത്. രണ്ടാം ഭാഗത്തിലെ എട്ട് പഠനങ്ങൾ കവിതയെകുറിച്ചുള്ളതാണ്. ഇരുപതാം ശതകത്തിലെ ഇന്ത്യൻ കവിത മുതൽ പുതിയ മലയാളകവിതയുടെ സ്ത്രീപക്ഷം വരെയുള്ള പ്രമേയങ്ങൾ ഈ ഭാഗത്ത് ചർച്ച ചെയ്യപ്പെടുന്നുണ്ട്. മൂന്നാംഭാഗം കഥ-നോവൽ പഠനങ്ങളാണ്. നോവലിന്റെ ആഖ്യാനകലയിൽ പ്രത്യക്ഷപ്പെട്ട പുതിയ പ്രതിസന്ധിയും നോവലിലെ സ്ഥലരാശിയുടെ രാഷ്ട്രീയ സ്വരൂപവും കാരൂർ, മാധവിക്കുട്ടി, എൻ.എസ്. മാധവൻ എന്നിവരുടെ രചനാലോകവും ഇവിടെ പഠനവിധേയമാവുന്നു. അവസാനഭാഗത്തെ രണ്ട് പഠനങ്ങൾ വിവർത്തനത്തെക്കുറിച്ചാണ്. വിവർത്തനം വിമർശനം കൂടിയായിത്തീരുന്ന പ്രക്രിയയുടെ ഉള്ളടക്കമാണ് അവിടത്തെ പരിശോധനാവിഷയം. ഇങ്ങനെ സാഹിത്യത്തിന്റെ നാനാവിതാനങ്ങളിലേക്ക് തുറന്നു കിടക്കുന്ന വിപുലമായ സംസ്കാരവിചാരമാണ് ഈ ഗ്രന്ഥം.

സംസ്കാരപഠനവും സാഹിത്യവും തമ്മിലുള്ള വിനിമയസാധ്യതകളെക്കുറിച്ച് ആലോചിച്ചുകൊണ്ടാണ് ഈ ഗ്രന്ഥം ആരംഭിക്കുന്നത്. 'സാഹിത്യം സംസ്കാരം: മാറുന്ന സന്ദർഭ

ങ്ങൾ' എന്ന ഒന്നാം ഭാഗത്തിലെ പ്രബന്ധങ്ങളിലാകെ വേരോടി പ്പടർന്നിട്ടുള്ള ഒരു പ്രമേയമാണിത്. മറ്റു പ്രബന്ധങ്ങളിൽ സവി ശേഷപ്രശ്നങ്ങളെ മുൻനിർത്തിയുള്ള വിശകലനങ്ങളിൽ പ്ര യുക്തമാവുന്ന സൈദ്ധാന്തിക സമീക്ഷയുടെ വിശദീകരണം എന്ന നിലയിൽ ഈ ആദ്യലേഖനത്തെ പരിഗണിക്കാം.

സംസ്കാരപഠനം വിശാലാർഥത്തിൽ ചരിത്രവത്ക്കരണം തന്നെയായിരിക്കും എന്ന വസ്തുത ഇ.വി. രാമകൃഷ്ണൻ ഇവിടെ എടുത്തുപറയുന്നുണ്ട്. കൃതികൾ വാർന്നു വീഴുന്ന ഭൗതിക സാഹചര്യങ്ങളെ നിഗൂഢവത്ക്കരിച്ചുകൊണ്ടായിരിക്കും പലപ്പോ ഴും അവ കലയുടേയും സാഹിത്യത്തിന്റെയും ചരിത്രത്തിൽ സ്ഥാനം നേടുക. സംസ്കാരപഠനത്തിന്റെ രീതി അവയെ ചരിത്ര സന്ദർഭങ്ങളിലേക്ക് പുനർ വിന്യസിക്കുക എന്നതാണെന്ന് അദ്ദേഹം വ്യക്തമാക്കുന്നു. വിപുലമായ ഒരു ചരിത്രബന്ധത്തി നകത്ത്, ആ ബന്ധവ്യവസ്ഥയിൽ ഉൾപ്പെട്ടിരിക്കുന്ന ഇതര ഘട കങ്ങളോട് നാനാവിധത്തിലുള്ള ബന്ധങ്ങൾ പുലർത്തിക്കൊ ണ്ടാണ് സാഹിത്യകൃതികളും കലാനിർമിതികളും നില നിൽക്കുന്നതും പ്രവർത്തനക്ഷമത കൈവരിക്കുന്നതും. അതു കൊണ്ടുതന്നെ സാഹിത്യപാഠങ്ങളെ ചരിത്രവത്ക്കരിക്കാനുള്ള ശ്രമങ്ങൾ 'സാഹിത്യേതരം' എന്നു പരിഗണിക്കപ്പെടുന്ന പ്രമേ യങ്ങളെയും പ്രമാണങ്ങളെയും സാഹിത്യപാഠത്തോളം തന്നെ പ്രധാനമായി പരിഗണിച്ചു എന്നു വരാം. നവചരിത്രവാദം ഇത്ത രത്തിലുള്ള പഠനങ്ങളുടെ ഉത്തമമാതൃകയായിരുന്നു എന്ന കാ ര്യവും ഇ. വി. രാമകൃഷ്ണൻ വ്യക്തമാക്കുന്നു.

സ്വത്വനിർമാണത്തിന്റെ സാങ്കേതികവിദ്യ ഒരു കാലഘട്ടത്തിന്റെ സാംസ്കാരിക നിർമിതികളിലൊന്നാകെ പ്രതിഫലിക്കുന്നു എന്ന തിനാലാണ് സാഹിത്യപാഠങ്ങളെന്നതുപോലെ സാഹിത്യേതര പാഠങ്ങളും ചില വ്യവഹാരങ്ങളുടെ സാധൂകരണവും ഇതര വ്യവഹാരങ്ങളുടെ നിരാകരണവുമായിത്തീരുന്നത്. സാഹിത്യ പാഠങ്ങളുടെ വ്യാഖ്യാനത്തിനും വിശകലനത്തിനും ഉപയുക്ത മാവുന്ന സാമഗ്രികളായി തീർത്തും സാഹിത്യേതരം എന്ന് വിശേ ഷിപ്പിക്കാവുന്ന വസ്തുതകൾ മാറിത്തീരുന്നത് ഇതുകൊണ്ടാണ്. സാഹിതീയവും സാഹിത്യേതരവുമായ പാഠങ്ങളുടെ ഈ പരസ്പരപൂരകത്വം വെളിച്ചത്തുകൊണ്ടുവരുന്നതിലൂടെ സാ ഹിത്യപാഠങ്ങളെ ചരിത്രവത്ക്കരിക്കുകയാണ് സാംസ്കാരികവി മർശനം ലക്ഷ്യമാക്കുന്നതെന്നും ഇ. വി. രാമകൃഷ്ണൻ വ്യക്ത മാക്കുന്നുണ്ട്.

ഈ ഗ്രന്ഥത്തിന്റെ ആമുഖപ്രബന്ധമെന്ന് ഇരുനിലകളിലും വിശേഷിപ്പിക്കാവുന്ന- ആദ്യപ്രബന്ധം എന്ന നിലയിലും ഇതിലെ

ഇതര പ്രബന്ധങ്ങളിലെ പഠനരീതിയെ വിശദീകരിക്കുന്ന പ്രബന്ധം എന്ന നിലയിലും- ആദ്യലേഖനം കൂടാതെ അഞ്ച് പഠനങ്ങൾ കൂടി ഒന്നാം ഭാഗത്തിൽ ഉൾപ്പെടുത്തിയിട്ടുണ്ട്. 'അച്ചടിയും ആധുനികതയും' എന്ന പഠനം ആധുനിക സമൂഹരൂപീകരണത്തിൽ അച്ചടി വഹിച്ച പങ്കിനെ വിവിധതലങ്ങളിൽ ചർച്ച ചെയ്യുന്ന സമഗ്രസ്വഭാവമുള്ള പ്രബന്ധമാണ്. മലയാളത്തിലെ അച്ചടിയുടെ ചരിത്രം സാമാന്യമായി വിശകലനം ചെയ്തുകൊണ്ട് അതിൽ ഉൾപ്പെട്ടിരിക്കുന്ന സാംസ്കാരികചരിത്രത്തെ വിശകലനവിധേയമാക്കാനാണ് ഈ പ്രബന്ധം ശ്രമിക്കുന്നത്. അച്ചടിയും പത്രവും പ്രതിനിധീകരിക്കുന്ന പൊതുലോകവും, ചെറുകഥകളിലും നോവലുകളിലും പ്രകാശിതമായ സ്വകാര്യതയും പുതിയ ഒരു കർത്തൃത്വത്തിന്റെ വ്യത്യസ്തങ്ങളായ ആവിഷ്കാര പ്രകാരങ്ങൾ ആണെന്ന കാര്യം ഗ്രന്ഥകാരൻ പ്രത്യേകം എടുത്തുപറയുന്നുണ്ട്. സ്വകാര്യതയുടേയും ബഹിർമുഖതയുടെയും ലോകങ്ങൾ ഒരേ കർത്തൃത്വത്തിന്റെ ഭിന്നഭാവങ്ങൾ ആണെന്നുപറയുമ്പോൾ പുതിയ വ്യവഹാരസന്ദർഭത്തിന്റെ ആന്തരവൈരുദ്ധ്യങ്ങളെ അത് വെളിപ്പെടുത്തുന്നതായും പ്രബന്ധം നിരീക്ഷിക്കുന്നു. വ്യവഹാരങ്ങളെയും അവയുടെ ബഹുമുഖവും വൈരുദ്ധ്യനിർഭരവുമായ നിലനിൽപ്പിനെയും കുറിച്ചുള്ള ഈ തിരിച്ചറിവാണ് ഈ സമാഹാരത്തിലെ പഠനങ്ങളുടെ മൗലികതയ്ക്ക് കാരണം.

ഇതിനെത്തുടർന്നു വരുന്ന രണ്ട് പഠനങ്ങൾ അനുഭവ ആഖ്യാനങ്ങൾ എന്ന നിലയിൽ പുതുതായി വികസിച്ചുവരുന്ന രചനകളെ വിലയിരുത്തുന്നവയാണ്. സാക്ഷ്യപ്പെടുത്തലിന്റെ ആഖ്യാനങ്ങൾ എന്ന സവിശേഷമായ ഒരു ജനുസ്സിന്റെ ചരിത്രം വിശദീകരിച്ചുകൊണ്ട്, 'സാമ്പ്രദായിക സ്വത്വങ്ങളിൽനിന്നും പുറത്തുവന്ന്, പൗരസമൂഹത്തിന്റെ ജീർണതകൾക്കെതിരേ പ്രതിരോധനിര സൃഷ്ടിക്കാനുള്ള ആഹ്വാനമായി അത്തരം രചനകൾ മാറിത്തീരുന്നതിന്റെ കാരണം വിശദമാക്കാനാണ് ഇ. വി. രാമകൃഷ്ണൻ ശ്രമിക്കുന്നത്. അനുഭവത്തിന്റെ അനന്യതയിൽ ഊന്നിനിന്നുകൊണ്ട് ആദർശവത്ക്കരിക്കപ്പെട്ടതും അമൂർത്തവുമായ നീതിവിചാരങ്ങളെയും നിയമസംഹിതകളെയും മറികടക്കുന്നതിന് വഴി തുറക്കുകയാണ് ഈ പുതിയ എഴുത്ത് ചെയ്യുന്നതെന്ന് ഗ്രന്ഥകാരൻ അഭിപ്രായപ്പെടുന്നു. കീഴാളർ സംസാരിക്കാൻ തുടങ്ങുമ്പോൾ ഭാഷയിലുണ്ടാവുന്ന വലിയ കലക്കങ്ങളുടെ അടയാളങ്ങളാണവ.

ഒന്നാം അധ്യായത്തിലെ അവസാനത്തെ രണ്ട് ലേഖനങ്ങൾ മറാത്തി ദളിത് സമൂഹത്തിലെ ലാവണ്യബോധത്തെയും വീണപൂവിനെയും കുറിച്ചുള്ളവയാണ്. ദളിത് സാഹിത്യത്തെ സംബന്ധിച്ചിടത്തോളം ലാവണ്യബോധം എന്നത് ഏറെ പ്രശ്നനിർഭ

രമായ ഒരു സങ്കല്പനമാണ്. തങ്ങൾ അനുഭവിക്കുന്ന സ്വത്വസംഘർഷങ്ങളുടെയും ദ്വന്ദ്വബോധത്തിന്റെയും അനുഭവലോകമാണ് ദളിത് ലാവണ്യാനുഭവത്തെ നിർണയിക്കുന്നത്. ദളിത് ആത്മകഥകൾ സാഹിത്യം എന്ന സാമ്പ്രദായികധാരണയെ തന്നെ തിരുത്തുന്നു. ഭാഷയുടെ പച്ചയായ ശബ്ദദാർഢ്യം കൊണ്ട് അത് ചരിത്രത്തേയും ഓർമയേയും കൂട്ടിയിണക്കുന്നു. ഒന്നരമണിക്കൂർ കൊണ്ട് ഒരു പദം ആടുന്ന കല ദുരിതവും വിശപ്പുമറിയാത്ത ഉന്നതകുലത്തിന്റേതാണെന്ന് ഇ.വി. രാമൃഷ്ണൻ എഴുതുന്നു. വടുക്കൾ വീണ, എല്ലും തോലുമായിത്തീർന്ന, കറുത്ത ശരീരത്തെയാണ് ദളിത് സാഹിത്യം ആവിഷ്കരിക്കുന്നത്. അത് പുതിയൊരു ലാവണ്യാനുഭവത്തിന്റെ അരങ്ങാണ്. നാം മറക്കുകയും മറയ്ക്കുകയും ചെയ്യുന്ന ഹിംസയുടെ യാഥാർഥ്യങ്ങളിലേക്ക് നമ്മെ എടുത്തെറിയുന്ന ഇടർച്ചയില്ലാത്ത വാക്കാണ് ദളിത് സാഹിത്യത്തെ നിർണയിക്കുന്നത്. അതിന്റെ ലാവണ്യം നമ്മെ ആഹ്ലാദിപ്പിക്കില്ല.

'വിലാപം, സ്മൃതി, സ്വത്വം: വീണപൂവിന്റെ ആന്തരാർഥങ്ങൾ' എന്ന പഠനം ഈ സമാഹാരത്തിലെ ഏറ്റവും മികച്ചതും ഗഹനവുമായ പഠനമാണ്. സൈദ്ധാന്തികത ജഡമായ വിജ്ഞാനരൂപങ്ങളല്ലെന്നും ജൈവാനുഭൂതികളെയും കാവ്യഭാവനകളെയും ഉൾക്കൊണ്ടുനിൽക്കാനും, അവയെ സൂക്ഷ്മതലത്തിൽ വിശദീകരിക്കാനും കഴിവുള്ള രൂപകാത്മക ചിന്തയാണതെന്നും ഈ പഠനം സൂക്ഷിച്ചുവായിക്കുന്ന ആർക്കും വ്യക്തമാവും.

വീണപൂവിന്റെ സ്വരഘടനയും അതിന്റെ പ്രമേയ ലോകവും തമ്മിലുള്ള അന്തരം ചർച്ച ചെയ്തുകൊണ്ടാണ് ഇ. വി. രാമകൃഷ്ണൻ തന്റെ അന്വേഷണം ആരംഭിക്കുന്നത്. സാഹോദര്യം എന്ന സങ്കല്പത്തിന്റെ രാഷ്ട്രീയാർഥങ്ങളെക്കുറിച്ചുള്ള ദെറിദിയൻ ആശയങ്ങളെ ഉപജീവിച്ചുകൊണ്ട്, വീണപൂവിന്റെ വിലാപസ്വരത്തിൽ അടങ്ങിയിരിക്കുന്നത് മറവിയിൽ അടക്കം ചെയ്യാനാവാത്ത ഒരു യാതനയാണെന്ന് പ്രബന്ധകാരൻ നിരീക്ഷിക്കുന്നു. കാവ്യഭാഷയെയും ശൈലിയെയും കവിതയുടെ രാഷ്ട്രീയത്തോടും അനുഭൂതിയുടെ ചരിത്രപരതയോടും ചേർത്തുവയ്ക്കുന്ന ഈ പഠനം സാംസ്കാരികവിമർശനം പഴയ സാമൂഹ്യശാസ്ത്രവിമർശനത്തെ മറികടന്ന് എഴുത്തിനെയും അനുഭൂതിലോകങ്ങളെയും ചരിത്രവത്ക്കരിക്കുന്നതെങ്ങനെ എന്നതിന്റെ മികവുറ്റ മാതൃകയായി മാറിയിരിക്കുന്നു.

കവിതയും പൊതുമണ്ഡലവും എന്ന രണ്ടാംഭാഗത്തിലെ എട്ട് ലേഖനങ്ങളിൽ ഏറിയ പങ്കും കവിതയെക്കുറിച്ചുള്ള സാമാന്യമായ ആലോചനകളാണ്. പ്രമേയപരമായി ഇരുപതാം ശതക

ത്തിലെ ഇന്ത്യൻ കവിത മുതൽ ഉത്തരാധുനിക മലയാള കവിത വരെ അതിൽ ഉൾപ്പെട്ടിരിക്കുന്നു. പുതിയ കവിതയും നാഗരികതയും തമ്മിലുള്ള വിനിമയങ്ങൾ, കവിതയിലെ എതിർപദങ്ങളുടെ സാധ്യതയും സാംഗത്യവും, സാവിത്രി രാജീവൻ, വിജയലക്ഷ്മി എന്നിവരുടെ കവിതകൾ നൽകുന്ന സ്ത്രീപക്ഷ വീക്ഷണം, വിനയചന്ദ്രന്റെയും അയ്യപ്പപണിക്കരുടെയും രചനാലോകങ്ങൾ എന്നിവയിലൂടെയെല്ലാം കടന്നുപോവുകയും കാവ്യജീവിതത്തിന്റെ ചരിത്ര-പ്രത്യയശാസ്ത്ര- അധികാര ലോകങ്ങളെ പല തലങ്ങളിൽ അഭിസംബോധന ചെയ്യുകയും ചെയ്യുന്ന ആലോചനകളാണ് ഈ ഭാഗത്തിലുള്ളത്. മൂന്നാം ഭാഗത്തിലെ നോവൽ-കഥ, പഠനങ്ങളിൽ നോവലിന്റെ ആഖ്യാനകലയും സ്ഥലഭാവനയിലെ പ്രശ്നങ്ങളും പ്രത്യേക പഠനങ്ങളുടെ വിഷയങ്ങളാണ്. അതോടൊപ്പം കാരൂർ, മാധവിക്കുട്ടി, എൻ.എസ്. മാധവൻ എന്നിവരുടെ രചനകളെ മുൻനിർത്തിയുള്ള മൂന്ന് പഠനങ്ങളും. അവസാന ഭാഗത്തെ രണ്ട് ലേഖനങ്ങൾ വിവർത്തന വിചാരങ്ങളാണ്. വിവർത്തനത്തിന്റെ സാംസ്കാരിക രാഷ്ട്രീയത്തെ വിശദീകരിക്കുന്ന പഠനങ്ങളാണിവ രണ്ടും; പ്രമേയപരമായി വ്യത്യസ്തമാണെങ്കിലും.

ഈ നിലയിൽ സാഹിത്യവിമർശനം എന്ന ആധുനികസ്ഥാപനത്തെ സാംസ്കാരികവിമർശനമെന്ന, ആധുനികതാവിമർശനപരംകൂടിയായ, പുതിയ സന്ദർഭവുമായി മുഖാമുഖം നിർത്തുന്നതിൽ മലയാളം കൈവരിച്ച വലിയ വിജയങ്ങളിലൊന്നായി ഇ.വി. രാമകൃഷ്ണന്റെ ഗ്രന്ഥം മാറിത്തീർന്നിരിക്കുന്നു.

(2014)

# സംസ്കാരവും ലാവണ്യവും

പച്ചയും പടർപ്പുമുള്ള മലയാളത്തിലാണ് കെ.സി നാരായണൻ എഴുതുന്നത്. വാക്കിന്റെ സൂക്ഷ്മസഞ്ചാരത്തെക്കുറിച്ചായാലും സംസ്കൃതിയുടെ സ്വഭാവരൂപത്തെക്കുറിച്ചായാലും കെ.സി.യുടെ ഭാഷ തെളിമലയാളത്തിന്റെ ഒത്തിണക്കത്തെക്കുറിച്ച് നമ്മെ ഓർമ്മിപ്പിക്കും. മറ്റെന്തിലുമുപരിയായി ആഴത്തിലാഴത്തിലേയ്ക്ക് വേരോടിപ്പടർന്ന വാക്കിന്റെ ചാരുതയാണത്. വി.ടിയെക്കുറിച്ചുള്ള പഠനത്തിന്റെ തലക്കെട്ടായി നൽകിയ 'വേരുണങ്ങാത്ത വാക്ക്' എന്ന കല്പന സ്വന്തം ഭാഷയെക്കുറിച്ചുള്ള കെ സി. നാരായണന്റെ പ്രസ്താവനകൂടിയായി വായിക്കാം. വാസ്തവത്തിൽ ഇത് സ്വന്തം ഭാഷയെക്കുറിച്ച് എന്നതിനപ്പുറം, ഭാഷയെ സംബന്ധിച്ച ഒരാദർശം കൂടിയാണെന്നും വരാം. വേരറ്റ വാക്ക് വേരറ്റ വിചാരമായാണ്, വിചാരത്തിന്റെ ജഡരൂപങ്ങളായാണ് നിലകൊള്ളുകയെന്നൊരു നോട്ടപ്പാടാണത്. നാട്ടനുഭവങ്ങളുടെ പോഷകങ്ങൾ ആണ് വാക്കിനെ തിളക്കുന്നത് എന്ന് ആറ്റൂർ കവിതയെക്കുറിച്ചുള്ള പഠനത്തിൽ കെ.സി. കുറിക്കുന്നുമുണ്ട്. അത്തരമൊരു വീക്ഷണത്തിന്റെ ബലിഷ്ഠചാരുതകൾ ഈ സമാഹാരത്തിലെ ലേഖനങ്ങളിലുടനീളമുണ്ട്. കടൽക്കരയിലെ പൂഴിപ്പരപ്പല്ല, പുഴയോരത്തെ പശിമരാശി മണ്ണാണ് കെ.സി. നാരായണന് ഭാഷ. അതിൽ മെനഞ്ഞ ശില്പങ്ങൾക്കെല്ലാം ബലമുണ്ട്. (യാദൃശ്ചികമാണ്; മണ്ണ് എന്ന പേരിൽ ആനന്ദിന്റെ ശില്പങ്ങളെക്കുറിച്ചെഴുതിയ പഠനമാണ് ഈ സമാഹാരത്തിലെ ആദ്യ ലേഖനം).

രണ്ടു പതിറ്റാണ്ടോളം നീണ്ട ഒരു കാലയളവിൽ എഴുതിയ ഒൻപത് ലേഖനങ്ങളാണ് 'മലയാളികളുടെ രാത്രികൾ'-ൽ ഉള്ളത്. ആനന്ദിന്റെ ശില്പങ്ങളെക്കുറിച്ച് 1981-ൽ എഴുതിയ ലേഖനം മുതൽ, മലയാളത്തിലെ എഴുത്തിൽ തെഴുത്തുവരുന്ന പച്ചപ്പിനെക്കുറിച്ച് 1999-ൽ എഴുതിയ ലേഖനം വരെ എന്ന് കാലഗണനാ

---

കെ.സി നാരായണൻ - *മലയാളികളുടെ രാത്രികൾ*

പരമായി പറയാം. ആധുനികതാവാദം ഇരമ്പിനിൽക്കുന്ന എൺപതുകളുടെ തുടക്കത്തിലെഴുതിയ പഠനങ്ങളിലും സംസ്കാരത്തിന്റെ നീർപ്പകർച്ചകളിലേയ്ക്കും കഥയുടെ ഭൗതികാസ്പദങ്ങളിലേയ്ക്കും കെ.സി.യുടെ ചില നോട്ടങ്ങളെത്തുന്നുണ്ട്. സംസ്കാരിക-ഭൗതികത്തിന്റെ വിചാരലോകം ഈ ലേഖനങ്ങളിലുണ്ട് എന്നല്ല പറഞ്ഞുവരുന്നത്. ആധുനികതാവാദം കൊണ്ടാടിപ്പോന്ന അതി ഭൗതികതയുടെ സൗന്ദര്യശാസ്ത്രത്തെ ഈ കൃതി ഏറ്റെടുത്തിട്ടേയില്ല എന്നതാണ് പ്രധാനം. ലാവണ്യവാദത്തിന്റെ കാഴ്ചക്കോണുകൾ നൽകിയ 'മായികഭംഗികൾ' എത്രയെങ്കിലും ഉള്ളപ്പോൾതന്നെ, ചരിത്രാതീതവും കാലാതീതവുമായ ശുദ്ധസൗന്ദര്യത്തെക്കുറിച്ച് ഈ പുസ്തകങ്ങളിലെ ലേഖനങ്ങളൊന്നും വാചാലമാവുന്നില്ല. ഇന്ന് ഇതൊരു മികവല്ലെങ്കിലും എൺപതുകളുടെ തുടക്കത്തിൽ എഴുതിയ, സൗന്ദര്യത്തിന്റെ സുക്ഷ്മസ്വരങ്ങളെ അഭിസംബോധന ചെയ്യുവാൻ ശ്രമിച്ച ലേഖനങ്ങളെ സംബന്ധിച്ചിടത്തോളം, അതും പ്രത്യക്ഷ രാഷ്ട്രീയത്തോട് ഏറെ സംസാരിച്ചതിന് തെളിവ് തരാത്ത ഒരാളുടെ എഴുത്തിനെ സംബന്ധിച്ചിടത്തോളം ഇത് അത്ര ചെറിയ കാര്യമല്ല.

വിഷയത്തെ മുൻ നിർത്തി വകതിരിച്ചാൽ നാല് വിഭാഗങ്ങളിൽപ്പെടുത്താവുന്നവയാണ് ഈ ലേഖനങ്ങൾ. പി യുടെ പിൽക്കാലം, സഹ്യനേക്കാൾ തലപ്പൊക്കം, ഓർമ്മയും മറവിയും, വൃക്ഷവും പുകയും എന്നീ സാഹിത്യവിചാരങ്ങൾ, കറുത്ത ചെട്ടിച്ചികൾ, താളത്തിന്റെ ഗോപുരങ്ങൾ, മലയാളിയുടെ രാത്രികൾ എന്നിങ്ങനെയുള്ള കലാവിചാരങ്ങൾ. വേരുണങ്ങാത്ത വാക്ക് എന്ന സാമൂഹ്യ/സാഹിത്യ വിചാരം (അത്രമാത്രമെന്ന് തീർച്ചപ്പെടുത്തിക്കൂടെങ്കിലും). മണ്ണ് എന്ന ശില്പവിചാരം. സ്ഥൂലാർത്ഥത്തിലുള്ള ഇത്തരമൊരു വിഷയ വിഭജനത്തെ അസാധുവാക്കുന്ന ചില ഭാവബദ്ധതകൾ ഇവയുടെയെല്ലാം അടിപ്പടവായുണ്ടുതാനും. സംസ്കാരത്തെ, ചരിത്രബദ്ധമെങ്കിലും, ലാവണ്യമുദ്രകളായും രൂപപ്പൊലിമകളായും നോക്കിക്കാണുന്ന ഒരു കാഴ്ചവട്ടം എന്ന് അതേക്കുറിച്ച് പറയാം. ചരിത്രബദ്ധത, ഏകാത്മകത, ലാവണ്യാത്മകത- ഇവ ഒന്നിനൊന്ന് ഇണങ്ങിനിൽക്കുന്ന സങ്കല്പങ്ങളല്ല. ഇവ തമ്മിലുള്ള ഇണക്കങ്ങളും(?) ഇടർച്ചകളും കൊണ്ട് പണിതെടുക്കപ്പെട്ടതാണ് ഈ ലേഖനങ്ങളിലെ ഭാവുകത്വം. ഇടർച്ചകളെ ഇണക്കങ്ങളാക്കുന്നതിലെ കൗതുകങ്ങളും, അതിലടങ്ങിയിരിക്കുന്ന വൈരുദ്ധ്യങ്ങളും, ആവോളം ഇതിൽ തെളിഞ്ഞുനിൽക്കുന്നുമുണ്ട്

'മലയാളിയുടെ രാത്രികൾ' എന്ന ശീർഷകംതന്നെയാണ് മേല്പറഞ്ഞ ഭാവബന്ധതയുടെ മികച്ച അടയാളം. കഥകളി,

സി.വി, സി.എൻ, ഓണം എന്നിവയെക്കൂട്ടിപ്പിടിച്ചുകൊണ്ട് മലയാള സംസ്കൃതിയുടെ സ്വഭാവഘടനയെ സ്പർശിക്കുന്ന ചില ആലോചനകളിലേക്ക് കുതിക്കുന്ന ഒരു ലേഖനത്തിന്റെ ശീർഷകം കൂടിയാണത്. രാവിന്റെ അണിയറയിൽ പിറന്ന് അവിടേയ്ക്കു തന്നെ മടങ്ങുന്ന കളിയരങ്ങിലെ രൂപവിസ്മയങ്ങളിൽ നിന്നും ഒരു എതിർസംസ്കാരത്തിന്റെ അടയാളങ്ങൾ വായിച്ചെടുക്കാനാണ് കെ.സി നാരായണൻ ഈ ലേഖനത്തിൽ ശ്രമിക്കുന്നത്. ഇരുളിന്റെ മായി(ര)ക ഭംഗികളും രാവിന്റെ ഘനമൗനങ്ങളും നിറയുന്ന രൗദ്രസാരസ്വതമായി കലയെ കണ്ടറിയുന്ന ഒരു കാഴ്ചക്കോൺ ഇവിടെയുണ്ട്. മലയാളികളുടെ രാത്രികൾ എന്ന ബഹുവചനത്തിലും, വാസ്തവത്തിൽ മലയാളിയുടെ രാത്രി എന്ന ഏകവചനമേയുള്ളൂ. പിളർപ്പുകളെയും ഇടർച്ചകളെയും 'മേൽക്കാഴ്ച'കളായി കാണുന്ന, ബഹുത്വത്തെ ആഴത്തിൽ അസാധുവാക്കുന്ന, അന്തര്യാമിയായ സത്താസങ്കൽപ്പത്തിന്റെ അടയാളം കൂടിയാണിത്. ഒടുവിൽ അത് ഒറ്റയാകുന്നു. ചരിത്രത്തെയും സംസ്കൃതിയെയും ഒറ്റയായി, ഒറ്റയുടെ തുടർച്ചയായി കാണുകയും ചെയ്യുന്നു.

സംശയമില്ലാതെ പറയാം., മേളത്തെക്കുറിച്ച് മലയാളത്തിൽ എഴുതപ്പെട്ട ഏറ്റവും ഹൃദയഹാരിയായ വരികൾ ഈ പുസ്തകത്തിലാണുള്ളത്. കറുത്ത ചെട്ടിച്ചികൾ എന്ന ലേഖനം. തായമ്പകയുടെ ശബ്ദസ്വരൂപത്തെ അതിലും മികച്ച ഒരു അക്ഷരാനുഭവമാക്കുക എന്നത് മലയാളത്തിലെ ഏത് എഴുത്തുകാരനുമുള്ള വെല്ലുവിളിയായിരിക്കും. നിശ്ചിതമായും ഈ ലേഖനം പ്രതീത്യാത്മകമായുടെ അതിരുകൾക്കകത്താണ്. പക്ഷേ, പ്രതീത്യാത്മകത എത്രമേൽ വിമോചകമാണെന്ന് കയ്യൊഴിയാനാവാത്ത വിധം അത് എങ്ങനെ ചാരുരൂപിയായിരിക്കുന്നുവെന്ന്, ഈ ലേഖനം ആരെയും ബോദ്ധ്യപ്പെടുത്തും. ഇതേ അളവിലല്ലെങ്കിലും താളത്തിന്റെ ഗോപുരങ്ങൾ, മലയാളിയുടെ രാത്രികൾ എന്നീ ലേഖനങ്ങൾക്കും ഇതേ സ്വപ്നസന്നിഭത്വമുണ്ട്, ശബ്ദത്തിൽ പണിതെടുത്ത മഹാപ്രാകാരങ്ങളായി വൃശ്ചികരാവുകളിൽ വിറപുണ്ടുയരുന്ന മേളപ്പെരുമകളെ കണ്ടറിയുന്ന (കേട്ടറിയുന്ന?) ഈ ഭാഷാശില്പങ്ങൾ സങ്കേതികവിചാരം അനുഭൂതിയുടെ താളമേളങ്ങളായും പിറവികൊള്ളുമെന്നു കൂടി തെളിയിക്കുന്നു. ഇത്രത്തോളം സമർത്ഥമായ രീതിയിൽ ഒരുപക്ഷേ ആദ്യമായി ത്തന്നെ.

ആറ്റൂർ കവിതകൾക്ക് ആമുഖമായെഴുതിയ 'സഹ്യനേക്കാൾ തലപ്പൊക്കം' എന്ന ലേഖനമാണ് വിചാരത്തിന്റെ ആഴംകൊണ്ടും സാഹിത്യപഠനങ്ങളിൽ മുന്നിട്ടുനിൽക്കുന്നത്. വി.ടിയുടെ ജീവിതത്തിലേയ്ക്കും വി.ടിയുടെ സാഹിത്യത്തിലേയ്ക്കുമുള്ള വികാ

രഭരിതമായ ഒരു തിരിഞ്ഞുനോട്ടമായ 'വേരുണങ്ങാത്ത വാക്ക് എന്ന ലേഖനത്തിൽ, വിപുലമായൊരർത്ഥത്തിൽ, പാരസ്ഥിതിക കാഴ്ചയുണ്ട്. പ്രകൃതി സഹജമായ ഒരു മനുഷ്യജീവിതത്തിനായുള്ള അന്വേഷണമായി സ്നേഹകാരുണ്യകോപങ്ങൾ അടങ്ങിയ വലിയൊരു അനുഭൂതിലോകത്തെ ചരിത്രത്തിലേയ്ക്ക് ഇറക്കിക്കൊണ്ടുവന്ന ഒരാളായാണ് വി.ടി ഇവിടെ വിലയിരുത്തപ്പെടുന്നത്. എവിടെവിടെ മരുഭൂമികൾ ഉണ്ടാകുന്നുവോ അവിടവിടെ ഈ വാക്കിന് ആഴ്ചയും പടർച്ചയുമുണ്ടെന്ന് എഴുതിക്കൊണ്ട് കെ.സി നാരായണൻ പിൻവാങ്ങുന്നതും അതുകൊണ്ടാണ്.

അസുലഭമായ ഒരു വായനാനുഭവമായിരിക്കുമ്പോഴും ഈ ലേഖനങ്ങൾ പങ്കുവയ്ക്കുന്ന കലാദർശനം ഒരുപാട് ചോദ്യങ്ങളിലേക്കും വഴിതുറക്കുന്നുണ്ട്. തുടക്കത്തിലെ പറഞ്ഞതുപോലെ ലാവണ്യാത്മകമായ ഒരു സംസ്കാരവിചാരമാണിത്. ലാവണ്യാത്മകതയുടെ രാഷ്ട്രീയബോധം സംശയങ്ങളേതുമില്ലാതെ, ഏകാത്മകതയിലേയ്ക്ക് ചാഞ്ഞുനിൽക്കുന്നു. കെ.സിയുടെ നിഗമനങ്ങളേയും നിരീക്ഷണങ്ങളേയുമെല്ലാം ആ ഏകാത്മകദർശനം അകമേ ആഞ്ഞുകൊത്തുന്നുണ്ട്. മലയാള സംസ്കൃതിയിൽ ഘനീഭൂതമായ എതിർ സംസ്കാരത്തിന്റെ മുദ്രയായി കഥകളിയെ കാണുമ്പോഴും, തായമ്പക മലയാളത്തിന്റെ കച്ചേരിയാണെന്ന് പറയുമ്പോഴും, വൈലോപ്പിള്ളിയെ ഇടശ്ശേരിയുടെ വിപരീതമാക്കുമ്പോഴും, ആർ. രാമചന്ദ്രനെ പി.യുടെ പിൽക്കാലമാക്കുമ്പോഴുമെല്ലാം ഇതാണ് സംഭവിക്കുന്നത്. പതിനെട്ടാം ശതകം മുതലുള്ള മലയാളചരിത്രത്തിന്റെ പടവുകളിലോരൊന്നും കഥകളി ഓരോന്നായിരുന്നുവെന്നും സൂചകത്തിനപ്പുറം മറ്റൊരു സൂചിതത്തിലേയ്ക്ക് വഴിതുറക്കാത്ത, സൂചകത്തെത്തന്നെ സൂചിതമാക്കുന്ന ചിഹ്നവ്യവസ്ഥയാണ് കഥകളിലേത് എന്നുമുള്ള നിരീക്ഷണങ്ങൾ (എൻ. അജയകുമാറിന്റെയും എം.വി നാരായണന്റെയും പഠനങ്ങൾ) കെ.സിയുടെ നിഗമനങ്ങളിൽ പലതിനെയും അസ്ഥിരപ്പെടുത്തുവാൻ പോന്നവയാണ്. വിപുലമായ കാവ്യബോധത്തിന്റെ ഉടമയായ കെ.സിയെപ്പോലൊരാൾ സഹ്യന്റെ മകനും കണ്ണീർപ്പാടവും കുടിയൊഴിക്കലും എഴുതിയ കവിയെ പരിഷ്കൃതിയുടെ പാട്ടുകാരനായി നോക്കിക്കാണുന്ന 'മേൽനോട്ട'ങ്ങളിൽ ചെന്നുചാടുന്നത് പലമയെ(രാജഗോപാലിനോട് കടപ്പാട്) മുഴുവൻ ഒരുമയിൽ തളയ്ക്കുന്ന ലാവണ്യാത്കതയുടെ ആന്തരബലം കൊണ്ടായിരിക്കണം. ചങ്ങമ്പുഴയ്ക്കും മുൻപുള്ള മലയാളത്തിൻ നിന്ന് മുതിർന്ന അറുപതുകളിൽ ആധുനികതയെ സന്ധിക്കുകയാണ് ആറ്റൂർ കവിതകളെന്ന് ഉറപ്പിക്കുന്നതിലും ഇതേ 'മേൽനോട്ടം' തുടരുന്നുണ്ട്. ചങ്ങലയേയും തിടമ്പിനേയും നിരസിക്കുന്ന മേഘരൂപത്തിന്റെ ഒറ്റയാൻ കാല്പാടുകൾ

ആറ്റൂർ കവിതയുടെ അബോധത്തിൽ കണ്ടറിയുന്നതിനോടൊപ്പം തന്നെയാണ് ഈ നിഗമനവും അവതരിപ്പിക്കപ്പെടുന്നത്. ഇവ തമ്മിലുള്ള വൈരുദ്ധ്യം എങ്ങനെ കണ്ണിൽപ്പെടാതെ പോയി? ആവർത്തനം ആരോഹണം എന്ന പ്രകൃതിയുടെ ക്രമം പഞ്ചാരി മേളത്തിന്റെ ആന്തരഘടനയായി പറഞ്ഞതിനുശേഷം പ്രകൃതിയുടെ മാനുഷവൽക്കരണമാണ് കല എന്നാവർത്തിക്കുന്ന മാർക്സിസ്റ്റുകൾ ഇത് മനസ്സിലാക്കുകയില്ലെന്ന് കെ.സി. കുറ്റപ്പെടുത്തുന്നുണ്ട്. ഇത്രമേൽ ലളിതമായ ഒരു പ്രതിഫലനക്കാഴ്ചയാണോ മാർക്സിന്റെ കലാദർശനം? പ്രകൃതിയുടെ സത്തയിൽ നിന്നും സംസ്കൃതിയുടെ സത്തയിലേയ്ക്ക് വരച്ച ഒരു നേർവരയായി മാർക്സിന്റെ മനുഷ്യവൽക്കരണത്തെ കാണാവുമെന്ന് തോന്നുന്നില്ല.

ഇതെല്ലാം കഴിയുമ്പോഴും കെ.സി. യുടെ ഭാഷയുടെ നിബിഢസൗന്ദര്യം നമ്മെ വീണ്ടും വീണ്ടും ഈ പുസ്തകത്തിലേയ്ക്ക് ക്ഷണിക്കാതിരിക്കില്ല. പഴയൊരു കല്പന കടംകൊണ്ടാൽ ഇതിനെ 'രൂപകങ്ങളുടെ സംഘനൃത്തം' എന്നു വിളിക്കാം. വിളംബകാലത്തിൽ താഴ്ത്തിയിട്ട അടന്ത ദിക്കറിയാത്ത സമുദ്രമാണ്. 'ചന്ദ്രവൃദ്ധിപോലെ വേഗം കൂടുന്ന കൊട്ട്' 'ഇടവപ്പാതിപോലെ പടരുന്ന കൊമ്പുവിളി', 'കടലായി കനത്തുനിന്നമേളം' 'വ്യക്തിവാദിയായ പുല്ലിംഗവൃക്ഷം' 'പ്രോംപ്റ്ററെ നഷ്ടപ്പെട്ട നടനെപ്പോലെ വാക്കു തെളിയാതായ കവികൾ' എന്നിങ്ങനെയുള്ള പദച്ചേരുവകൾ ഈ ലേഖനങ്ങളിൽ എത്രയെങ്കിലുമുണ്ട്. ഭാഷയുടെ ഒടിച്ചു മടക്കലുകളല്ല സങ്കേതത്തിന്റെയും സംസ്കാരചത്തിന്റെയും മർമ്മങ്ങളിൽ തൊടുന്ന സൂക്ഷ്മ സ്ഥാനങ്ങളാണ് ഇവയെല്ലാം തിരിച്ചെത്താൻ ക്ഷണിക്കുന്ന ഇടങ്ങളെ നാം വീട് എന്ന് വിളിക്കുന്നു വെന്ന് ആറ്റൂരിനെക്കുറിച്ചുള്ള പഠനത്തിന്റെ ആദ്യവരിയായി കെ.സി. നാരായണൻ എഴുതിയിട്ടുണ്ട്. ആ അർത്ഥത്തിൽ ഇതുമൊരു വീടാണ്. മലയാളത്തിന്റെ വീട്.

(2003)

●

# പലവക: സംസ്കാരപഠനത്തിന്റെ മലയാള മാതൃകകൾ

പിന്നിട്ട രണ്ട് പതിറ്റാണ്ടിനിടയിൽ മലയാളത്തിലെ സാഹിത്യപഠനമേഖലയിൽ വലിയൊരളവോളം സാമൂഹ്യപഠനമേഖലയിലും, ഏറ്റവുമധികം സ്വാധീനം ചെലുത്തിയ സൈദ്ധാന്തികസമീക്ഷ സംസ്കാരപഠനമാണ്. (സാംസ്കാരിക പഠനങ്ങൾ എന്നതാണ് കൂടുതൽ പര്യാപ്തമായ വിവർത്തനം. എങ്കിലും Cultural studies, 'സംസ്കാരപഠനം' എന്ന പേരിലാണ് മലയാളത്തിൽ വ്യാപകമായി പരാമർശിക്കപ്പെട്ടുവരുന്നത്. ഇവിടെയും അത് തുടരുന്നു എന്നുമാത്രം). സാഹിത്യത്തിന്റെ സ്വയംപര്യാപ്തതയും കേവലതയെയും കുറിച്ചുള്ള പ്രബലമായ ധാരണകളെ വലിയ തോതിൽ തിരുത്തിക്കുറിക്കാൻ അതിനു കഴിഞ്ഞു. അതുപോലെ സൗന്ദര്യാനുഭവത്തിന്റെ രാഷ്ട്രീയവും പ്രത്യയശാസ്ത്രപരവുമായ ഉള്ളടക്കത്തെ പുറത്തുകൊണ്ടുവന്ന് കൃതിയെ ഒരു സാംസ്കാരികപാഠം എന്ന നിലയിൽ സ്ഥാനനിർണയം ചെയ്യുന്നതിലും സംസ്കാരപഠനം വലിയ പങ്കാണ് വഹിച്ചത്. ഇതെല്ലാം തീർത്തും പുതിയ കാര്യങ്ങളാണെന്ന് കരുതാനാവില്ല. മാർക്സിസ്റ്റ് വിമർശനത്തിന്റെ വിശാല താല്പര്യങ്ങൾ നിശ്ചയമായും മേല്പറഞ്ഞവ തന്നെയായിരുന്നു. സംസ്കാരപഠനത്തിന്റെ ആദ്യ അവതാരകർ എല്ലാം തന്നെ- റെയ്മണ്ട് വില്യംസ്, ഇ. പി. തോംസൺ, റിച്ചാർഡ് ഹൊഗാർത്ത്, സ്റ്റുവർട്ട് ഹാൾ തുടങ്ങിയവർ-ഏറിയും കുറഞ്ഞും മാർക്സിസത്തോട് സംവാദാത്മകബന്ധം പുലർത്തിയവരുമാണ്. എന്നിരുന്നാലും സംസ്കാരപഠനത്തിന്റെ രംഗപ്രവേശം ഈ ദിശയിൽ കൂടുതൽ വ്യാപകമായ ഫലമുളവാക്കി എന്നത് സംശയരഹിതമായ കാര്യമാണ്. സാഹിത്യത്തിനപ്പുറം ദൈനംദിന ജീവിതപ്രയോഗങ്ങളെയും ജനസംസ്കാരത്തെയും ശാസ്ത്രസാങ്കേതികതയെയും എല്ലാം സംസ്കാരവ്യവസ്ഥയുടെ ഭാഗമെന്ന നിലയിൽ പഠനവിധേയമാക്കാൻ

---

അജു നാരായണൻ, ചെറി ജേക്കബ്ബ് - *പലവക*

കഴിയുന്ന ഒരു വിപുലസമീക്ഷയായാണ് സംസ്കാരപഠനം നിലവിൽവന്നത് എന്നതിനാൽ ഇതിൽ അസ്വാഭാവികമായി ഒന്നു മില്ലതാനും.

എന്നാൽ, ഈ വ്യാപ്തിയുടെ മറുപുറമെന്നപോലെ അങ്ങേയറ്റം തെറ്റായ നിലയിൽ ഉപയോഗിക്കപ്പെട്ട പഠനപദ്ധതിയായും സംസ്കാരപഠനം മാറ്റിത്തീർന്നിട്ടുണ്ട്. സംസ്കാരപഠനം സംസ്കാരത്തെക്കുറിച്ചുള്ള പഠനമല്ല; മറിച്ച് സാംസ്കാരികമായ പഠനമാണ് എന്ന തിരിച്ചറിവിന്റെ അഭാവം മലയാളത്തിൽ സംസ്കാര പഠനം എന്ന പേരിൽ പുറത്തിറങ്ങുന്ന പല ലേഖനങ്ങളിലും പുസ്തകങ്ങളിലും കാണാം. സംസ്കാരത്തെ സമഗ്രമായ ഒരു ബന്ധവ്യവസ്ഥയായി മനസ്സിലാക്കുകയും ഈ ബന്ധവ്യവസ്ഥയ്ക്കുള്ളിൽ ഒരു സാംസ്കാരിക നിർമിതി നിലവിൽവരുകയും പ്രവർത്തിക്കുകയും ഫലമുളവാക്കുകയും ചെയ്യുന്നതെങ്ങനെ എന്ന് വിശദീകരിക്കുകയും ചെയ്യുമ്പോഴേ ഏതൊരന്വേഷണവും സംസ്കാരപഠനത്തിലേക്ക് എത്തിച്ചേരൂ. അതിനുപകരം ഏതെങ്കിലുമൊരു സാംസ്കാരിക നിർമിതിയെ ഒറ്റയ്ക്കെടുത്ത് അതിന്റെ നാനാവശങ്ങൾ പരിശോധിക്കുകയും വിവരിക്കുകയും ചെയ്യുന്നത് സംസ്കാരപഠനമാവില്ല. മലയാളത്തിലെ 'സംസ്കാര പഠന'ങ്ങളിൽ ഇത്തരമൊരു പരാധീനത വളരെയുണ്ട്. മറ്റൊരുപ്രശ്നം രാഷ്ട്രീയ നിലപാടിന്റെ അഭാവമാണ്. പ്രതിരോധപരമായ ഒരു രാഷ്ട്രീയ പ്രയോഗം എന്ന നിലയിലാണ് റെയ്മണ്ട് വില്യംസും മറ്റും സംസ്കാരപഠനത്തെ വികസിപ്പിച്ചെടുത്തത്. അമേരിക്കൻ സംസ്കാരപഠന പാരമ്പര്യത്തിൽ അത് ജനപ്രിയതയുടെയും മധ്യവർഗജീവിതശീലങ്ങളുടെയും മറ്റും വിശകലനവും ആഘോഷവുമായി. രാഷ്ട്രീയമായി മുനയും മൂർച്ചയും നഷ്ടപ്പെട്ട ലീലാപരതയ്ക്ക് അമേരിക്കൻ സംസ്കാരപഠനത്തിൽ വലിയ മേൽക്കൈ ലഭിച്ചു. വ്യാഖ്യാനത്തിന്റെ ആനന്ദത്തിനപ്പുറം മറ്റൊന്നും വാഗ്ദാനം ചെയ്യാനില്ലാത്ത ഒട്ടനവധി പഠനങ്ങളും സങ്കേതികമാത്ര വിവരണങ്ങളും ജനപ്രിയതയുടെ വിമർശനരഹിതമായ ആഘോഷങ്ങളും സംസ്കാരപഠനം എന്ന പേരിൽ വൻതോതിൽ പുറത്തുവരുന്ന അത്തരമൊരു സ്ഥിതിവിശേഷം, അമേരിക്കൻ സന്ദർഭങ്ങളിലെന്നതുപോലെ വ്യാപകമല്ലെങ്കിലും, മലയാളത്തിലും പ്രബലമാണ്. സംസ്കാരപഠനത്തിന്റെ സാധ്യതയെയും പ്രസക്തിയെയും ഇല്ലാതാക്കാൻ പോന്ന വഴിതെറ്റലുകളാണ് ഇതു രണ്ടുമെന്ന് കരുതുന്നവരാണ് സംസ്കാരപഠിതാക്കളിൽ ഒരു പ്രബലവിഭാഗം.

അജു കെ. നാരായണൻ, ചെറി ജേക്കബ്ബ് എന്നിവർ ചേർന്ന് രചിച്ച 'പലവക: സംസ്കാരപഠനങ്ങൾ' എന്ന ഗ്രന്ഥത്തിന്റെ മൗലിക പ്രാധാന്യം ഈ രണ്ട് വിപര്യയങ്ങളെക്കുറിച്ചും ജാഗ്രത

പുലർത്തുന്ന പഠനങ്ങളുടെ സമാഹാരമാണത് എന്ന കാര്യമാണ്. ആലുവ യു.സി. കോളേജിലെ മലയാള വിഭാഗം അധ്യാപക നായ അജു കെ. നാരായണ നും അവിടെത്തന്നെ ഇംഗ്ലീഷ് അധ്യാ പകനായി പ്രവർത്തിക്കുന്ന ചെറി ജേക്കബ്ബും ഭാഷാ-സാഹിത്യ പഠനങ്ങളെക്കുറിച്ചുള്ള സാമ്പ്രദായിക ധാരണകൾക്ക് കുറുകെ നീങ്ങാൻ നടത്തിയ ബോധപൂർവമായ പരിശ്രമങ്ങളുടെ ഫല മെന്ന നിലയിൽ രൂപംകൊണ്ടതാണ് ഈ പുസ്തകത്തിലെ ഒൻപ ത് പ്രബന്ധങ്ങൾ. സംസ്കാരപഠനത്തിന്റെ അടിസ്ഥാന സമീപ നരീതിയായ അന്തർവൈജ്ഞാനികതയെ ആശയസമുച്ചയ ങ്ങൾക്കപ്പുറം ഒരു പ്രയോഗരീതിയായി തിരിച്ചറിഞ്ഞുകൊണ്ടും അതുവഴി ഒരു വിഷയം പല വിഷയങ്ങളായി പിരിയുന്നുണ്ടെന്നും ഏതൊരു സാംസ്കാരിക നിർമിതിയും ഇത്തരം നിരവധി വിഷ യമേഖലകളുടെ അനന്യമായ സമാഗമ/ സംവാദ കേന്ദ്രമായി നിലകൊള്ളുകയാണെന്ന് മനസ്സിലാക്കിക്കൊണ്ടുമാണ് അജു നാരായണനും ചെറി ജേക്കബും തങ്ങളുടെ പഠനങ്ങൾ വികസി പ്പിക്കുന്നത്. അതുകൊണ്ട് ഏത് പഠനവിഷയവും ഈ സമാഹാ രത്തിലെ പ്രബന്ധങ്ങളിൽ സുനിശ്ചിതമായ അതിർവരമ്പു കൾക്കുള്ളിൽ നിലകൊള്ളാതെ ഒരു പ്രശ്നമേഖലയായി (Problematique എന്ന അർഥത്തിൽ) വികസിക്കുന്നുണ്ട്. ഈ പഠനങ്ങൾക്ക് രാഷ്ട്രീയമായ മുനയും മൂർച്ചയും നഷ്ടമാകാതി രിക്കുന്നതും മറ്റൊന്നുകൊണ്ടല്ല.

ഒൻപതു പ്രബന്ധങ്ങളാണ് ഈ സമാഹാരത്തിലുള്ളത്. സി നിമയും സാഹിത്യവും മുതൽ ചീട്ടുകളിയും പരസ്യജിംഗിളുക ളിലെ വംശീയ സംഗീതവും മൊബൈൽ ഫോണുകളിലെ റിംഗ്ടോണും വരെ ഈ പഠനങ്ങളുടെ വിഷയപരിധിയിൽ വരു ന്നുണ്ട്. സിനിമയിലെ നിറങ്ങളുടെ സൗന്ദര്യരാഷ്ട്രീയം ചർച്ച ചെയ്യുന്ന 'സെപിയ: ചരിത്രം, വർത്തമാനം' എന്നതാണ് ആദ്യ പ്രബന്ധം. സിനിമയിലെ ഭക്ഷണദൃശ്യങ്ങളെക്കുറിച്ച് ചർച്ച ചെയ്യുന്ന 'സിനിമയിലെ അടുക്കളയും തീൻമേശയും' എന്ന പ്രബ ന്ധവും ഇന്ത്യൻ സിനിമയിലെ മദ്യപാനിയായ നായകബിംബ ത്തിന്റെ ചരിത്രം പരിശോധനാവിധേയമാക്കുന്ന 'വെള്ളിത്തിര യിലെ കള്ള്' എന്നിവയും പ്രമേയപരമായി സിനിമയെ മുൻ നിർത്തുന്ന പഠനങ്ങളാണ്. 'നഗരവൃക്ഷത്തിലെ കുയിൽ' എന്ന പഠനം താരതമ്യേന വളരെക്കുറച്ചുമാത്രം അന്വേഷിക്കപ്പെട്ടിട്ടുള്ള ഒരു പ്രമേയത്തെയാണ് പിൻതുടർന്നുപോവുന്നത്; പരസ്യത്തി നായി ഉപയോഗിക്കുന്ന ചെറുഗാനങ്ങളിലെ ജിംഗിളുകൾ. വംശീയ സംഗീതത്തിന്റെ സാംസ്കാരിക രാഷ്ട്രീയമാണ് അതിലെ ചർച്ചാ വിഷയം. മൊബൈൽ ഫോണുകളിലെ റിംഗ്ടോണുകളുടെ സാമൂഹ്യവും സാംസ്കാരികവുമായ വിവക്ഷകളെന്തെന്ന് ആരാ

യുന്ന 'മൊബൈൽകിളി ആത്മത്തെ ചിലയ്ക്കുമ്പോൾ' എന്ന പ്രബന്ധവും പ്രമേയപരമായ അപൂർവതകൊണ്ട് ശ്രദ്ധേയമാണ്. കണ്ണകി എന്ന പുരാവൃത്ത കല്പനയുടെ ബഹുമുഖജീവിതം ചർച്ചചെയ്യപ്പെടുന്ന 'കണ്ണകിയുടെ ചിലമ്പൊലികൾ', ചീട്ടുകളിയുടെ ഉൽഭവ വികാസ പരിണാമചരിത്രം പരിശോധിക്കുന്ന 'ചീട്ട്, ചീട്ടുകളി: വേരുകൾ, വഴികൾ' എസ്. ജോസഫിന്റെ ഐഡന്റിറ്റി കാർഡ് എന്ന കവിതയുടെ വിവർത്തനപഠനമായ 'ആധുനികതയുടെ യുക്തിയിൽ വീണ തർജമ' എന്നിവയും ഈ സമാഹാരത്തിന്റെ ഭാഗമാണ്. ഇതോടൊപ്പം സംസ്കാരപഠനമേഖലയിൽ മലയാളത്തിലെ പ്രഥമപഥികരായ പ്രൊഫ. സ്കറിയ സക്കറിയ, പ്രൊഫ. ടി.എം. യേശുദാസൻ, പ്രൊഫ. എം. വി. നാരായണൻ എന്നിവരുമായുള്ള അഭിമുഖം അവസാന അധ്യായമായും ഉൾപ്പെടുത്തിയിരിക്കുന്നു. അങ്ങനെ സിനിമാപഠനം, സാഹിത്യപഠനം, വംശീയ സംഗീതം, പുരാവൃത്തപഠനം തുടങ്ങിയ വിവിധ ജ്ഞാന മേഖലകളെയും ചീട്ടുകളിയും മദ്യപാനവും മൊബൈൽഫോണും പോലുള്ള ദൈനംദിന ജീവിതാനുഭവ/പ്രയോഗങ്ങളെയും സംസ്കാരപഠനത്തിന്റെ പരിപ്രേക്ഷ്യത്തിനുള്ളിൽ ഇണക്കിനിർത്താൻ ഈ ഗ്രന്ഥത്തിനു കഴിഞ്ഞിട്ടുണ്ട്. അവസാന അധ്യായത്തിലെ അഭിമുഖസംഭാഷണങ്ങളാകട്ടെ സംസ്കാര പഠനമേഖലയിലെ ഗതിഭേദങ്ങളെയും വ്യത്യസ്തങ്ങളായ ഊന്നലുകളെയും നന്നായി പുറത്തുകൊണ്ടുവന്ന് ഈ പഠനമേഖലയുടെ ബഹുസ്വരാത്മക ജീവിതത്തെ (അതിന്റെ പരാധീനതകളെയും) തുറന്നുകാണിക്കുകയും ചെയ്യുന്നു.

ഉല്പാദനം, ഉപഭോഗം, നിയന്ത്രണം, പ്രതിനിധാനം എന്നിവയുൾപ്പെട്ട ഒരു സാംസ്കാരിക ശൃംഖലയിലാണ് ഏതൊരു സാംസ്കാരിക നിർമിതിയും നിലകൊള്ളുന്നതെന്നും അവയോരോന്നും സവിശേഷമായ സ്വത്വസംസ്ഥാപനത്തിന്റെ ഉപാധികളായി പ്രവർത്തിക്കുന്നുവെന്നുമുള്ള കാഴ്ചപ്പാട് സംസ്കാരപഠനത്തിന്റെ കാതലാണ്. ഈയൊരു സമീക്ഷയെ ഏറ്റവും അർഥവത്തായി പിൻപറ്റുന്ന ചില പഠനങ്ങൾ ഈ സമാഹാരത്തിലുണ്ട്. 'പലവക' യിലെ എല്ലാ പ്രബന്ധങ്ങളെക്കുറിച്ചും ഇക്കാര്യം ഉറപ്പിച്ചു പറയാനാവില്ലെങ്കിലും 'സെപിയ: ചരിത്രം, വർത്തമാനം' എന്ന ആദ്യപ്രബന്ധവും 'വെള്ളിത്തിരയിലെ കള്ള്' എന്ന പ്രബന്ധവും സംസ്കാരപഠനത്തിന്റെ മികച്ച മലയാള മാതൃകകളാണ്. തീർത്തും സാങ്കേതികം എന്ന് പുറമേക്ക് അനുഭവപ്പെടാവുന്ന, സിനിമയിലെ വർണവിനിയോഗങ്ങൾ സിനിമയുടെ പ്രത്യയശാസ്ത്ര താല്പര്യങ്ങളുടെ പ്രകാശനസ്ഥാനമായിത്തീരുന്നതെങ്ങനെയെന്ന് സൂക്ഷ്മമായി ആരാഞ്ഞുപോകുന്ന പഠനമാണ് 'സെപിയ: ചരിത്രം, വർത്തമാനം' എന്ന പ്രബന്ധം.

സിനിമയുടെ കഥ ചുരുക്കിപ്പറഞ്ഞ് കഥാഖ്യാനത്തിലെ വളവുതിരിവുകളിൽ നിന്ന് 'സിനിമയുടെ രാഷ്ട്രീയം' കണ്ടെടുക്കാൻ പണിപ്പെടുന്ന മലയാളത്തിലെ എണ്ണമറ്റ സിനിമാപഠനങ്ങൾക്ക് (?) നടുവിൽ ഈ പഠനം വേറിട്ടുനിൽക്കുന്നു. രൂപവും സാങ്കേതികതയും ചരിത്ര/രാഷ്ട്രീയ പ്രയോഗങ്ങൾ കൂടിയാണെന്ന കാഴ്ചപ്പാടിന്റെ മികച്ച പ്രയോഗമാതൃകയായി ഇതിനെ പരിഗണിക്കാം. അതുപോലെതന്നെ മികവുറ്റ മറ്റൊരു പഠനമാണ് വെള്ളിത്തിരയിലെ മദ്യപനായ നായക/ഗായകബിംബത്തെ ഒരു സാംസ്കാരിക രൂപകമായി സ്ഥാനപ്പെടുത്തുന്ന 'വെള്ളിത്തിരയിലെ കള്ള്' എന്ന പ്രബന്ധവും. പരസ്യജിംഗിളുകളിലെ വംശീയ സംഗീതത്തെക്കുറിച്ചും മൊബൈൽഫോണുകളിലെ റിംഗ്ടോണിനെക്കുറിച്ചും സിനിമയിലെ ഭക്ഷണദൃശ്യങ്ങളെക്കുറിച്ചും കണ്ണകി പുരാവൃത്തത്തെക്കുറിച്ചുമുള്ള അന്വേഷണങ്ങൾ ഇതേ പാതയിലൂടെ.മുന്നേറാൻ ശ്രമിച്ച രചനകളാണ്; ആദ്യം പറഞ്ഞവയുടെ അത്രയും മികവും സൂക്ഷ്മതയും അവയ്ക്ക് കൈവന്നിട്ടില്ലെങ്കിലും. അവയിൽ ചിലയിടത്തെങ്കിലും കൗതുകക്കാഴ്ചയുടെ സ്വഭാവം ഏറിനിൽക്കുന്നുമുണ്ട്. ചീട്ടുകളിയെയും തർജമപ്പിഴവിനെയും കുറിച്ചുള്ള പഠനങ്ങൾ സംസ്കാരപഠനത്തിന്റെ പരിപ്രേക്ഷ്യത്തിലേക്ക് വികസിച്ചില്ല എന്ന തോന്നലാണുളവാക്കുന്നത്. ആദ്യത്തേത് വിവരണാത്മകവും ചരിത്രപരവുമായ ഒരു പരിശോധനയായിത്തീർന്നെങ്കിൽ തർജമപഠനം ഏറിയകൂറും സാഹിതീയമായ ഊന്നലുകളിലാണ് അടിയുറച്ചിരിക്കുന്നത്. മേല്പറഞ്ഞ നിലയിൽ അവയെ മികച്ച രചനകളായിത്തന്നെ കാണാമെങ്കിലും സംസ്കാരപഠനത്തിന്റെ കാഴ്ചവട്ടം അവയിൽ വേണ്ടത്ര തെളിഞ്ഞിട്ടില്ല എന്ന വസ്തുത അവശേഷിക്കുന്നു. അതുപോലെ സിനിമയെ ആധുനിക ജനപ്രിയകല എന്ന് എന്ന് ഒരിടത്തും (പുറം 28) ആധുനികതയുടെ ഉദാത്ത കലാവ്യവഹാരം എന്ന് മറ്റൊരിടത്തും (പുറം 117) വിശേഷിപ്പിക്കുന്നതിലെ പരസ്പരവൈരുധ്യവും, അഗ്നിസാക്ഷി പ്രസിദ്ധീകൃതമായത് 1980-ലാണ് എന്നതുപോലെയുള്ള ചുരുക്കം ചില തെറ്റുകളും (പുറം 40), പതിന്നാലാം നൂറ്റാണ്ടിൽ ചീട്ടുകളി നിരോധിച്ചുകൊണ്ടു പുറത്തുവന്ന നിയമങ്ങൾക്ക് പിന്നിലുള്ളത് മുതലാളിത്ത പ്രത്യയശാസ്ത്ര സ്വാധീനമാണെന്ന നിരീക്ഷണത്തിലെ (പുറം 90) കാലപ്രമാദവും 'മാമ്പഴം' ആഹാരവും ആഹരിക്കലും പ്രധാന പ്രമേയമായി വരുന്ന രചനയാണെന്ന പരാമർശത്തിലെ അസ്വാഭാവികതയും (പുറം 117) ചില സാങ്കേതികപദങ്ങൾക്ക് നൽകുന്ന മലയാള പരിഭാഷയിൽ തെളിയുന്ന സന്ദിഗ്ധതയും എല്ലാം വലുതല്ലെങ്കിലും പരിഹരിക്കപ്പെടേണ്ട പ്രശ്നങ്ങളാണ്. പറഞ്ഞുവന്നതിലെ താല്പര്യം ഈ കൃതിയുടെ മൗലിക

പ്രാധാന്യത്തിന് ഇത് കുറവ് വരുത്തുന്നു എന്നല്ല. 'മലയിൽ കന്ദരമെന്ന മാതിരി' എന്ന കവിവാക്യത്തിലെ സൂചനകൾക്കപ്പുറം ഇക്കാര്യങ്ങൾക്ക് പ്രാധാന്യമില്ല എന്നുകൂടി പറഞ്ഞുകൊള്ളട്ടെ.

(2015)

●

# മനുഷ്യനും ചരിത്രവും ജൈവമനുഷ്യനിൽ

ആധുനികരായ നമ്മുടെ എഴുത്തുകാരിൽ ജാഗരൂകമായ വിചാരജീവിതം ആനന്ദിന്റെ വിശേഷാവകാശങ്ങളിലൊന്നാണ്. ആധുനികർ (ആധുനികതാവാദികൾ എന്ന അർത്ഥത്തിൽ) എന്ന് നാം കരുതിപ്പോരുന്ന മറ്റുള്ള എഴുത്തുകാരിൽ ഏറെപ്പേരൊന്നും ചിന്തയുടെ ആഴംകൊണ്ട് സ്വന്തം രചനാജീവിതത്തെ ദൃഢീകരിച്ചിട്ടില്ല. വിജയനും മുകുന്ദനും മറ്റും നടത്തിയിട്ടുള്ള ഇത്തരം ചില ശ്രമങ്ങളെ മറക്കുകയല്ല. എങ്കിലും അവിടെനിന്നും ആനന്ദിലേക്ക് കുറേയേറെ ദൂരമുണ്ട്. നാല് പതിറ്റാണ്ട് പിന്നിട്ട ആനന്ദിന്റെ രചനാജീവിതമപ്പാടെ സൂക്ഷ്മവിചാരത്തിന്റെ ആഴക്കാഴ്ചകൾ കൊണ്ട് അടയാളപ്പെട്ടവയാണ്. സംസ്കാരത്തെയും ചരിത്രത്തെയും അധികാരത്തെയും സംബന്ധിച്ചുള്ള വലിയ ചോദ്യങ്ങൾ ചോദിച്ചുകൊണ്ടിരിക്കുകയാണ് ആനന്ദ് എപ്പോഴും. നമ്മുടെ മറ്റുള്ള എഴുത്തുകാരാരും ഇങ്ങനെ ചോദിച്ചിട്ടില്ല എന്നല്ല. പക്ഷേ അവരുടേതുപോലുള്ള ഉത്തരങ്ങളിലല്ല ആനന്ദ് ചെന്നെത്തിയത്. ഉത്തരം മാറുന്നത് ചോദ്യത്തിന്റെ തോതും തരവും മാറിയതുകൊണ്ടാണുതാനും. ജേർണലിസ്റ്റിക് യുക്തിവാദത്തിന്റെ ലളിതസമവാക്യങ്ങളിൽ ചെന്നു വീഴാതിരിക്കാനും ചാരുരൂപിയായ ഭാഷകൊണ്ട് മനം മയക്കാതിരിക്കാനും (മനം മയങ്ങാതിരിക്കാനും) ആനന്ദ് എന്നും ജാഗ്രത പുലർത്തുന്നുണ്ട്. അതുകൊണ്ട് രൂപകങ്ങളുടെ പടയോട്ടങ്ങളിൽ സ്വന്തം കാല്പനികഭാവുകത്വത്തെ പൊതിഞ്ഞുകെട്ടിയ മലയാളത്തിലെ 'ആധുനിക ചിന്തകരി'ലൊരാളായി ആനന്ദ് അവസാനിക്കുന്നില്ല. മനുഷ്യാവസ്ഥയുടെ ചരിത്രപരമായ ഉള്ളടക്കത്തെ തിരഞ്ഞുപോകുകയാണ് തന്റെ സർഗ്ഗജീവിതത്തിന്റെ അർത്ഥമെന്നും അത് പരസ്പരം പൊരുതുന്ന ഒരുപാട് ബലങ്ങളുടേ മേഖലയിലേക്കാണ് തന്നെ നയിക്കുന്നതെന്നും ആനന്ദ് തിരിച്ചറിയുന്നു. എഴുത്തിന്റെ ഓരോ പടവിലും ഈ ബലങ്ങ

ആനന്ദ് - *ജൈവമനുഷ്യൻ*

ളിൽ ചിലതിനെ പരമാവധി അഴിച്ചുപരിശോധിക്കാനാണ് അദ്ദേഹം ശ്രമിച്ചുകൊണ്ടിരുന്നത്. ആൾക്കൂട്ടം മുതലുള്ള ആനന്ദിന്റെ രചനകൾ അത്തരം അഴിച്ചുപണികളാണ്.

## മനുഷ്യാവസ്ഥ ജൈവമനുഷ്യനിൽ

വിധിതീർപ്പുകളേക്കാറെ വിമർശനസ്വരമാണ് ആനന്ദിന്റെ 'ജൈവമനുഷ്യൻ' എന്ന ഗ്രന്ഥത്തിലുള്ളത്. പൊതുവേ പറഞ്ഞാൽ ആധുനികത (moderntiy) യുടെ ദൃഢനിശ്ചയങ്ങളെ ഒന്നൊന്നായി സംശയിക്കുന്ന ഒരു വിചാരപരിസരമാണ് ഈ കൃതിയുടെ അടിസ്ഥാന സ്വരം. ശാസ്ത്രം,സാങ്കേതികവിദ്യ, യുക്തി, ദേശരാഷ്ട്രം, ചരിത്ര പുരോഗതി എന്നിങ്ങനെ വ്യാവസായിക നാഗരികതയുടെയും പ്രബുദ്ധതായുഗത്തിന്റെയും ഉത്പന്നങ്ങളായ ആശയവ്യവസ്ഥകളെയും അവയുടെ ആവിഷ്കാരരൂപങ്ങളെയും വിവിധവിതാനങ്ങളിൽ ചോദ്യം ചെയ്യുന്ന പ്രബന്ധങ്ങളാണ് ഈ കൃതിയിലുള്ളത്. പ്രബുദ്ധതായുഗത്തിന്റെ സംഭാവനകളായ ഇത്തരം ആശയാവലികളെ വിചാരണയ്ക്കെടുക്കുന്നതിന് ആനന്ദ് അടിസ്ഥാനമായി സ്വീകരിക്കുന്നത് നീതി എന്ന സങ്കൽപ്പത്തെയാണ്. ആനന്ദിന്റെ ചിന്താജീവിതത്തെയപ്പാടെ നിർണ്ണയിച്ചുപോരുന്ന പ്രമേയമാണിത്. 'നീതി നഷ്ടപ്പെട്ട ഒരു ജനതയ്ക്ക് കാലവും നഷ്ടപ്പെടുന്നു' എന്ന് ആനന്ദ് മറ്റൊരിടത്ത് നിരീക്ഷിക്കുന്നുമുണ്ട്. ചരിത്രത്തെയും അതിന്റെ അവസ്ഥാന്തരങ്ങളെയും സാർത്ഥകമാക്കുന്ന അടിസ്ഥാനപ്രമേയമെന്ന നിലയിൽ നീതിയുടെ സഞ്ചാരപഥങ്ങളെയും ഏറ്റിറക്കങ്ങളെയും കണ്ടെടുക്കാനാണ് ആനന്ദ് ശ്രമിക്കുന്നത്. ചരിത്രത്തിന്റെ നീതിപഥങ്ങൾ അദ്ദേഹത്തിന്റെ ഭാവബദ്ധതയുടെ താക്കോൽവാചകമായിരിക്കുന്നു. മാനുഷികത, സർഗ്ഗാത്മകത, സ്വാതന്ത്ര്യം, ആവിഷ്ക്കാരം - ഇവയെയെല്ലാം സാർത്ഥകമാക്കുന്ന മൂല്യം.

നീതിശാസ്ത്രത്തിന്റെ ചരിത്രബദ്ധതയെക്കുറിച്ചെഴുതുന്ന വേളയിൽ ആനന്ദ് നീതിബോധത്തിന്റെ വിഫലീകരണത്തിന് കാരണമായി ഒരു വസ്തുത ചൂണ്ടിക്കാണിക്കുന്നുണ്ട്. ചരിത്രത്തിന്റെ വിവിധ അടരുകളിൽ നീതിബോധം പ്രത്യക്ഷപ്പെട്ടുകൊണ്ടിരിക്കുന്നത് മൂല്യബോധത്തിലെ വിപ്ലവമെന്ന നിലയിലല്ല; മറിച്ച് അന്നന്നത്തെ സാമൂഹ്യസാമ്പത്തിക സാഹചര്യങ്ങളുടെ സന്തതികളെന്ന നിലയ്ക്കോ നിർണ്ണായകവർഗ്ഗത്തിന്റെ തത്ത്വശാസ്ത്രമെന്ന നിലയ്ക്കോ ആയിരുന്നുവെന്ന് ആനന്ദ് എഴുതുന്നു. വിഫലവും വികലവുമായ നീതിശാസ്ത്രത്തിന്റെയും രാഷ്ട്രതന്ത്രത്തിന്റെയും ഹേതു ഇതാണ്. ഇങ്ങനെ ഒരു ഭൗതികാവസ്ഥയുടെ പ്രകരണനിഷ്ഠതയ്ക്ക് പുറത്തുള്ള കേവലനീതിയെയാണ് വികലീകരിക്കപ്പെടാത്തതും വിഫലീകരിക്കപ്പെടാത്തുമായ

നീതിയായി ആനന്ദ് പരിഗണിക്കുന്നത്. ഇത്തരമൊരു നീതിസങ്കൽപ്പത്തെ മുൻനിർത്തി മനുഷ്യാവസ്ഥയെ വിശദീകരിക്കാനാണ് ആനന്ദിന്റെ ശ്രമം. വർഗ്ഗഘടന ഉളവാക്കുന്ന നീതിശാസ്ത്രം, അതിൽനിന്നു പിറക്കുന്ന രാഷ്ട്രതന്ത്രം, ഇവയുടെ സംശ്ലേഷണം വഴി രൂപപ്പെടുന്ന മൂല്യബോധം, അതിനാൽ രചിക്കപ്പെടുന്ന സംസ്കാരം എന്ന നിലയിൽ ഇക്കാലമത്രയും നിലനിന്ന ക്രമത്തിനു പകരം മൂല്യബോധത്തിൽനിന്നും പിറവികൊള്ളുന്ന നീതിശാസ്ത്രം, അത് ജന്മംനൽകുന്ന രാഷ്ട്രതന്ത്രം, നീതിശാസ്ത്രത്താൽ നിർണ്ണീതമായ വർഗ്ഗഘടന ഇങ്ങനെയൊരു ക്രമം ഭാവിയിലുളവായേക്കാം എന്ന് അദ്ദേഹം പ്രതീക്ഷിക്കുന്നു. ഇവിടെ ആദികാരണമായി അവതരിപ്പിക്കപ്പെടുന്ന സംസ്കാരവും മുൻപ് ചൂണ്ടിക്കാണിച്ച നീതിബോധത്തെപ്പോലെ ഒരു കേവലസത്തയാണ്. ആശയങ്ങൾക്ക് ചരിത്രസൃഷ്ടിയിൽ വലിയ ഒരു പങ്ക് വഹിക്കാനാകും എന്ന വസ്തുത മാർക്സിയൻ ചിന്താഗതിയിൽ അന്തർഭൂതമാണെന്ന് ഈയൊരു നിഗമനത്തിന്റെ സാധൂകരണമെന്ന നിലയിൽ ആനന്ദ് എഴുതുന്നുണ്ട്. ചരിത്രപ്രകരണങ്ങൾക്ക് പുറത്ത്, ചരിത്രനിർമ്മിതിയുടെ ആദികാരണമാകാവുന്ന ഒരാശയത്തെ മാർക്സിസം അംഗീകരിച്ചുകൊടുക്കുമെന്ന് ആനന്ദ് പ്രതീക്ഷിക്കുന്നതായാണ് തോന്നുന്നത്. വാസ്തവത്തിൽ ഇവിടെയെല്ലാം വലിയൊരളവോളം ആധുനികത ദൃഢീകരിച്ചെടുത്ത ദ്വന്ദ്വാത്മകയുക്തിയെ പിൻപറ്റുകയാണ് ആനന്ദ് ചെയ്യുന്നത്. ആശയം/ഭൗതികം, ചിന്ത/പ്രവൃത്തി, സത്ത/ആവിഷ്ക്കാരം, നീതിബോധം/നീതിശാസ്ത്രം എന്നിങ്ങനെ തുടരുന്ന വിപരീതങ്ങളുടെ ഒരു പരമ്പരയാണ് ആനന്ദിന്റെ വിചാരലോകത്തെ നിർണ്ണയിക്കുന്നത്. ഒരു ഉദ്ബുദ്ധകലാപത്തിൽ നിന്ന് ഉളവാകുന്നതും വർഗ്ഗഘടനയുടെ താൽപര്യങ്ങളെയപ്പാടെ മറികടക്കുന്ന നീതിബോധത്തിന് കാരണഭൂതമാകുന്നതുമായ സംസ്കാരമെന്ന ശുദ്ധസത്ത ഇങ്ങനെയൊരു വിചാരത്തിന്റെ താവഴിയിൽ പിറന്നതാണ്. കളങ്കസ്പർശമില്ലാത്ത ഈയൊരു ആദികാരണത്തെ കണ്ടെടുക്കാനും വിശദീകരിക്കാനുമാണ് ജൈവമനുഷ്യൻ പണിപ്പെടുന്നത്. പുതിയ ഭാഷയിൽ നീതി ആനന്ദിന്റെ ചിന്തയിൽ 'സാന്നിദ്ധ്യത്തിന്റെ അതിഭൗതികമായി' നിലനിൽക്കുന്നു എന്ന് പറയാം.

നൈതികമായി നിർണ്ണയിക്കപ്പെടേണ്ട ഒരു കേവലസത്തയായി മനുഷ്യനെ വിലയിരുത്തുകയും അത്തരമൊരു മനുഷ്യന്റെ നോട്ടക്കോണിലൂടെ ചരിത്രത്തിന്റെ വ്യത്യസ്ത അടരുകളെ നോക്കിക്കാണുകയും ചെയ്യുന്ന ഒരു നിലപാടാണ് 'ജൈവമനുഷ്യനെ' നിർണ്ണയിക്കുന്നത്. ഈ നൈതികതയുടെ മാനദണ്ഡങ്ങൾ ആനന്ദ് കണ്ടെത്തുന്നത് ആധുനികം എന്നു വിളിക്കാ

വുന്ന ഒരു ചരിത്രസന്ദർഭത്തിനകത്തുനിന്നാണ് താനും. ഇങ്ങനെ മനുഷ്യാവസ്ഥയെക്കുറിച്ചുള്ള ആനന്ദിന്റെ വിലയിരുത്തലുകൾ ആധുനികത ജന്മം നൽകിയ  കാഴ്ചവട്ടത്തിനുള്ളിൽതന്നെ അരങ്ങേറുന്ന ഒന്നായിത്തീരുന്നു. പക്ഷേ ആധുനികത എന്ന ചരിത്രാനുഭവത്തിന്റെ ഇങ്ങേത്തലപ്പു വരെ - ആധുനികതാവാദവും പിന്നീട് ആധുനികാനന്തര വിചാരങ്ങളുമായുള്ള മുഖാമുഖവും വരെ - പിന്നിട്ടുപോന്നതിനാൽ ആധുനികതയുടെ ദൃഢനിശ്ചയങ്ങളേക്കാൾ പിന്നാലെയെത്തിയ സംശയങ്ങളേയാണ് അദ്ദേഹം കൂടുതലായി അഭിസംബോധന ചെയ്യുന്നത്. ഇങ്ങനെ രൂപപ്പെടുന്ന ഒരു ഉഭയാവസ്ഥയുടെ അടയാളങ്ങളാണ് ജൈവമനുഷ്യനിലെ വിമർശനസ്വരങ്ങൾ. ആധുനിതയുടെ വിചാരമാതൃകയ്ക്കുള്ളിൽ (Paradigm) തന്നെ നിന്നുകൊണ്ട് ആധുനികതയുടെ പ്രതിസന്ധികളിലേക്ക് നോക്കുകയാണ് ആനന്ദ്. തന്നെത്താൻ നോക്കുന്ന ഈയൊരു നോട്ടപ്പാടാണ്, ആധുനികതയുടെ ആത്മവിമർശനം എന്ന നിലയാണ്, അതിഭൗതികയുടെ എല്ലാ പരിമിതികൾക്കുമപ്പുറം ജൈവമനുഷ്യന് സവിശേഷമായ വിമോചകമൂല്യം നൽകുന്നത്.

മനുഷ്യനെ അവനേക്കാൾ വിശാലമായ ഒന്നിന്റെ ഒരംശമായി പരിഗണിച്ചുകൊണ്ടേ മനുഷ്യാവസ്ഥയെക്കുറിച്ചുള്ള സാർത്ഥകമായ ചർച്ചകൾ സാദ്ധ്യമാകൂ എന്ന് ആനന്ദ് ജൈവമനുഷ്യന്റെ തുടക്കത്തിൽ പറയുന്നുണ്ട്. ചരിത്രത്തെ സംസ്കാരത്തിലേക്ക് വെട്ടിച്ചുരുക്കുന്ന മനുഷ്യകേന്ദ്രിതസമീപനവും (Anthropocetnrism) ഹ്യൂമനിസം എന്ന മാനവികതത്ത്വശാസ്ത്രവും മനുഷ്യനെ കൂടുതൽ കൂടുതലായി മനുഷ്യനാൽ മാത്രം നിറയ്ക്കാൻ ശ്രമിച്ചതിലെ വൈരുദ്ധ്യങ്ങളിലേക്ക് ആനന്ദ് നമ്മെ ക്ഷണിക്കുകയും ചെയ്യുന്നു. ഇവിടെ പരഗണിക്കപ്പെടാതെ പോകുന്ന വസ്തുത നിറയ്ക്കപ്പെട്ട മനുഷ്യനും നിറയ്ക്കപ്പെടാൻ ഉപയോഗിക്കപ്പെട്ട മനുഷ്യനും കേവലസത്തകളല്ല എന്നതാണ്. മാനവവാദത്തിന്റെ വ്യവഹാരസന്ദർഭത്തിന് പുറത്തുനിൽക്കുന്ന കേവലമനുഷ്യനെക്കുറിച്ച് സംസാരിക്കുന്നതിലൂടെ മാനവവാദത്തിലുൾച്ചേർന്നുകിടക്കുന്ന വംശീയ, പുരുഷാധികാര, പ്രകൃതിചൂഷക ഘടകങ്ങളെ അഭിസംബോധന ചെയ്യാനാവില്ല. ആനന്ദിന്റെ ചിന്തയിൽ ചരിത്രമുക്തനായ ഇത്തരമൊരു കേവലമനുഷ്യന് നായകപദവിയുണ്ട്. ജൈവമനുഷ്യൻ എന്ന് വിളിക്കുമ്പോഴും അത് ചരിത്രേതരമായി തന്നെയാണ് തുടരുന്നത്. പ്രകൃതിയുടെ സർവ്വാർത്ഥങ്ങളും സംഭരിക്കപ്പെട്ട, പ്രകൃതിയെ അറിയുന്ന, പ്രകൃതിയിൽ സ്വയമറിയുന്ന ഒരതീതനായകൻ ഇവിടെ ഭാവന ചെയ്യപ്പെട്ടിരിക്കുന്നു. മനുഷ്യനാൽ മാത്രം നിറയ്ക്കപ്പെടാത്ത, പ്രകൃതിയാലും വിശാലപ്രപഞ്ചത്താലും നിറയ്ക്കപ്പെട്ട ഈ ജൈ

ജവമനുഷ്യൻ നവോത്ഥാനാനന്തര പാശ്ചാത്യജീവിതത്തിൽ ഉയിരെടുത്ത നിരവധി ദാർശനികധാരണകളെ സംഗ്രഹിക്കുന്ന ജ്ഞാനബിംബംതന്നെയാണ്. ആധുനികതയുടെ ഒരതീതബിംബം.

പരിണാമം ജീവിതത്തിലൂടെ സാധിച്ചതെന്ത് എന്ന് ആരായുന്ന വേളയിൽ ആനന്ദ് ഈ പ്രശ്നത്തിൽ വീണ്ടും വന്നുമുട്ടുന്നുണ്ട്. പ്രാകൃതികമായ ആദിചലനത്തെ ലക്ഷ്യോന്മുഖമാക്കുകയാണ് പരിണാമത്തിന്റെ സാരം എന്നദ്ദേഹം വിശദീകരിക്കുന്നു. പ്രാകൃതികമായ ആദിചലനം എന്ന പരികല്പന അതിഭൗതികമായ ഒരു സാന്നിദ്ധ്യത്തെ സ്വയം ഏറ്റെടുക്കുന്ന ഒന്നാണ്. ജന്തുജാലങ്ങളുടെ പടവുകൾ കടന്ന് മനുഷ്യനെന്ന ഇനത്തിൽ ബോധത്തെ നടുന്ന, സ്വന്തം കൃത്യങ്ങളിലൊന്നിനെ മനുഷ്യനിലേക്ക് പകരുന്ന, ഈ ആദിചലനം ഏറെക്കുറെ പരിണാമത്തിലൂടെ സ്വയം പ്രകാശിക്കുന്ന കേവലചൈതന്യം തന്നെയാണ്. ലക്ഷ്യോന്മുഖപ്രയാണം എന്ന ആനന്ദിന്റെ വിശദീകരണം ഇക്കാര്യം കൂടുതൽ നന്നായി വെളിപ്പെടുത്തുന്നുമുണ്ട്. ഹെഗേലിയൻ ചരിത്രദർശനത്തിന്റെ താവഴിയിൽ പിറന്ന (ആധുനിക ദേശ-രാഷ്ട്രത്തിൽ പൂർണ്ണത കൈവന്നതായി ഹെഗൽ സ്വയം കരുതിയ) ലക്ഷ്യോന്മുഖപ്രയാണത്തിന്റെ ലക്ഷ്യസ്ഥാനം മാറിയതുകൊണ്ടു മാത്രം അതിലുൾച്ചേർന്ന അതിഭൗതികതയെ നിരസിക്കാനാവില്ല. പ്രബുദ്ധതായുഗത്തിന്റെ നിർമ്മിതിയായ മനുഷ്യമഹത്ത്വകൽപനകളോട് പ്രത്യക്ഷത്തിൽ ഏറ്റുമുട്ടാനൊരുങ്ങുമ്പോൾതന്നെ പ്രബുദ്ധതായുഗത്തിന്റെ മനുഷ്യമഹത്ത്വകല്പനകളും സൈദ്ധാന്തികനിഗമനങ്ങളും ആനന്ദിന്റെ ചിന്താലോകത്തിലേക്ക് മടങ്ങിയെത്തുന്നു എന്നാണിതിനർത്ഥം.

പ്രകൃതിയുടെ ചില അംശങ്ങളെ പ്രകൃതിയിൽനിന്നും അന്യവത്കരിക്കുകയാണ് ജീവിതം എന്ന നിഗമനം മനുഷ്യാസ്ഥയെ സംബന്ധിക്കുന്ന സുപ്രധാനനിരീക്ഷണമായി തുടർന്ന് ഒരു സന്ദർഭത്തിൽ ആനന്ദ് അവതരിപ്പിക്കുന്നു. പ്രകൃതിയിൽനിന്നും അടർന്ന് ജീവിയായും സമൂഹത്തിൽനിന്നും അടർന്ന് വ്യക്തിയായും മാറുന്ന മനുഷ്യൻ വീണ്ടും സമൂഹത്തെയും പ്രകൃതിയെയും കണ്ടെടുക്കുന്നതിലൂടെയാണ് മാനുഷികമായ ക്രിയാമണ്ഡലം രൂപപ്പെടുന്നതെന്നും ആനന്ദ് അഭിപ്രായപ്പെടുന്നു. പ്രകൃതി/മനുഷ്യൻ, വ്യക്തി/സമൂഹം എന്നിങ്ങനെ വിപരീതദ്വന്ദ്വങ്ങളായി പിളർക്കപ്പെട്ട സാകല്യങ്ങളാണ് ഈ ചിന്തയുടെ കേന്ദ്രം. ഇതാകട്ടെ പ്രബുദ്ധതായുഗത്തിന്റെ വിപരീതദ്വന്ദ്വകല്പനയിലൂടെ ഉരുത്തിരിഞ്ഞ വിചാരഗതിയാണ് താനും. മനുഷ്യാവസ്ഥയിൽ ഒഴിവാക്കാനാവാത്തവിധം അന്യവത്കരണം സംഭൃതമായിരിക്കുന്നു എന്ന നിരീക്ഷണത്തിലേക്ക് ആനന്ദ് ചെന്നെത്തുന്ന

തും ഇങ്ങനെയാണ്. പ്രകൃതിയിൽനിന്ന് വേർപെട്ട് ജീവികളായി രൂപാന്തരപ്പെടുമ്പോഴും, സമൂഹത്തിൽനിന്ന് ഉയർന്ന് വ്യക്തികളായി ഉരുത്തിരിയുമ്പോഴും മനുഷ്യൻ അനിവാര്യമായ വിധത്തിൽ അന്യവൽക്കരണത്തിന് വിധേയമാകുന്നതായി ആനന്ദ് വിശദീകരിക്കുന്നുണ്ട്. ഈ അന്യവത്കരണമാണ് പ്രകൃതിയെ വീണ്ടെടുക്കുന്ന പുനഃസംയോഗത്തിലേക്ക് മനുഷ്യനെ ആനയിക്കുന്നതും അസ്തിത്വത്തെ അർത്ഥപൂർണ്ണമാക്കുന്നതും. ശാരീരികാസ്തിത്വത്തിന് ശ്വാസോച്ഛ്വാസം അനിവാര്യമായിരിക്കുന്നതുപോലെ ബോധതലത്തിലെ അസ്തിത്വത്തിന് അന്യവത്കരണം അനിവാര്യമായിരിക്കുന്നതായി ആനന്ദ് കരുതുന്നു. അന്യവത്കരണത്തിന് ഇവിടെ കൈവരുന്ന ചരിത്രേതരമായ സ്വയം സമ്പൂർണ്ണത അതിനെ ഒരു കേവലസത്തയാക്കി മാറ്റുന്നു. (അന്യവത്കരണം മുതലാളിത്തം പോലെ ഏതെങ്കിലുമൊരു ചരിത്ര സന്ദർഭത്തോട് ബന്ധപ്പെടുത്തി മാത്രം വിശദീകരിക്കപ്പെടേണ്ടതല്ല എന്ന് ആനന്ദ് മറ്റൊരിടത്ത് നിരീക്ഷിക്കുന്നുമുണ്ട്). ഇങ്ങനെ ആധുനികമനുഷ്യന്റെ അന്യതാബോധത്തെ സംസ്കാരത്തിലുടനീളം വേരോട്ടമുള്ള, സംസ്കാരത്തിന്റെ ആദികാരണമായിരിക്കുന്ന ഒന്നായാണ് ആനന്ദ് പരിഗണിക്കുന്നത്. ഇവിടെ നാം ചില സവിശേഷപ്രശ്നങ്ങൾ അഭിമുഖീകരിക്കേണ്ടിവരുന്നുണ്ട്. മനുഷ്യാവസ്ഥ എന്നാൽ അന്യവത്കരണത്തിന്റെ അവസ്ഥ കൂടിയാണെന്നുള്ള ആനന്ദിന്റെ നിഗമനം മനുഷ്യേച്ഛയെ ചരിത്രത്തിന്റെ നായകപദവിയിലേക്ക് തിരിച്ചുകൊണ്ടുവരാൻ പര്യാപ്തമാണ്. ഏകാകിയും ഒറ്റപ്പെട്ടവനുമായ മനുഷ്യൻ തന്റെ സൃഷ്ടിയിലൂടെ സമൂഹത്തോടും പ്രകൃതിയോടും സംവദിച്ചുകൊണ്ടാണ് അന്യവത്കരണത്തെ മറികടക്കുന്നത്. സൃഷ്ടി എന്ന സംയോഗാത്മക ക്രിയയിലൂടെ രൂപപ്പെടുന്ന സംസ്കൃതിയിലാണ് മാനുഷികമായ അന്യവത്കരണം മറികടക്കപ്പെടുന്നത്. ഈ സൃഷ്ടിയാകട്ടെ അന്യവത്കരണത്തിലൂടെ കൈവന്ന ബോധത്തിന്റെ ഉത്പന്നവുമാണ്. അന്യവത്കരണം മൂലം കൈവന്ന ബോധത്തിലൂടെ അന്യവത്കരണത്തെ മറികടക്കുന്ന ഈ പ്രക്രിയയുടെ കേന്ദ്രം ആനന്ദ് പലവട്ടം കയ്യൊഴിയാൻ ശ്രമിച്ച 'മഹാമനുഷ്യൻ' തന്നെയാണ്. ഇതുപോലെ, ആനന്ദിന്റെ ചിന്തയിൽ മനുഷ്യാവസ്ഥയിലെ ശാശ്വതമുദ്രയായി ഇടംനേടുന്ന അന്യവത്കരണം പ്രകൃതിയേയും സമൂഹത്തേയും 'മടങ്ങിയെത്തേണ്ട വീടുകളാക്കി' തീർക്കുന്നുമുണ്ട്. പ്രകൃതി, സമൂഹം, വ്യക്തി എന്നിവയെയെല്ലാം പരസ്പരം വേറിട്ടുനിൽക്കുന്നവയായി പരിഗണിക്കാതെ ഇത്തരം ഒരു മടങ്ങിവരൽ സാദ്ധ്യമാകില്ല. വാസ്തവത്തിൽ ഇത് ചരിത്രത്തിന്റെ ബലതന്ത്രങ്ങളെയപ്പാടെ പശ്ചാത്തല ചിത്രങ്ങളായിക്കാണുന്ന പഴയ യാന്ത്രികഭൗതികത്തിലെ ആശ

യാവലിയാണെന്ന് കാണാൻ ഏറെ പ്രയാസമൊന്നുമില്ല. ചരിത്ര നിരപേക്ഷമായ അന്യവത്കരണവും ചരിത്രത്തിന്റെ പ്രകരണ നിഷ്ഠതയുടെ പശ്ചാത്തലവത്കരണവും ഒത്തുചേരുന്ന - അതിഭൗതികവും യാന്ത്രികഭൗതികവും കൈകോർക്കുന്ന - ഒരു വിചാരപരിസരമാണിവിടെ രൂപപ്പെടുന്നത്. ആധുനികത എന്ന ചരിത്ര/ഭൗതിക സന്ദർഭത്തിൽ ഉള്ളടങ്ങിയ പ്രതിസന്ധികളെ അതിന്റെ പ്രകരണത്തിനപ്പുറത്തേക്ക് വലിച്ചുനീട്ടുകയും ആധുനികതയുടെ യുക്തിവിചാരത്തിനകുവച്ചുതന്നെ അതിന് പരിഹാരം നിർദ്ദേശിക്കാനൊരുങ്ങുകയും ചെയ്യുന്നതിലെ വൈരുദ്ധ്യമാണ് ഒരേസമയം മാനവവാദത്തിന്റെയും സത്താവാദത്തിന്റെയും വഴികളിലേക്ക് ആനന്ദിനെ നയിക്കുന്നത്.

പ്രകൃതിയിൽ നിന്നുള്ള വേറിട്ടുമാറലാണ് മനുഷ്യാവസ്ഥയിലേക്കുള്ള ആദ്യപടി എന്ന നിഗമനത്തിന്റെ തുടർച്ചയായി ഉത്പാദനത്തെ അടിസ്ഥാനമാക്കി ജീവിക്കാൻതുടങ്ങുന്നതോടെയാണ് മനുഷ്യന്റെ സ്വാധീനതാനാശം ആരംഭിക്കുന്നതെന്ന നിഗമനവും ഈ കൃതി മുന്നോട്ടുവയ്ക്കുന്നു. ഉത്പാദകനായ മനുഷ്യൻ അന്യവത്കരിക്കപ്പെട്ടവനാകുന്നു. ഇവിടെ നിന്ന് ഉത്പാദനത്തിലൂടെ മനുഷ്യൻ സ്വാതന്ത്ര്യം കൈവരിക്കുന്നു എന്ന വിപരീത നിഗമനത്തിലേക്കും ആനന്ദ് പിന്നാലെ എത്തിച്ചേരുന്നുണ്ട്. ഈ വിപരീതനിലകളെ സയുക്തികമാക്കുവാൻ കഴിയുക അന്യവത്കരണത്തിലൂടെ കൈവരുന്ന സ്വാതന്ത്ര്യം മനുഷ്യനെ ഉത്പാദകനാക്കുകയും അത് പ്രാഥമികമായ അന്യവത്കരണത്തെ മറികടക്കുന്ന സംയോഗാത്മകക്രിയയായി തീരുകയും ചെയ്യുന്നു എന്ന വിശദീകരണത്തിലൂടെയാണ്. പക്ഷേ, ഈസംയോഗാത്മകക്രിയയും അന്യവത്കരണത്തിലൂടെ കൈവരുന്ന സ്വാതന്ത്ര്യത്തിന്റെ ഫലം എന്ന നിലയിൽ അന്യവത്കരണത്തിന്റെ മുദ്ര പതിഞ്ഞതാണ്. ഉത്പാദനം പ്രാഥമികമായി സ്വാധീനതാനാശമാണ് എന്ന് പരിഗണിക്കുന്നതോടെ ഏത് വിധത്തിലുള്ള ഉത്പാദനത്തിനും സ്വാധീനതയുടെ വീണ്ടെടുക്കലിലേക്ക് വഴിതുറക്കാനാവില്ലെന്ന് വരും. ഉത്പാദനപ്രക്രിയയിലുൾച്ചേർന്ന വൈരുദ്ധ്യത്തെ-കീഴ്പ്പെടലിന്റേതും അതിജീവനത്തിന്റേതുമായ നിലകളെ - പരിഗണിക്കാത്തതിനാലാണ്, അത് സ്വാധീനതാനാശമാണെന്ന, കാല്പനികത പലരൂപങ്ങളിൽ ആവർത്തിച്ച ശുദ്ധിനാശത്തെ അനുസ്മരിപ്പിക്കുന്ന, നിലപാടിലേക്ക് ആനന്ദിന് എത്തിപ്പെടേണ്ടിവരുന്നത്. ആനന്ദിന്റെ ചിന്തയിൽ ഉത്പാദനപ്രക്രിയതന്നെയാണ് അന്യവത്കരണത്തിനും സ്വാധീനതാനാശത്തിനും കാരണമാകുന്നത്. സംയോഗാത്മകക്രിയ ഉത്പാദനപ്രക്രിയയിലുൾച്ചേർന്ന അന്യവത്കരണത്തേയും സ്വാധീനതാനാശത്തേയും എങ്ങിനെ മറികടക്കും എന്നതിന് ജൈവമ

നുഷ്യൻ ഉത്തരം തരുന്നില്ല. ഉത്പാദനപ്രക്രിയയെ ഏകാത്മകമായി മനസ്സിലാക്കുന്നതാണ് ആനന്ദിനെ ഈ വിഷമവൃത്തത്തിലേക്ക് നയിക്കുന്നത്. പ്രകൃതിയിൽനിന്ന് വേറിട്ടുമാറുകയല്ല, പ്രകൃതിയുടെ തുടർച്ചയായി ഭിന്നരൂപങ്ങളിൽ തുടരുകയാണ് ഉത്പാദനപ്രക്രിയയുടെ കാതൽ എന്ന് കാണാതിരിക്കുന്നതു മൂലം വേറിട്ടുമാറലിനെ കേവലമായി പരിഗണിക്കാൻ ആനന്ദ് നിർബന്ധിതനാകുന്നു. വേറിട്ടുമാറിയ ഈ അവസ്ഥ പുനഃസംയോഗം ആവശ്യമാക്കിത്തീർക്കുകയും ചെയ്യുന്നു. പക്ഷേ വേറിട്ടുമാറലിന് വഴിവെച്ച അതേ പ്രക്രിയ മാത്രമേ പുനഃസംയോഗത്തിനും വഴി തുറക്കാൻ കെല്പുള്ളതായി അവശേഷിക്കുന്നുള്ളൂ. വാസ്തവത്തിൽ ഉത്പാദനം, അന്യവത്കരണം എന്നിവയെ ചരിത്രേതരമായ കേവലതയായി പരിഗണിക്കുന്ന താണ് ആനന്ദിനെ പ്രതിസന്ധിയിലാക്കുന്നത്. അതോടെ അസ്തിത്വത്തിന്റെ അന്തിമവിധിയെക്കുറിച്ച് സംസാരിക്കാൻ ആനന്ദ് നിർബന്ധിതനാകുന്നു. അങ്ങിനെയാണ് മനുഷ്യാവസ്ഥ ശാശ്വതമായ ഒരു 'ഉദ്വിഗ്നത'യിൽ ആണ്ടുപോകുന്നതായി വിലയിരുത്തപ്പെടുന്നത്. അന്യവത്കരണം എന്ന ആദിഹേതുവിൽ നിന്നും പിറവികൊള്ളുന്നു എന്നതിനാൽ 'ശൂന്യതയുടേയും നാശത്തിന്റേയും ഇടയിൽ വർത്തിക്കാൻ വിധിക്കപ്പെട്ട വിചിത്രാവസ്ഥ'യായി മാനുഷികാസ്തിത്വത്തെ മനസ്സിലാക്കാൻ ആനന്ദ് നിർബ്ബന്ധിതനാകുന്നു. ഒട്ടുവളരെ സംശയങ്ങളോടെ തന്നെയാണെങ്കിലും, ആനന്ദിന്റെ അന്വേഷണങ്ങൾ, അദ്ദേഹത്തെ ആധുനികതയുടെ ജ്ഞാനസമുച്ചയത്തിലേക്ക് തന്നെ മടക്കിക്കൊണ്ടുപോകുന്നു. മനുഷ്യനിലെ അതിഭൗതികസത്ത അവിടെ പല രൂപങ്ങളിൽ അവശേഷിക്കുന്നു; കേവലനീതിയായി, പ്രാകൃതികമായ ആദിചലനമായി, മനുഷ്യാസ്തിത്വത്തെ നിർണ്ണയിക്കുന്ന അന്യവത്കരണമായി, സ്വാതന്ത്ര്യേച്ഛയായി, സംയോഗാത്മകക്രിയയായി അതവിടെയുണ്ട്. എങ്ങിനെയൊക്കെ കുടഞ്ഞെറിഞ്ഞിട്ടും പിന്നെയും പിറകെയെത്തുന്ന ആദിഭൂതം.

## ചരിത്രം എന്ന ഏകാങ്കനാടകം

സത്താവാദപരമായ ഈയൊരു സമീപനം തന്നെയാണ് ആനന്ദിന്റെ ചരിത്രാന്വേഷണങ്ങളുടേയും അടിത്തറ. ഭൂതകാലത്തിലരങ്ങേറിയ സംവാദങ്ങളെ അവയെ നിർണ്ണയിച്ച ബഹുമുഖമായ ബലതന്ത്രങ്ങൾക്കകത്തുവച്ചല്ലാതെ നീതി, സ്വാതന്ത്ര്യം എന്നിങ്ങനെയുള്ള കേവലസങ്കല്പങ്ങളോടു ചേർത്തുവച്ച് പരിശോധിക്കാനും അർത്ഥനിർണ്ണയം നടത്താനുമാണ് അദ്ദേഹം ശ്രമിക്കുന്നത്. പ്രബുദ്ധതായുഗത്തിന്റെ വിചാരമാതൃകയ്ക്കുള്ളിൽ പിറവിയെടുത്തവ തന്നെയാണ് ഈ സങ്കല്പനങ്ങളോരോന്നും. ഇവയെ

ചരിത്രത്തിലുടനീളം വേരോടിപ്പടർന്നുനിൽക്കുന്ന ഏകശിലാത്മകമായ പ്രേരണകളായി പരിഗണിക്കുക വഴി സ്വന്തം ചരിത്രാനുഭവത്തിന്റെ അർത്ഥമണ്ഡലത്തെ മുഴുവൻ മനുഷ്യരാശിയിലേക്കും വ്യാപിപ്പിക്കുകയാണ് ആനന്ദ് ചെയ്യുന്നത്. ഇത് ആധുനികതയിലെ 'വിശ്വമാന'വന്റെ പുനരവതാരം തന്നെയാണ്. ('ബൂർഷ്വാസി സ്വന്തം മാതൃകയിൽ ലോകത്തെ സൃഷ്ടിക്കുന്നു'വെന്ന് പറയപ്പെട്ടിട്ട് ഒന്നര നൂറ്റാണ്ട് കഴിഞ്ഞിരിക്കുന്നു). വാസ്തവത്തിൽ ഏതൊരു ചരിത്രാനുഭവവും അതിസങ്കീർണ്ണമായ എത്രയോ ബലങ്ങളുടെയും വിഭിന്നപ്രേരണകളുടെയും ആവർത്തനക്ഷമമല്ലാത്ത കൂടിക്കലരൽ വഴിയാണ് രൂപപ്പെടുന്നത്. ഒരേ പേരുകൊണ്ട് അഭിസംബോധന ചെയ്യപ്പെടുമ്പോഴും, ഈ ഓരോ ചരിത്രസന്ദർഭവും ഉൾക്കൊള്ളുന്ന നീതി, സ്വാതന്ത്ര്യം തുടങ്ങിയ പരികല്പനകളുടെ പൊരുൾ പരസ്പരഭിന്നമായിരിക്കും. ഈ ഭിന്നസന്ദർഭങ്ങളെ ചേർത്തുവയ്ക്കാൻ നമ്മെ സഹായിക്കുന്ന മികച്ച ഏകകങ്ങളിലൊന്ന് ഉത്പാദനസംവിധാനത്തെ നിർണ്ണയിക്കുന്ന ഭൗതികാസ്പദങ്ങളുടെ സ്വഭാവവും സ്വരൂപവും തന്നെയാണ്. പക്ഷേ, ഇവപോലും സമൂഹരൂപവത്കരണത്തിന്റെ വ്യത്യസ്ത സന്ദർഭങ്ങളിൽ (ഉത്പാദനബന്ധങ്ങൾ എന്നനിലയിൽ സദൃശ്യത പുലർത്തുമ്പോൾ തന്നെ), പുലർത്തുന്ന വൈജാത്യങ്ങൾക്ക് ചരിത്രാന്വേഷണത്തിൽ നിർണ്ണായക പ്രാധാന്യമുണ്ട്. (ഇന്ത്യൻ ഫ്യൂഡലിസത്തെക്കുറിച്ചുള്ള സമകാലിക സംവാദം ഇവിടെ പ്രസക്തമാണെന്നു തോന്നുന്നു. ആദിമധ്യകാലം (early medieval period) മുതലുള്ള ഉത്തരഭാരതജീവിതത്തെ സംബന്ധിച്ച് ഭൗതികവാദപരമായ പൊതുനിഗമനങ്ങൾ പങ്കുവയ്ക്കുന്നവർ തന്നെ ഫ്യൂഡലിസം ഇന്ത്യയിലുണ്ടന്നും ഇല്ലെന്നും വാദിക്കുന്ന വിധത്തിൽ വേറിട്ടുനിൽക്കുന്നത് നമുക്കവിടെ കാണാം). ചരിത്രനിർമ്മിതിയിലുൾച്ചേർന്ന ഭൗതികാസ്പദങ്ങളേക്കാൾ എത്രയോ ഏറിയ തോതിൽ അമൂർത്തവും പ്രത്യയശാസ്ത്രഭരിതവും പ്രകരണനിഷ്ഠവുമാണ് നീതി, സ്വാതന്ത്ര്യം തുടങ്ങിയ ഏകകങ്ങൾ. ഇരുമ്പിന്റെ ഉപയോഗം ഒരു സംസ്കൃതിയിലുളവാക്കിയ പരിവർത്തനങ്ങളെക്കുറിച്ച് പറയുന്നതുപോലെയല്ല ആ ജനതയുടെ നീതിബോധം അവരുടെ സമൂഹഘടനയെ നിർണ്ണയിച്ചതെങ്ങിനെയെന്ന് വിശദീകരിക്കുന്നത്. (കല്ലും ചെമ്പും ഇരുമ്പും കൃഷിയും ഉത്പാദനരീതികളും ഉത്പാദന ഉപാധികളും എല്ലാം ഭാഷാപ്രശ്നങ്ങളാണെന്ന് കരുതുന്ന ഒരുതരം ഉത്തരാധുനിക ചരിത്രചിന്തയിൽ ഇതൊന്നും ഒട്ടും അത്ര പ്രസക്തമാവില്ല! ഭാഗ്യവശാൽ ചരിത്ര പ്രശ്നങ്ങളെയപ്പാടെ ആഖ്യാനത്തിന്റെ പാഠപരതയിലേക്ക് ചുരുക്കിക്കെട്ടുന്നവരിൽ ഒരാളായി ആനന്ദ് അല്പംപോലും മാറിത്തീർന്നിട്ടില്ല). ഉത്

പാദനരീതി ഉൾപ്പെടെയുള്ള ഏതെങ്കിലുമൊരു ഏകകത്തെ മാത്രം മുൻനിറുത്തുന്ന യാന്ത്രികമായ ചരിത്രവിചാരങ്ങൾ ചരിത്രത്തെ അതിഭൗതികമായ വിശദീകരണങ്ങളിൽ കൊണ്ടുചെന്നു തളയ്ക്കും എന്നിരിക്കേ ചരിത്രേതരമായ നീതി, സ്വാതന്ത്ര്യം തുടങ്ങിയ ആശയങ്ങളെ കേന്ദ്രമാക്കുന്ന ചരിത്രചിന്ത അന്തിമമായി അതിനെ ഒരേകാങ്കനാടകമാക്കി തീർക്കും. പഴയ ഒരു തലക്കെട്ട് കടമെടുത്താൽ ചരിത്രം അവിടെ 'അതേ കഥയുടെ പുനരാഖ്യാനം' മാത്രമായി അവസാനിക്കും. ആനന്ദിന്റെ ചരിത്രവിചാരം ഇങ്ങിനെയൊരു വഴിയിലേക്ക് എത്തിപ്പെടുന്നുണ്ട്.

മദ്ധ്യേഷ്യയിൽനിന്നും സിന്ധു ഗംഗാതടത്തിലേക്ക് ആര്യന്മാരെ നയിച്ചത് സ്വാതന്ത്ര്യത്തോടുള്ള അവരുടെ അമിതമായ ആവേശമായിരുന്നു എന്ന് ആനന്ദ് എഴുതുന്നു. ഗംഗാതടങ്ങളിലെ ജീവിതവും കാർഷികവൃത്തിയും ഈ സ്വാതന്ത്ര്യാവേശത്തെ മയപ്പെടുത്താനും സാർത്ഥകമാക്കാനും അവർക്കവസരം നൽകി. ഒരിക്കലും കെട്ടടങ്ങാതെ ഇടയ്ക്കിടെ പിൻവാങ്ങി നില്ക്കുക മാത്രം ചെയ്യുന്ന ഈ സ്വാതന്ത്ര്യമോഹം പലായനങ്ങളും കീഴടങ്ങലുകളും അഭയംതേടലുകളും കൊണ്ട് മുദ്രകുത്തപ്പെട്ട ചരിത്രത്തിന്റെ പിന്നാമ്പുറത്ത് എപ്പോഴുമുണ്ടായിരുന്നതായും ആനന്ദ് കരുതുന്നുണ്ട്. ചരിത്രം ഈ സ്വാതന്ത്ര്യേച്ഛയുടെ ഇതൾവിരിയലാണ്. ഉത്പാദനപ്രക്രിയയിൽ ഉടലെടുക്കുന്ന വൈരുദ്ധ്യങ്ങൾ സൃഷ്ടിക്കുന്ന അസ്വാതന്ത്ര്യമാണ് വർഗ്ഗസമരങ്ങൾക്ക് വഴിതുറക്കുന്നതെന്നും ആ അർത്ഥത്തിൽ വർഗ്ഗസമരം തന്നെയും മാനുഷികമായ സ്വാതന്ത്ര്യേച്ഛയുടെ ആവിഷ്ക്കാരമാണെന്നും ആനന്ദ് തുടർന്നുപറയുന്നുണ്ട്. ഇവിടെ ചരിത്രാനുഭവങ്ങൾ ഒരു ഏകാത്മകാനുഭൂതിയുടെ ചരടിൽ കോർക്കപ്പെട്ട, അതിഭൗതികമായ ഒരു നൈരന്തര്യമായാണ് അവതരിപ്പിക്കപ്പെടുന്നത്. ചരിത്രാനുഭവങ്ങൾ അവയുടെ ബഹുമുഖപ്രേരണകളിൽനിന്നും പ്രഭവങ്ങളിൽനിന്നും വിടുതിനേടി ആധുനികതയുടെ യുക്തിവിചാരത്തിന്റെ മണ്ഡലത്തിലെ ഒരു കേന്ദ്രപ്രശ്നമായി - അത് നീതിയോ, സ്വാതന്ത്ര്യമോ, വ്യക്തിയുടെ സ്വയം നിർണ്ണയക്ഷമതയോ, ആത്മസാക്ഷാത്ക്കാരമോ ആകാം - ഒതുങ്ങിക്കൂടുന്നു. ഈ വെട്ടിച്ചുരുക്കലിലൂടെ കൈവരുന്ന സമഗ്രതാബോധമാണ് സഹസ്രാബ്ദങ്ങൾക്ക് അപ്പുറവും ഇപ്പുറവുമുള്ള സംഭവങ്ങളെ മുൻനിർത്തിക്കൊണ്ട് മനുഷ്യാവസ്ഥയെ സംബന്ധിക്കുന്ന പൊതുവിധികൾ പ്രസ്താവിക്കാൻ ആനന്ദിനെ പ്രാപ്തനാക്കുന്നത്. ചരിത്രം ഒരു ദാർശനികപ്രമേയമായി സംഗ്രഹിക്കപ്പെടുന്നതോടെ ചരിത്രാനുഭവങ്ങളുടെ പ്രകരണനിഷ്ഠതയും ബഹുമുഖത്വവും ഉപേക്ഷിക്കപ്പെടുന്നു. (ചരിത്രദർശനവും (Philosophy of History) ചരിത്രസിദ്ധാന്തവും (Theory of History)

തമ്മിൽ വേർതിരിച്ച് മനസ്സിലാക്കേണ്ടതിന്റെ ആവശ്യകത വിശദീകരിക്കുന്ന വേളയിൽ അലക്സ് കാലിനിക്കോസ് ഇക്കാര്യം ചർച്ചചെയ്യുന്നുണ്ട്). ഇത് ചരിത്രത്തെ ചരിത്രേതരമായി പരിഗണിക്കുന്നതിൽ ചെന്നവസാനിക്കുകയും ചെയ്യുന്നു. അതിഭൗതികമായ ആശയാവലികൾക്കകത്ത് ചരിത്രത്തിന്റെ അന്തിമാർത്ഥം തിരയുന്ന ചരിത്രദർശനങ്ങൾക്ക് ആധുനികത ജന്മം നൽകിയതും ഇങ്ങനെയാണ്.

ചരിത്രാനുഭവങ്ങളെ ഏകാത്മകയോഗമാക്കിത്തീർക്കുന്ന ആധുനികപ്രവണതയ്ക്ക് ജൈവമനുഷ്യനിൽ എത്രയും ഉദാഹരണങ്ങളുണ്ട്. മഗധൻ രാഷ്ട്രതന്ത്രത്തിന്റെ തുടർച്ചയിൽ ഗുപ്തകാലത്തെ പ്രതിഷ്ഠിക്കുമ്പോഴും ഇസ്ലാമികകാലം നഗരവത്കരണത്തിന് പുറത്ത് ഗ്രാമീണസമ്പദ്ഘടനയായി തന്നെ തുടർന്നുപോന്നതായി വിവരിക്കുമ്പോഴും (ഇതൊക്കെ ചരിത്രവസ്തുതകൾ എന്ന നിലയിൽ പ്രാഥമികാർത്ഥത്തിൽ തന്നെ നിരസിക്കപ്പെടാവുന്ന നിഗമനങ്ങളാണ്) മദ്ധ്യേഷ്യൻ ആക്രമണങ്ങളെ കൊളോണിയലിസത്തിന്റെ മുന്നോടികളായി ഗണിക്കുമ്പോഴും (ആദ്യം മുസ്ലീം ആക്രമണകർത്താക്കൾ, പിന്നെ യൂറോപ്യൻ കൊളോണിയലിസ്റ്റുകൾ. ആരായാലും തങ്ങൾ അധീശശക്തകളാണെന്ന ബോധം അവർ ഒരിക്കലും മനസ്സിൽ നിന്ന് കളഞ്ഞില്ല എന്ന് ആനന്ദ്), മഗധയുടേയും സ്റ്റേറ്റ്കാപ്പിറ്റലിസത്തിന്റേയും സ്വാഭാവഘടന ഒന്നാണെന്ന് നിരീക്ഷിക്കുമ്പോഴും (മഗധൻ ഘട്ടത്തെ തുടർന്നുണ്ടായ നഗരവത്കരണത്തിന് ആധുനികമായ നഗരവത്കരണത്തോടും വ്യവസായ യുഗത്തോടുമുള്ള സാദൃശ്യം ആനന്ദിന്റെ പരിഗണനയിലുണ്ട്), ബൗദ്ധസംസ്കാരം കൂടി ഉൾപ്പെടുന്ന ഹൈന്ദവസംസ്ക്കാരം എന്ന വിശദീകരണത്തിന് തുനിയുമ്പോഴും, നഗരവത്കരണത്തിന്റെ ചാക്രികാവർത്തനങ്ങൾ എന്ന സങ്കല്പം മുന്നോട്ടുവയ്ക്കുമ്പോഴുമെല്ലാം ഈ ഏകാത്മക ദർശനമാണ് ആനന്ദിന്റെ ചരിത്രചിന്തയെ നിർണ്ണയിക്കുന്നത് (ഇതുപോലെ എണ്ണിയെടുക്കാവുന്ന ഉദാഹരണങ്ങൾ ഇനിയും എത്രവേണമെങ്കിലും ജൈവമനുഷ്യനിൽ ഉണ്ടുതാനും). ചരിത്രാനുഭവങ്ങളുടെ സൂക്ഷ്മസന്ദർഭങ്ങളെ മനസ്സിലാക്കുന്നതിലെ പരിമിതികൾ എന്ന നിലയിൽ ചുരിക്കിക്കാണാവുന്ന കാര്യമല്ല ഇത്. കാരണം ഈ പ്രമേയങ്ങളെ മുൻനിറുത്തിയാണ് ആനന്ദ് ചരിത്രത്തിന്റെ പൊരുൾ തിരയുന്നത്. സ്ഥിതിയെ ഗതിയാക്കുന്നതെന്ത് എന്ന ചോദ്യത്തിനുള്ള ഉത്തരം സ്ഥിതിയുടെ ഏകാത്മകസ്വരൂപത്തിൽ നിന്നുമാണ് കണ്ടെടുക്കപ്പെടുന്നത് എന്നുവരുമ്പോൾ സ്ഥിതിവിവരത്തിലെ (വിവരണത്തിലെ) പരിഗണനകൾ എന്തെന്ന ചോദ്യം പരമപ്രധാനമാവുന്നു. സ്ഥിതിയുടെ ഏകാത്മകസംയോഗത്തിൽ നിന്നും ചരിത്രത്തെ

അർത്ഥനിർണ്ണയം ചെയ്യുന്ന ഒരു സമീപനരീതിയെ വിശകലനം ചെയ്യാൻ മുതിരുമ്പോൾ സ്ഥിതിയുടെ സ്വരൂപത്തെ അഴിച്ചു നോക്കേണ്ടതും അടുത്തുനിന്നു നോക്കേണ്ടതും അനിവാര്യമായിത്തീരുന്നു എന്നർത്ഥം.

ചരിത്രം ഒരു ദാർശനികപ്രമേയമായത് ആധുനികമായ വിചാരമാതൃകയ്ക്കുള്ളിലാണ്. പ്രബുദ്ധതായുഗം ചരിത്രത്തിന്റെ സുദീർഘപ്രയാണത്തിന്റെ പരമപദമായി സ്വയം കാണുകയായിരുന്നു. ഇത്തരമൊരു കാഴ്ച സാദ്ധ്യമാകണമെങ്കിൽ ചരിത്രത്തെ അതിന്റെ ദൈനംദിനാവസ്ഥയിൽ (everydayness) നിന്ന് പിഴുതെടുക്കപ്പെട്ടതും ഗഹനമായ അർത്ഥത്താൽ നിറയ്ക്കപ്പെട്ടതുമായ ഒന്നായി മനസ്സിലാക്കിയേ തീരൂ. എങ്കിൽ മാത്രമേ ഈ അർത്ഥഗഹനയുടെ നിറവേറൽ എന്നനിലയിൽ സ്വയം കണ്ടെത്താൻ കഴിയൂ. ആനന്ദിന്റെ ചരിത്രചിന്ത, നിരന്തരമായി ചരിത്രാനുഭവങ്ങളിൽനിന്ന് അതിന്റെ ദൈനംദിനത്വത്തെ ചേറ്റിക്കൊഴിച്ചു കളയുന്നത് ഇത്തരം ചില ശാശ്വതാർത്ഥങ്ങളിലേക്ക് എത്തിപ്പെടാൻ വേണ്ടിയാണ്. സ്ഥിതിയെ അഴിച്ചെടുത്ത് അതിൽനിന്നും പെറുക്കിയെടുക്കുന്ന അതീതപ്രമേയങ്ങളെ മുൻനിർത്തി ഗതിയെ വിശദീകരിക്കാനൊരുങ്ങുക വഴി ശാശ്വതസ്ഥിതിയാണ് ഗതി എന്ന് ധരിക്കാനാവുന്നു. പ്രകരണാതീതമായ കേവലമൂല്യങ്ങളിൽ സന്നിഹിതമായിരിക്കുന്ന ചരിത്രത്തേയാണ് ആനന്ദ് തിരയുന്നത്. സ്ഥിതിഭേദങ്ങളെ അസാധുവാക്കുന്ന ഒന്നായി ഗതിയെ പരിഗണിക്കുന്ന ഈയൊരു ചരിത്ര സമീപനമാണ് നാനാത്വത്തിലെ ഏകത്വമായി ദേശ-രാഷ്ട്രം ഉൾപ്പെടെ പലതിനും സാധൂകരണമാകുന്നത്. അവിടെ ചരിത്രം പലപ്പോഴായി പലർ ചേർന്ന് ആടിത്തീർത്ത 'പലമ'യല്ല ഒരേയൊരാൾ (ഒരു ജൈവമനുഷ്യൻ) ഒറ്റയ്ക്ക് ആടിത്തീർത്ത 'ഒരുമ'യാണ്. ഏകാംഗ നടനം/ഏകാങ്ക നാടകം.

ജൈവമനുഷ്യന്റെ അവസാനഅദ്ധ്യായത്തിൽ ആനന്ദ് ഗുഹകളും കോട്ടകളും മുൻനിറുത്തിയുള്ള ഒരു രൂപകാത്മകവിചാരത്തിന് മുതിരുന്നുണ്ട്. ഒരർത്ഥത്തിൽ ചരിത്രത്തെക്കുറിച്ചുള്ള ആലോചനകളിൽ താൻ കൈക്കൊണ്ട സൈദ്ധാന്തികസമീപനത്തിന് ആനന്ദ് നൽകുന്ന ഏറ്റവും ഫലപ്രദമായ ആവിഷ്ക്കാരം കൂടിയാണത്. വ്യക്തിസത്തയുടെ സ്വാതന്ത്ര്യസമ്പത്ത് ക്രിയാത്മകമായ പ്രവൃത്തികളിലൂടെ ഒഴുകി സമൂഹത്തിലും പ്രകൃതിയിലും ലയിച്ചുചേരുന്നതാണ് ഗുഹകളുടെ നിർമ്മാണതത്ത്വം എന്നദ്ദേഹം എഴുതുന്നു. എന്നാൽ ഭയവും ആശങ്കയും മനുഷ്യമനസ്സിനെ ഇടുങ്ങിയ വഴികളിലൂടെ നയിച്ച് സുരക്ഷ എന്ന് തോന്നുന്ന ബന്ധനത്തിലെത്തിക്കുന്നതാണ് കോട്ടകളെന്നും ആനന്ദ് വി

വരിക്കുന്നു. ഇത്തരം രൂപകാത്മകവിചാരങ്ങൾ ചരിത്രചിന്തയിൽ അസാധാരണമല്ല. ആധുനിക ചരിത്രദർശനങ്ങൾ വികസിച്ചത് ഇത്തരം രൂപകങ്ങളെ മുൻനിർത്തിയാണ് താനും. പക്ഷേ ആ ചരിത്രദർശനങ്ങൾ ഒട്ടേറെ പരിമിതികൾ സ്വയം ഏറ്റെടുത്തിരിക്കുന്നു. അവ പൊതുവായി പങ്കുപറ്റുന്ന അത്തരം പരിമിതികൾ ആനന്ദിന്റെ ചരിത്രാന്വേഷണങ്ങളേയും നിയന്ത്രിക്കുന്നത് കാണാം. സാമാന്യമായി പറഞ്ഞാൽ ചരിത്രാനുഭവങ്ങൾക്ക് പ്രകരണങ്ങൾക്കു പുറത്ത് സാമാന്യാർത്ഥം കല്പിക്കാനുള്ള ശ്രമങ്ങളാണ് ആധുനികത നടത്തിപ്പോന്നത്. പ്രകരണം പരമാവധി അവിടെ ഒരു പശ്ചാത്തലമായിരുന്നു; ഉള്ളടക്കമായിരുന്നില്ല. (ആധുനിക കലാചരിത്രചിന്തകന്മാർ ഗുഹാചിത്രം എന്നെഴുതുമ്പോൾ സംഭവിക്കുന്നത് ഇതാണ്. ഗുഹാരൂപങ്ങൾക്ക് കൈവരുന്ന ചിത്രാത്മകത്വം ആധുനികമായ ഒരു വിചാരമാതൃകയ്ക്കകത്ത് അതിന് കൈവന്ന സവിശേഷാർത്ഥമാണ്. ഈ സവിശേഷാർത്ഥത്തെ ശാശ്വതവത്കരിക്കുകയും തുടർന്ന് ഗുഹാചിത്രത്തിൽ നിന്ന് ആധുനികചിത്രത്തിലേക്ക് ഒരു നേർവഴി വരയ്ക്കുകയും അത് കലാചരിത്രമായിതീരുകയുമാണ് ചെയ്യുന്നത്). ഗുഹകളും കോട്ടകളും ചരിത്രത്തിലെ മനുഷ്യാവസ്ഥയെ വ്യാഖ്യാനിക്കുന്ന രൂപകങ്ങളായിത്തീരുമ്പോൾ ആവർത്തിക്കുന്നതും ഇതുതന്നെയാണ്. ചരിത്രകാരന്മാർ തന്റെ താരതമ്യത്തെ അനുവദിച്ചുതരാനിടയില്ല എന്നു പറഞ്ഞുകൊണ്ടാണ് ആനന്ദ് ഈ രൂപകാത്മകവിചാരം അവതരിപ്പിക്കുന്നത്. വാസ്തവത്തിൽ ആധുനിക ചരിത്രദർശനത്തിൽ മുഴുവൻ ഇത്തരമൊരു രൂപകാത്മകതയുണ്ട്. ആനന്ദ് കണ്ടെത്തുന്ന 'വ്യക്തിസത്തയിലെ സ്വാതന്ത്ര്യസമ്പത്ത്' എന്ന അതിഭൗതികമൂല്യം തന്നെയാണ് അവിടെയും ഭിന്നരൂപങ്ങളിൽ നിലനിന്നിരുന്നത്. ചരിത്രമെന്നത് ഈ സത്തയുടെ ഏറിയും കുറഞ്ഞുമുള്ള ആവിഷ്കാരമായി വീക്ഷിക്കപ്പെടുകയും ചെയ്തിരുന്നു. ചരിത്രത്തിന് സാമാന്യാർത്ഥങ്ങൾ നൽകിയത് ഈ സത്താസങ്കല്പമാണ്. അറിയപ്പെട്ടും അറിയപ്പെടാതെയും അത് നമ്മുടെ ചരിത്രാവബോധത്തെ ഇപ്പോഴും നിർണ്ണയിച്ചുകൊണ്ടേയിരിക്കുന്നു. ജൈവമനുഷ്യനിലും, ആനന്ദിന്റെ ജാഗ്രതകളെയത്രയും മറികടന്ന്, അത് സ്വന്തം ജീവിതം ജീവിച്ചുതീർക്കുന്നു.

ഇത്രയും പറഞ്ഞതിനർത്ഥം ആനന്ദിന്റെ ചരിത്രാന്വേഷണങ്ങളും സ്വാതന്ത്ര്യാന്വേഷണങ്ങളും അപ്രസക്തമാണെന്നല്ല. ജനാധിപത്യപരവും സമഭാവനയിലധിഷ്ഠിതവുമായ ഒരു സമൂഹത്തെക്കുറിച്ചുള്ള ഉൽക്കണ്ഠകളാൽ പ്രചോദിതമായ ഈ അന്വേഷണങ്ങൾ നിശ്ചയമായും മലയാളിയുടെ വിചാരജീവിതത്തിലെ വലിയ കുതിപ്പുകളാണ്. ആനന്ദിന്റെ നോട്ടക്കോണുകളുടെ പരിധികളും

പരിമിതികളും ആരായുന്നത് അവയെ കുറേക്കൂടി അർത്ഥപൂർണ്ണമായി ഉൾക്കൊള്ളുന്നതിനു തന്നെയാണ് പ്രേരണയാവുക. ആനന്ദ് എഴുതുന്നതുപോലെ അഭിപ്രായവ്യത്യാസങ്ങളുടെ സാന്നിദ്ധ്യമാണ് ഒരു സംസ്ക്കാരത്തിന് ആരോഗ്യം പകരുന്നത് എന്നു നമുക്ക് ഇതോടൊപ്പം ഓർമ്മിക്കുകയും ചെയ്യാം.

(2002)

●

www.ingramcontent.com/pod-product-compliance
Lightning Source LLC
LaVergne TN
LVHW100540051026
849519LV00003B/837
* 9 7 8 9 3 8 5 8 9 9 8 4 3 *